* NGŨ PHẦN TỲ-KHEO GIỚI BỔN (A,B)
* NGŨ PHẦN TỲ-KHEO-NI GIỚI BỔN
* DI-SA-TẮC YẾT-MA BẢN

GIÁO HỘI PHẬT GIÁO VIỆT NAM THỐNG NHẤT
ỦY BAN PHIÊN DỊCH TRUNG ƯƠNG

ĐẠI TẠNG KINH VIỆT NAM

THANH VĂN TẠNG

Tập 29

LUẬT BỘ VIII

NGŨ PHẦN TỲ-KHEO GIỚI BỔN (A,B)
Việt dịch: **Tỳ-kheo Thích Đồng Minh**

NGŨ PHẦN TỲ-KHEO-NI GIỚI BỔN
Việt dịch: **Tỳ-kheo Thích Đồng Minh**

DI-SA-TẮC YẾT-MA BẢN
Việt dịch:
Tỳ-kheo Thích Nguyên An, Tỳ-kheo Thích Nguyên Thịnh
Hiệu chú: **Tỳ-kheo Thích Tuệ Sỹ**

HỘI ĐỒNG HOẰNG PHÁP

PL. 2568 - DL. 2024

ĐẠI TẠNG KINH VIỆT NAM
THANH VĂN TẠNG - Tập 29 – LUẬT BỘ VIII
* NGŨ PHẦN TỲ-KHEO GIỚI BỔN (A,B)
Việt dịch: Tỳ-kheo Thích Đỗng Minh
* NGŨ PHẦN TỲ-KHEO-NI GIỚI BỔN
Việt dịch: Tỳ-kheo Thích Đỗng Minh
* DI-SA-TẮC YẾT-MA BẢN
Việt dịch: Tỳ-kheo Thích Nguyên An, Tỳ-kheo Thích Nguyên Thịnh
Hiệu chú: Tỳ-kheo Thích Tuệ Sỹ

Ban Báo Chí & Xuất Bản Hội Đồng Hoằng Pháp
Ấn hành lần thứ nhất, quý IV/2024

Trách nhiệm xuất bản: Thích Nguyên Siêu
Sửa bản in: Thích Nguyên An, Thích Nguyên Thịnh, Tâm Huy
Trình bày: Quảng Hạnh Tuệ, TN. Thông Nghĩa
Thiết kế bìa: Quảng Pháp, Nhuận Pháp

https://hoangphap.org

MỤC LỤC PHÂN TÍCH

GIỚI THIỆU CÔNG TRÌNH PHIÊN DỊCH
ĐẠI TẠNG KINH VIỆT NAM

Yo vo, ānanda,
mayā dhammo ca vinayo ca desito paññatto,
so vo mamaccayena satthā.

I. SƠ LƯỢC QUÁ TRÌNH PHIÊN DỊCH

Trước khi nhập Niết-bàn, đức Phật có di giáo tối hậu cho các chúng đệ tử: "Pháp và Luật mà Ta đã thuyết và quy định, là Đạo Sư của các ngươi sau khi Ta diệt độ." Phụng hành di giáo của đức Thế Tôn, các vị Trưởng lão A-la-hán đã thực hiện cuộc kiết tập lần thứ nhất tại thành Vương Xá, cùng hòa hiệp phúng tụng tất cả những điều đã được Phật giảng dạy trong suốt bốn mươi lăm năm giáo hóa; nền tảng của văn hiến Phật giáo mà về sau được gọi là Tam tạng được thành lập từ đó.

Kể từ đó, giáo pháp của đức Thích Tôn theo bước chân du hóa của các Thánh đệ tử lan tỏa khắp bốn phương. Nơi nào Giáo pháp được truyền đến, nơi đó bốn chúng đệ tử học tập và hành trì theo phương ngôn của bản địa, như điều đã được đức Phật chỉ giáo: *anujānāmi, bhikkhave, sakāya niruttiyā buddhavacanaṃpariyāpuṇitun"ti.* "Này các tỳ-kheo, Ta cho phép các ngươi học Phật ngôn bằng chính phương ngữ của mình." Y cứ theo lời dạy này, ngay từ khởi thủy Phật ngôn đã được chuyển thể qua nhiều phương ngữ khác nhau. Khi các bộ phái Phật giáo phát triển, mỗi bộ phái cố gắng thành lập Tam tạng Thánh điển theo phương ngữ của địa phương được xem là căn cứ địa. Khi

---

* Này *Ānanda*! Pháp và Luật mà Ta đã thuyết và qui định, là Đạo Sư của các ngươi sau khi Ta diệt độ.

mà hệ thống văn tự tại cổ Ấn Độ chưa phổ biến, sự lưu truyền Thánh điển bằng khẩu truyền là phương tiện chính. Do khẩu truyền, những biến âm do khẩu âm của từng địa phương khác nhau thỉnh thoảng cũng ảnh hưởng đến một vài thay đổi nhỏ trong các văn bản. Những biến thiên âm vận ấy trong nhiều trường hợp dẫn đến những giải thích khác nhau về một điểm giáo nghĩa giữa các bộ phái. Tuy nhiên, nhìn từ đại thể, các giáo nghĩa trọng yếu vẫn được hiểu và hành trì như nhau giữa tất các các truyền thống, nam phương cũng như bắc phương. Điều có thể được khẳng định qua các công trình nghiên cứu tỉ giảo về văn bản trong hai nguồn văn hệ Phật giáo hiện tại: Pali và Hán tạng. Các bản Hán dịch xuất xứ từ A-hàm, và các bản văn Pali hiện đọc được, đại bộ phận đều tương ưng với nhau. Do đó, những điều được cho là dị biệt giữa hai truyền thống nam và bắc phương, mà thường hiểu lệch lạc là Tiểu thừa và Đại thừa, chỉ là sự khác biệt bởi môi trường lịch sử văn minh theo các địa phương và dân tộc. Đó là sự khác biệt giữa nguyên thủy và phát triển. Phật pháp truyền sang phương nam, đến các nước Nam Á, nơi đó sự phát triển văn minh và các định chế xã hội chưa đến mức phức tạp, nên giáo pháp của Phật được hiểu và hành gần với nguyên thủy. Về phương bắc, tại các vùng đông bắc Ấn, và tây bắc Trung Quốc, nhiều chủng tộc dị biệt, nhiều nền văn hóa khác nhau, và do đó cũng xuất hiện nhiều định chế xã hội khác nhau. Phật pháp được truyền vào đó, một thời đã trở thành quốc giáo của nhiều nước. Thích ứng theo sự phát triển của đất nước ấy, từ ngôn ngữ, phong tục, định chế xã hội, giáo pháp của đức Phật cũng dần dần được bản địa hóa.

Thánh điển Tam tạng là nguồn suối cho tất cả nhận thức về Phật pháp, để học tập và hành trì, cũng như để nghiên cứu. Kinh tạng và Luật tạng là tập đại thành Pháp và Luật do chính đức Phật giảng dạy và quy định, là sở y cho tri thức và hành trì của Thánh đệ tử để tiến tới thành tựu cứu cánh Minh và Hành. Kinh và Luật cũng bao gồm những diễn giải của các Thánh đệ tử được thân truyền từ kim khẩu của đức Phật. Luận tạng, theo truyền thống Thượng tọa bộ nam phương, và cũng theo truyền thống Hữu bộ, do chính đức Phật thuyết. Nhưng các đại luận sư như Thế Thân (*Vasubandhu*), cũng như hầu hết các nhà nghiên cứu Phật học trên thế giới hiện đại, đều không công nhận truyền thuyết này, mà cho rằng đó là tập đại thành các công trình phân tích, quảng diễn, và hệ thống hóa những điều đã được Phật thuyết trong Pháp và Luật. Kinh và Luật tạng được thành lập trong một khoảng thời gian nhất định, trực tiếp hoặc gián tiếp từ kim khẩu của Phật, và là sở y chung cho tất cả các bộ phái Phật giáo, bao gồm cả Phật giáo Đại thừa, mặc dù có những sai biệt do vấn đề truyền khẩu với các khẩu âm và phương ngữ khác nhau, theo thời gian và địa vức.

Luận tạng là bộ phận Thánh điển phản ánh lịch sử phát triển của Phật giáo, bao gồm các phương diện tín ngưỡng tôn giáo, tư duy triết học, nghiên cứu khoa học, định chế và tổ chức xã hội chính trị. Tổng quát mà nói, đó không chỉ là phản ánh lịch sử phát triển của nội bộ Phật giáo, mà trong đó cũng phản ánh toàn bộ văn minh tại những nơi mà giáo lý của đức Phật được truyền đến. Điều này cũng được chứng minh cụ thể bởi lịch sử Việt Nam.

Mỗi bộ phái Phật giáo tự xây dựng cho mình một nền văn hiến Luận tạng riêng biệt, tập hợp các luận giải giáo nghĩa, bảo vệ kiến giải Phật pháp của mình, bài trừ các quan điểm dị học. Đây là nền văn hiến đồ sộ, liên tục phát triển trên nhiều khu vực địa lý khác nhau. Cho đến khi Hồi giáo bành trướng tại Ấn Độ, Phật giáo bị đào thải. Một bộ phận văn hiến Phật giáo được chuyển sang Tây Tạng, qua các bản dịch Phạn Tạng, và một số lớn nguyên bản Phạn văn được bảo trì. Một bộ phận khác, lớn nhất, gần như hoàn chỉnh nhất, văn hiến Phật giáo được chuyển dịch sang Hán tạng, bao gồm hầu hết mọi xu hướng tư tưởng dị biệt của Phật giáo phát triển trong lịch sử Ấn Độ, từ Nguyên thủy, Bộ phái, Đại thừa, cho đến Mật giáo.

Truyền thuyết ghi rằng Phật giáo được truyền vào Trung Hoa dưới đời Hán Minh Đế, niên hiệu Vĩnh bình thứ 10 (Tl. 65), và bản kinh Phật đầu tiên được dịch sang Hán văn là Kinh Tứ thập nhị chương, do Ca-diếp Ma-đằng và Trúc Pháp Lan. Nhưng truyền thuyết này không được nhất trí hoàn toàn giữa các nhà nghiên cứu lịch sử Phật giáo Trung Quốc. Điều chắc chắn là Khương Tăng Hội, quê quán Việt Nam, xuất phát từ Giao Chỉ (Việt Nam), đã đưa Phật giáo vào Giang Tả, miền Nam Trung Hoa. Các công trình phiên dịch và chú giải của

Khương Tăng Hội đã chứng tỏ rằng trước đó, tức từ năm thứ 247 kỷ nguyên Tây lịch, thời gian được nói là Tăng Hội vào đất Kiến nghiệp, quy y cho Tôn Quyền, Phật giáo đã phát triển đến một hình thái nhất định tại Việt Nam, cùng một số kinh Phật được phiên dịch. Điều này cũng được củng cố thêm bởi những điều được ghi chép trong Mâu Tử Lý Hoặc Luận. Có lẽ do hậu quả của thời kỳ Bắc thuộc, hầu hết những điều được tìm thấy trong hành trạng của Khương Tăng Hội và trong ghi chép của Mâu Tử đều bị xóa sạch. Chỉ tồn tại những gì được ghi nhận là truyền từ Trung Quốc.

Dịch giả Phạn Hán đầu tiên tại Trung Quốc được khẳng định là An Thế Cao (đến Trung Quốc trong khoảng Tl. 147 – 167). Tất nhiên trước đó hẳn cũng có các dịch giả khác mà tên tuổi không được ghi nhận. Lương Tăng Hựu căn cứ trên bản Kinh lục xưa nhất của Đạo An (Tl. 312 – 385) ghi nhận có chừng 134 kinh không rõ dịch giả; và do đó cũng không xác định trước hay sau An Thế Cao.

Sự nghiệp phiên dịch Phật kinh Phạn Hán liên tục từ An Thế Cao, cho đến các đời Minh, Thanh được tập thành trong 32 tập của Đại Chánh, bao gồm Thánh điển Nguyên thủy, Bộ phái, Đại thừa, Mật giáo, 1692 bộ. Những trước tác của Trung Hoa, từ sớ giải, luận giải, cho đến sử truyện, du ký, v.v., tập thành từ tập 33 đến 55 trong Đại Chánh, gồm 1492 tác phẩm. Số tác phẩm được ấn hành trong Tục tạng chữ Vạn còn nhiều hơn thế nữa. Đây là hai bản Hán tạng tương đối đầy đủ nhất, trong đó tạng Đại Chánh được sử dụng rộng rãi trên quy mô thế giới.

Sự nghiệp phiên dịch Kinh điển ở nước ta được bắt đầu rất sớm, có thể trước cả thời Khương Tăng Hội, mà dấu vết có thể tìm thấy trong *Lục độ tập kinh*. Ngôn ngữ phiên dịch của Khương Tăng Hội là Hán văn. Hiện chưa có phát hiện nào về các bản dịch Kinh Phật bằng tiếng quốc âm. Suốt trong thời kỳ Bắc thuộc, do nhu cầu tinh thông Hán văn như là sách lược cấp thời để đối phó sự đồng hóa của phương bắc, Hán văn trở thành ngôn ngữ thống trị. Vì vậy công trình phiên dịch Kinh điển thành quốc âm không thể thực hiện. Bởi vì, công trình phiên dịch Tam tạng tại Trung Hoa thành tựu đồ sộ được thấy ngay, chủ yếu do sự bảo trợ của triều đình. Quốc âm chỉ được dùng như là phương tiện hoằng pháp trong nhân gian.

Cho đến thời Pháp thuộc, trước tình trạng vong quốc và sự đe dọa bởi văn hóa xâm lược, văn hóa dân tộc có nguy cơ mất gốc, cho nên sơn môn phát động phong trào chấn hưng Phật giáo, phổ biến kinh điển bằng tiếng quốc ngữ qua ký tự La-tinh. Từ đó, lần lượt các Kinh điển quan trọng từ Hán tạng được phiên dịch theo nhu cầu học và tu của Tăng già và Phật tử tại gia. Phần lớn các Kinh điển này đều thuộc Đại thừa, chỉ một số rất ít được trích dịch từ các A-hàm. Dù Đại thừa hay A-hàm, các Kinh Luận được phiên dịch đều không theo một hệ thống nào cả. Do đó sự nghiên cứu Phật học Việt Nam vẫn chưa có cơ sở chắc chắn. Mặt khác, do ảnh hưởng ngữ pháp Phạn, các bản dịch Hán hàm chứa một số vấn đề ngữ pháp Phạn Hán khiến cho ngay cả các nhà chú giải Kinh điển lớn như Cát Tạng, Trí Khải cũng phạm phải rất nhiều sai lầm. Chính Ngạn Tông, người tổ chức dịch trường theo lệnh của Tùy Dạng đế đã nêu lên một số sai lầm này. Cho đến Huyền Trang, vì phát hiện nhiều sai lầm trong các bản Hán dịch nên quyết tâm nhập Trúc cầu pháp, bất chấp lệnh cấm của triều đình và các nguy hiểm trên lộ trình.

Ngày nay, do sự phát hiện nhiều bản Kinh Luận quan trọng bằng tiếng Sanskrit, cũng như sự phổ biến ngôn ngữ Tây Tạng, mà phần lớn Kinh điển Sanskrit được phiên dịch, nên nhiều công trình chỉnh lý được thực hiện cho các bản dịch Phạn Hán. Thêm vào đó, do sự phổ biến ngôn ngữ Pali, vốn được xem là ngôn ngữ Thánh điển gần với nguyên thuyết nhất, một số sai lầm trong các bản dịch A-hàm cũng được chỉnh lý, và tỉ giảo, khiến cho lời dạy của Đức Thích Tôn được thọ trì một cách trong sáng hơn.

Trên đây là những nhận thức cơ bản để Ban phiên dịch Đại Tạng Kinh Việt Nam y theo đó mà thực hiện các bản dịch. Trước hết, là bản dịch các kinh A-hàm đang được giới thiệu ở đây. Các kinh thuộc bộ A-hàm được dịch sang Hán rất sớm, kể từ thời Hậu Hán với An Thế Cao. Nhưng phần lớn các truyền bản này đều phát xuất từ Tây vực, từ các nước Phật giáo thịnh hành thời đó như Quy-tư, Vu-điền. Do khẩu âm và phương ngữ nên trong các truyền bản được nói là Phạn văn đã hàm chứa khá nhiều sai lạc. Điều này có thể thấy rõ qua sự so sánh các đoạn tương đương Pali, hay các dẫn chứng trong Đại Tì-bà-sa, Du-già sư địa. Thêm vào đó, các dịch giả hầu hết đều học Phật và học tiếng Sanskrit tại các nước Tây Vực chứ không trực tiếp tại Ấn Độ như La-thập và Huyền Trang, nên trình độ ngôn ngữ Phạn có hạn chế. Các vị ấy khi vừa đặt chân lên Trung Hoa, do khát vọng thâm thiết của các Phật tử Trung Hoa, muốn có thêm kinh Phật để học và tu, cho nên trong khi chưa tinh thông tiếng Hán, mà công trình phiên dịch lại được thôi thúc cần thực hiện. Vì không tinh thông Hán ngữ nên công tác phiên dịch luôn luôn qua trung gian một người chuyển ngữ. Quá trình phiên dịch đi qua nhiều giai đoạn mà chính người chủ dịch không thể quán triệt, cho nên trong các bản dịch hàm chứa những đoạn văn rất tối nghĩa, và nhiều khi nhầm lẫn. Trong tình hình như vậy, một bản dịch Việt từ Hán đòi hỏi rất nhiều tham khảo để hy vọng tiếp cận với nguyên bản Sanskrit đã thất lạc, và cũng từ đó mà hy vọng có thể tiếp cận với lời Phật dạy hơn, điều mà các bản Hán dịch do trở ngại ngôn ngữ đã không thể thực hiện được.

Đại Tạng Kinh Việt Nam chủ yếu căn cứ trên Đại Chánh Đại Tạng Kinh, Nhật Bản, gồm 100 tập, được biên tập khởi đầu từ niên hiệu Đại Chánh (Taisho) thứ 11, Tl. 1922, cho đến niên hiệu Chiêu Hòa (Showa) thứ 9, Tl. 1934, tập hợp trên 100 nhà nghiên cứu Phật học hàng đầu của Nhật Bản, dưới sự chủ trì của Cao Nam Thuận Thứ Lang (Takakusu Junjiro) và Độ Biên Hải Húc (Watanabe Kaigyoku). Để bản sử dụng là bản in của chùa Hải Ấn, Triều Tiên, được gọi là bản Cao-lệ. Công trình chỉnh lý văn bản căn cứ các khắc bản Tống, Nguyên, Minh, cùng một số khắc bản và thủ bản tại Hoa và Nhật khác như tả bản Thiên Bình, bản Liêu của Cung nội sảnh, bản chùa Đại Đức, bản chùa Vạn Đức, v.v. Một số bản văn được phát hiện tại các vùng trong Tây Vực như Vu Điền, Đôn Hoàng, Quy Tư, Cao Xương, cũng được dùng làm tham khảo. Nhiều đoạn văn từ Pali và Sanskrit cũng được dẫn dưới cước chú để đối chiếu đoạn Hán dịch mà người biên tập nghi ngờ là không chính xác hoặc thuộc về dị bản nào đó.

Nội dung Đại tạng Đại Chánh được phân làm ba phần chính: phần thứ nhất, gồm 32 tập, là các bản dịch Phạn Hán bao gồm Kinh, Luật, Luận, được thuyết bởi chính kim khẩu của Phật, hay được kiết tập bởi các Thánh đệ tử, hoặc được trước tác bởi các Luận sư. Phần thứ hai, từ Đại Chánh tập 33 đến tập 55, trước tác của Trung Hoa, bao gồm các sớ giải Kinh, Luật, Luận, và luận thuyết riêng biệt của các tông phái Phật giáo Trung Hoa, các sử truyện, truyện ký, du ký, truyền kỳ; các bản Hán dịch thuộc ngoại giáo như Thắng luận, Số luận, Ba tư giáo, Thiên chúa giáo, các tập ngữ vựng Phạn Hán, giáo khoa Phạn Hán, các Kinh lục. Phần thứ ba, từ tập 56 đến 85, tập họp các trước tác của Nhật Bản, gồm các sớ giải Kinh, Luật, Luận, phần lớn căn cứ trên các bản sớ giải Trung Hoa mà giải nghĩa rộng thêm, và các luận thuyết của các tông phái tại Nhật Bản. Còn lại 12 tập sưu tập các đồ tượng, tranh ảnh, phần lớn là các đồ hình mạn-đà-la của Mật tông. 3 tập cuối, tổng mục lục, liệt kê nội dung các bản Đại tạng lưu hành.

Ban phiên dịch Đại Tạng Kinh Việt Nam chọn Đại Chánh tạng làm để bản, phiên dịch tất cả tác phẩm được ấn hành trong đó. Phàm lệ để thực hiện bản dịch tạm thời được quy định như sau:

1. Đại Tạng Kinh Việt Nam bao gồm tất cả các bản dịch tiếng Việt của Tam Tạng Kinh Điển Phật giáo đã xuất hiện ở nước ta từ trước đến nay, qua các thời kỳ với nhiều dịch giả khác nhau, để cho thấy quá trình hình thành Đại Tạng Kinh Việt Nam qua lịch sử.

2. Về bản đáy, bản dịch Việt căn cứ trên ấn bản Đại Chánh Tân Tu Đại Tạng Kinh 100 tập, mỗi tập trên dưới 1000 trang chữ Hán cỡ 10pt và sẽ được đánh số theo thứ tự của số ghi trong bản in Đại Chánh. Mỗi trang của bản in Đại chính được chia làm ba cột: a, b, c. Số trang và cột này đều được ghi trong bản dịch để tiện tham khảo.

3. Vì thế, một bản kinh chữ Hán có thể có nhiều bản dịch tiếng Việt, nên sau số thứ tự của Đại Chánh, sẽ đánh thêm các mẫu tự A, B, C... để phân biệt các bản dịch tiếng Việt khác nhau của cùng một bản kinh chữ Hán đó.

4. Về xử lý văn bản trong khi phiên dịch, phần lớn căn cứ công trình hiệu đính và đối chiếu của bản Đại Chánh. Ngoài ra, tham khảo thêm các công trình hiệu đính và đối chiếu khác.

5. Giữa các ấn bản có những điểm khác nhau, bản Việt sẽ lựa chọn hoặc hiệu đính theo nhận thức của người dịch.

6. Trong bản Hán, nếu chỗ nào xét thấy văn dịch hay từ ngữ không phù hợp với giáo nghĩa truyền thống phổ biến, người dịch sẽ tham khảo các Kinh, Luật, Luận cần thiết để hiệu chính. Những hiệu chính

này được giải thích ở phần cước chú.

7. Bản Hán dịch thực hiện căn cứ phần lớn trên sự truyền khẩu. Do đó những từ phát âm tương tự dễ đưa đến ngộ nhận, như *sam* Pāli hay *sama* và *samyak*; *cala* và *jala*; *muti* và *muṭṭhi*, v.v... Trong những trường hợp này, người dịch sẽ tham chiếu các kinh tương đương, các bản Hán biệt dịch, suy đoán tự dạng nguyên thủy có thể có trong Phạn bản để hiệu chính. Những hiệu chính này đều được ghi ở phần cước chú.

8. Do các truyền bản khác nhau giữa các bộ phái, để có nhận thức về giáo nghĩa nguyên thủy, chung cho tất cả, cần có những nghiên cứu đối chiếu sâu rộng. Công việc này ngoài khả năng hiện tại của các dịch giả. Tuy nhiên, trong trường hợp có thể, những điểm dị biệt giữa các truyền bản sẽ được ghi nhận và đối chiếu. Những ghi nhận này được nêu ở phần cước chú.

9. Bản Hán dịch được phân thành số quyển. Bản dịch Việt không chia số quyển như vậy, nhưng sẽ ghi ở phần cước chú mỗi khi bắt đầu một quyển khác.

10. Các từ Phật học trong một số bản Hán dịch nếu không phổ biến, do đó có thể gây khó khăn cho việc đọc và nghiên cứu, trong các trường hợp như vậy, tuy vẫn giữ nguyên dịch ngữ của bản Hán, nhưng dịch ngữ tương đương thông dụng hơn sẽ được ghi trong phần cước chú. Trong trường hợp có thể, sẽ ghi luôn dịch giả của những dịch ngữ này và xuất xứ của chúng từ bản dịch nào để tiện việc tham khảo.

11. Các kinh sách tham khảo trong cước chú đều được viết tắt theo quy định phổ thông của giới nghiên cứu quốc tế; xem quy định về viết tắt ở cuối mỗi tập của Đại tạng kinh Việt Nam.

II. PHƯƠNG ÁN THỰC HIỆN

Dự án thực hiện bao gồm các công trình phiên dịch, biên tập, và ấn hành, một Hội Đồng phiên dịch Đại Tạng Kinh Việt Nam được thành lập, được điều phối bởi Tổng biên tập, với các nhiệm vụ được phân phối như sau:

1. Ủy ban Phiên dịch. Để hoàn tất một bản dịch, các công tác sau đây cần được thực hiện:

a. Phiên dịch trực tiếp: Các văn bản lần lượt được phân phối đến các vị có trình độ Hán văn tương đối, kiến thức Phật học cơ bản, và khả năng ngôn ngữ cần thiết, phiên dịch trực tiếp từ Hán sang Việt.

b. Hiệu đính và chú thích: nhiệm vụ chủ yếu của phần hiệu chính là đọc lại bản dịch thô và bổ túc những sai lầm có thể có trong bản dịch. Trong thực tế, người hiệu đính còn phải làm nhiều hơn thế nữa.

Trước hết là phần chỉnh lý văn bản. Phần này đáng lý phải thực hiện trước khi phiên dịch. Việc chỉnh lý văn bản thoạt tiên có vẻ đơn giản, vì người dịch chỉ lưu ý một số nhầm lẫn trong việc khắc bản của để bản. Những điểm khác nhau giữa các bản khắc hầu hết được ghi ở cước chú trong ấn bản Đại Chánh, người dịch chỉ cần hiểu rõ nội dung đoạn dịch thì có thể lựa chọn những từ thích hợp trong cước chú. Tuy nhiên, do hạn chế về trình độ Phật pháp và khả năng tham khảo nên đa số người dịch không chọn được từ chính xác. Mặt khác, ngay cả các từ trong cước chú không phải hoàn toàn chính xác. Ngay cả Đại sư Ấn Thuận cũng phạm phải một số sai lầm khi chọn từ, vì không tìm ra các đoạn Pali hoặc Sanskrit tương đương nên phải dựa trên ức đoán. Những ức đoán phần nhiều là sai. Mặt khác, nhiều sai lầm không phải do tả bản hay khắc bản, mà do chính từ truyền bản. Bởi vì, kinh điển từ Ấn Độ truyền sang hầu hết đều do khẩu truyền. Những biến đổi trong khẩu âm, phát âm, khiến nhầm lẫn từ này với từ khác, làm cho ý nghĩa nguyên thủy của giáo lý sai lạc. Người dịch từ Hán văn mà không có trình độ Phạn văn nhất định thì không thể phát hiện những sai lầm này. Điều đáng lưu ý những sai lầm này xuất hiện rất nhiều và rất thường xuyên trong nhiều bản dịch Phạn Hán.

Phần hiệu đính tập trung trên cú pháp Phạn mà ảnh hưởng của nó trong các bản dịch khiến cho nhiều khi ngay cả những vị tinh thông Hán, ngay cả các nhà chú giải kinh điển nổi tiếng cũng phải nhầm lẫn. Để hiểu rõ nội dung bản dịch Hán, cần thiết phải tìm lại nguyên bản Phạn để đối chiếu. Đại sư Cát Tạng đã vấp phải sai lầm khi không có cơ sở để phân tích mệnh đề Hán dịch là năng động hay thụ động, do đó đã nhầm lẫn người giết với kẻ bị giết. Đó là một đoạn văn trong *Thắng man* mà nguyên bản Phạn của kinh này đã thất lạc, nhưng đoạn văn tương đương lại được tìm thấy trong trích dẫn của *Sikṣasamuccaya* của *Sāntideva*. Nếu không tìm thấy đoạn Sanskrit được trích dẫn này thì không ai có thể biết rằng Cát Tạng đã nhầm lẫn.

Rất nhiều kinh điển trong nguyên bản Phạn đã bị thất lạc. Ngay cả những tác phẩm quan trọng như Đại Tì-bà-sa chỉ tồn tại trong bản dịch của Huyền Trang. Nhiều đoạn được trích dẫn trong bản dịch *Câu-xá*, mà Phạn văn đã được phát hiện, cũng giúp người đọc Đại Tì-bà-sa có manh mối để đi sâu vào nội dung. Đọc một bản văn mà không nắm vững nội dung của nó, nghĩa là chính dịch giả cũng không hiểu, hoặc hiểu sai, sao có thể hy vọng người đọc hiểu được đoạn văn phiên dịch? Do đó, công tác hiệu đính không đơn giản chỉ bổ túc những khuyết điểm trong bản dịch về lối hành văn, mà đòi hỏi công phu tham khảo rất nhiều để nắm vững nội dung nguyên tác trong một giới hạn khả dĩ.

Đại Tạng Kinh Việt Nam là bản dịch Việt từ Hán tạng, do đó không thể tự tiện thay đổi nội dung dù phát hiện những sai lầm trong bản Hán. Những sai lầm mang tính lịch sử, do đó không được phép loại bỏ tùy tiện. Tuy vậy, bản dịch Việt cũng không thể bỏ qua những nhầm lẫn được phát hiện. Những phát hiện sai lầm cần được nêu lên, và những hiệu đính cũng cần được đề nghị. Những điểm này được ghi ở phần cước chú để cho bản Việt vẫn còn gần với bản Hán dịch.

Trên đây là một số điều kiện tất yếu để thực hiện một bản dịch tương đối khả dĩ chấp nhận. Trong tình hình hiện tại, chúng ta chỉ có rất ít vị có thể hội đủ điều kiện yêu cầu như trên. Do đó, dự án thực hiện hướng đến chương trình đào tạo, không đơn giản chỉ là đào tạo chuyên gia dịch thuật, mà là bồi dưỡng những vị có trình độ Phật học cao với khả năng đọc và hiểu các ngôn ngữ chuyển tải Thánh điển, chủ yếu các thứ tiếng Pali, Sanskrit, Tây Tạng và Hán. Trong tình hình nghiên cứu Phật học hiện tại trên thế giới, người muốn nghiên cứu Phật học mà không biết đến các ngôn ngữ này thì khó có thể nắm vững giáo nghĩa căn bản. Và đây cũng là điều mà Ngạn Tông đã nêu rõ trong các điều kiện tham gia dịch thuật trong viện phiên dịch bảo trợ bởi Tùy Dạng Đế, mặc dù Ngạn Tông chỉ yêu cầu hiểu biết Phạn văn nhưng đồng thời cũng yêu cầu kiến thức uyên bác, không chỉ tinh thông Phật điển mà còn cả thư tịch ngoại giáo.

Chi tiết chương trình đào tạo cần được trình bày trong một dịp khác.

2. Ủy ban Ấn hành. Công tác ấn hành gồm các phần:

a. Sửa lỗi chính tả của các bản dịch. Hiện tại lỗi chính tả trong các bản dịch do các Thầy, Cô, và Phật tử tự nguyện chỉnh sửa. Nhưng chỉ là công tác nghiệp dư, do không chuyên trách, và do đó cũng thiếu kinh nghiệm trong việc phát hiện lỗi, nên các bản in phổ biến tồn tại khá nhiều lỗi chính tả.

b. Trình bày bản in. Công tác này tùy thuộc điều kiện kỹ thuật vi tính. Sơ khởi, ban ấn hành chưa đủ điều kiện để có những vị thành thạo sử dụng kỹ thuật vi tính trong việc trình bày văn bản. Công việc này hiện tại do các Thầy, Cô phụ trách, với trình độ kỹ thuật do tự học, và tự phát. Vì vậy, trong nhiều trường hợp không khắc phục được lỗi kỹ thuật nên hình thức trình bày của bản văn chưa được hoàn hảo như mong đợi.

Sự nghiệp phiên dịch được định khoảng 15 năm, hoặc có thể lâu hơn nữa. Hình thức Đại Tạng Kinh do đó không thể được thiết kế một lần hoàn hảo. Trong diễn tiến như vậy, tất nhiên trình độ kỹ thuật được cải tiến theo thời gian, khiến cho hình thức trình bày cũng cần thay đổi cho phù hợp với thời đại. Hậu quả sẽ khó tránh khỏi là sự không đồng bộ giữa các tập Đại Tạng Kinh ấn hành trước và sau.

c. Ấn loát. Sau khi hình thức trình bày được chấp nhận, bản dịch được đưa đi nhà in. Trách nhiệm ấn loát được giao cho nhà in với các khoản được ghi thành hợp đồng. Vấn đề ấn loát như vậy tương đối ổn định. Tuy nhiên, cũng cần có người chuyên trách để theo dõi quá trình ấn loát, hầu tránh những sai sót kỹ thuật có thể có do nhà in.

d. Phát hành, phổ biến và vận động. Một nhiệm vụ không kém quan trọng là phát hành và phổ biến Đại Tạng Kinh. Công việc này đáng lý do một ban phát hành chuyên trách. Nhưng trong điều kiện nhân sự hiện tại, một Ban như vậy chưa thể thành lập, do đó ban ấn hành kiêm nhiệm. Thêm nữa, công trình phiên dịch là sự nghiệp chung của toàn thể Phật tử Việt Nam, không phân biệt Giáo hội, hệ phái, do đó cần có sự tham gia và cống hiến của chư Tăng Ni, Phật tử, bằng hằng sản và hằng tâm, bằng tâm nguyện cá nhân hay tập thể dưới các hình thức hỗ trợ và bảo trợ bằng vật chất hoặc tinh thần, cống hiến bằng tất cả khả năng vật chất và trí tuệ. Công việc vận động này để cho được hữu hiệu với sự tham gia tích cực của nhiều chúng đệ tử cũng cần được chuyên trách bởi một ban vận động. Trong điều kiện nhân sự hiện tại, ban ấn hành kiêm nhiệm.

HẬU TỪ

Trải qua trên dưới 2 nghìn năm du nhập, những giáo nghĩa căn bản mà đức Phật đã giảng được học và hành tại Việt Nam, đã đem lại nhiều an lạc cho nhiều cá nhân và xã hội, đã góp phần xây dựng tình cảm và tư duy của các cộng đồng cư dân trên đất nước Việt. Thế nhưng, sự nghiệp phiên dịch cũng như ấn hành để phổ biến Thánh điển, làm nền tảng sở y cho sự học và hành, chưa được thực hiện trên quy mô rộng lớn toàn quốc.

Sự nghiệp phiên dịch tại Trung Quốc trải qua gần hai nghìn năm, với thành tựu vĩ đại, tập đại thành và bảo tồn kho tàng Thánh điển thoát qua nhiều trận hủy diệt do những đức tin mù quáng, quàng tín. Sự nghiệp ấy đại bộ phận do các quốc vương Phật tử tích cực bảo trợ, đã là sự nghiệp chung của toàn thể nhân dân theo từng giai đoạn đặc biệt của lịch sử. Việt Nam tuy cũng có các minh quân Phật tử, nhưng do tác động bởi các yếu tố chính trị xã hội nên chưa từng được tổ chức quy mô dưới sự bảo trợ của triều đình. Chỉ do yêu cầu thực tế học và hành mà một số kinh điển được phiên dịch, nhưng chưa đủ để lập thành nền tảng tương đối hoàn bị cho sự nghiên cứu sâu giáo nghĩa.

Gần đây, vào năm 1973, một Hội đồng phiên dịch Tam tạng lần đầu tiên trong lịch sử được thành lập. Chủ tịch: Thượng tọa Thích Trí Tịnh, Tổng thư ký: Thượng tọa Thích Quảng Độ, với các thành viên quy tụ tất cả các Thượng tọa và Đại đức đã có công trình phiên dịch và có uy tín trên phương diện nghiên cứu Phật học, dưới sự chỉ đạo của Viện Tăng Thống, Giáo hội Phật giáo Việt Nam Thống nhất. Chương trình phiên dịch được soạn thảo trên quy mô rộng lớn, nhưng do bởi hoàn cảnh chiến tranh cho nên chỉ mới thực hiện được một phần nhỏ. Một phần của thành quả này về sau được ấn hành năm 1993 bởi Viện Nghiên cứu Phật học Việt Nam, trực thuộc Giáo hội Phật giáo Việt Nam, dưới danh hiệu "Đại Tạng Kinh Việt Nam." Thành quả này là các Kinh thuộc bộ A-hàm được phân công bởi Hội đồng Phiên dịch Tam tạng, trong đó, *Trường A-hàm* và *Tạp A-hàm* do TT Thiện Siêu, TT Trí Thành và ĐĐ Tuệ Sỹ thuộc Viện Cao đẳng Phật học Hải đức Nha Trang; *Trung A-hàm* và *Tăng nhất A-hàm* do TT Thanh Từ, TT Bửu Huệ, TT Thiền Tâm thuộc Viện Cao đẳng Phật học Huệ Nghiêm Saigon.

Ngoài ra, một phần phân công khác cũng đã được hoàn thành như:

TT Trí Nghiêm: Đại Bát Nhã (Huyền Trang dịch, 600 cuốn) thuộc bộ Bát-nhã. TT Trí Tịnh: Kinh *Ma-ha Bát-nhã-ba-la-mật* (Đại phẩm) thuộc bộ Bát-nhã; Kinh *Diệu pháp Liên hoa* (La-thập dịch), thuộc bộ Pháp hoa; Kinh Đại phương Quảng Phật Hoa nghiêm (bản Bát thập) thuộc bộ Hoa nghiêm, và toàn bộ Đại bảo tích.

Các bản dịch này cũng đã được ấn hành nhưng do bởi đệ tử của các Ngài chứ chưa đưa vào Đại Tạng Kinh Việt Nam.

Những vị được phân công khác chưa thấy có thành quả được công bố.

Mặc dù với nỗ lực to lớn, nhưng do hoàn cảnh nhiễu nhương của đất nước nên thành tựu rất khiêm nhượng. Thêm nữa, các thành tựu này cũng chưa hội đủ điều kiện và thời gian thuận tiện được hiệu đính và biên tập theo tiêu chuẩn nghiên cứu và phiên dịch Phật điển trong trình độ nghiên cứu Phật giáo hiện đại của thế giới, do đó cũng chưa thể được dự phần trong sự nghiệp phiên dịch và nghiên cứu Phật học trên quy mô quốc tế, như cống hiến của Phật giáo Việt Nam cho cộng đồng nhân loại trong sự nghiệp hoằng dương Chánh pháp chung của toàn thể Phật tử thế giới vì lợi ích và an lạc của hết thảy mọi loài chúng sanh.

Sự nghiệp như vậy không thể là cống hiến cá biệt của một cá nhân hay tập thể, của một Giáo hội hay hệ phái, mà là sự nghiệp chung của toàn thể Tăng tín đồ Phật giáo Việt Nam, không chỉ một thế hệ, mà liên tục trong nhiều thế hệ, cùng tồn tại và tiến bộ theo đà thăng tiến của xã hội và nhân loại. Trên hết là báo đáp ân đức của Phật Tổ, đã vì an lạc của chúng sanh mà trải qua vô vàn khổ hành, qua vô số a-tăng-kỳ kiếp. Thứ đến, kế thừa sự nghiệp hoằng pháp lợi sanh của Thầy Tổ để cho ngọn đèn Chánh pháp luôn luôn được thắp sáng trong thế gian.

Vì vậy, chúng tôi khẩn thiết, trên nương nhờ uy thần nhiếp thọ của Chư Phật và Thánh Tăng, cùng với sự tán trợ của chư vị Trưởng lão hiện tiền trong hàng Tăng bảo, kêu gọi sự hỗ trợ cống hiến bằng tất cả tâm nguyện và trí lực, bằng tất cả hằng sản và hằng tâm, của bốn chúng đệ tử Phật, cho sự nghiệp hoằng pháp đệ nhất tối thắng này được tiến hành vững chắc và liên tục từ thế hệ này cho đến nhiều thế hệ tiếp theo, duy trì ngọn đèn Chánh pháp tồn tại lâu dài trong thế gian vì lợi ích và an lạc của hết thảy chúng sanh.

Mùa Phật đản Pl. 2552 – Mậu Tý 2008
Trí Siêu – Tuệ Sỹ
cẩn bạch

GIÁO HỘI PHẬT GIÁO VIỆT NAM THỐNG NHẤT
HỘI ĐỒNG PHIÊN DỊCH TAM TẠNG LÂM THỜI

DUYÊN KHỞI

Kể từ phong trào chấn hưng Phật giáo vào thập niên 1930, chư vị dịch giả đã cố gắng phiên âm và phiên dịch Kinh điển từ Hán văn hay chữ Nôm sang chữ quốc ngữ để sử dụng trong sinh hoạt thiền môn Việt Nam cũng như để đem giáo lý Phật đi vào quần chúng. Những nỗ lực như vậy rất đáng trân trọng, nhưng vẫn còn là những đóng góp từ cá nhân, mang tính cấp thời, chưa có sự phối hợp đồng bộ, và chưa đủ tầm mức học thuật để giới thiệu Thánh điển Phật giáo tiếng Việt đến với cộng đồng dân tộc.

Vài thập niên sau đó thì chữ quốc ngữ qua ký tự La-tinh mới được phổ cập trong thiền môn, và kinh sách Phật giáo bằng tiếng Việt, phiên dịch cũng như trước tác, mới được bừng khai, không những tạo nên các phong trào tu học của quần chúng khắp nước, mà còn là sự dẫn đạo tư tưởng của Phật giáo Việt Nam đối với các thế hệ trưởng thành trong chiến tranh qua sự thành lập Giáo Hội Phật Giáo Việt Nam Thống Nhất (GHPGVNTN), đồng thời kiến lập Đại Học Vạn Hạnh, một viện đại học tư thục Phật giáo đầu tiên tại Nam Việt Nam vào năm 1964.

Từ nguồn nhân lực dồi dào với nhiều vị pháp sư, học giả được đào tạo trong và ngoài nước, cũng như các cơ sở giáo dục Phật giáo được trải rộng khắp miền Trung và Nam Việt, Viện Tăng Thống GHPGVNTN đã có nền tảng vững chắc về học thuật để quyết định thành lập Hội Đồng Phiên Dịch Tam Tạng; và qua Hội nghị Toàn thể Hội đồng Phiên dịch Tam Tạng tổ chức tại Viện Đại Học Vạn Hạnh vào các ngày 20, 21,

22 tháng 10 năm 1973, hội nghị đã đưa ra dự án phiên dịch với mục lục tổng quát các Kinh điển truyền bản Hán tạng cần phiên dịch, phân chia công việc, cũng như giới thiệu thành viên của Hội đồng Phiên dịch Tam Tạng gồm 18 vị Pháp sư như sau:

HỘI ĐỒNG PHIÊN DỊCH TAM TẠNG 1973

A. *Ủy Ban Phiên Dịch:*

1. Hòa thượng Trưởng lão Thích Trí Tịnh   (1917 – 2014)
   Trưởng Ban

2. Hòa thượng Trưởng lão Thích Minh Châu   (1918 – 2012)
   Phó Trưởng Ban

3. Hòa thượng Trưởng lão Thích Quảng Độ   (1928 – 2020)
   Tổng Thư Ký

4. Hòa thượng Trưởng lão Thích Trí Quang   (1923 – 2019)

5. Hòa thượng Trưởng lão Thích Đức Nhuận   (1924 – 2002)

6. Hòa thượng Trưởng lão Thích Bửu Huệ   (1914 – 1991)

7. Hòa thượng Trưởng lão Thích Trí Thành   (1921 – 1999)

8. Hòa thượng Trưởng lão Thích Nhật Liên   (1923 – 2010)

9. Hòa thượng Trưởng lão Thích Thiện Siêu   (1921 – 2001)

10. Hòa thượng Trưởng lão Thích Huyền Vi   (1926 – 2005)

B. *Thành Viên Bổ Sung:*

1. Hòa thượng Trưởng lão Thích Đức Tâm   (1928 – 1988)

2. Hòa thượng Trưởng lão Thích Huệ Hưng   (1917 – 1990)

3. Hòa thượng Trưởng lão Thích Thuyền Ấn   (1927 – 2010)

4. Hòa thượng Trưởng lão Thích Trí Nghiêm   (1911 – 2003)

5. Hòa thượng Trưởng lão Thích Trung Quán   (1918 – 2003)

6. Hòa thượng Trưởng lão Thích Thiền Tâm   (1925 – 1992)

7. Hòa thượng Trưởng lão Thích Thanh Từ   (1924 –)

8. Hòa thượng Thích Tuệ Sỹ   (1943 – 2023)

Sau gần 50 năm kể từ khi Hội đồng Phiên dịch Tam Tạng được thành lập, nhiều Kinh điển đã được phiên dịch, góp phần đáng kể vào kho tàng Thánh điển Phật giáo Việt Nam, nhưng có thể nói rằng dự án phiên dịch đưa ra thời ấy, vẫn chưa hoàn tất. Lý do thứ nhất, do hoàn cảnh chiến tranh và bất toàn xã hội, các Kinh điển được dịch rồi vẫn không có đủ thời gian thuận tiện để được hiệu đính và nhuận sắc lại theo đúng tiêu chuẩn Phật điển hàn lâm. Thứ nữa, với nguồn tài liệu cổ ngữ, sinh ngữ dồi dào hiện nay cùng với phương tiện kỹ thuật vi tính, thông tin liên mạng, chư vị dịch giả có rất nhiều cơ hội để truy cập, tham khảo, đối chiếu các truyền bản khác nhau để có được định bản tiếng Việt đáng tin cậy, theo chuẩn mực quốc tế. Ngoài ra, chư vị thành viên Hội đồng Phiên dịch đã theo thời gian, tuần tự viên tịch khi công trình phiên dịch còn dang dở. Nay chỉ còn 2 trong số 18 vị dịch giả còn đương tiền, nhưng một vị đang trong tình trạng bất hoạt; vị duy nhất còn lại có thể tiếp tục đảm đương trọng nhiệm là Hòa thượng Thích Tuệ Sỹ. Xét thấy, đây cũng là phước duyên hy hữu cho Phật giáo Việt Nam cũng như cho công trình phiên dịch Tam Tạng do Viện Tăng Thống đề ra nửa thế kỷ trước:

a) Về phương diện học thuật, Hòa thượng Tuệ Sỹ là một trong số ít học giả uy tín trong việc nghiên tầm, phiên dịch, chú giải và giảng thuật về Tam Tạng Kinh điển từ nhiều thập niên qua; đã và đang đào tạo, nâng đỡ nhiều thế hệ Tăng Ni và Cư sĩ có trình độ Phật học và cổ ngữ có thể phụ trợ công trình phiên dịch;

b) Về phương diện điều hành, Hòa thượng Tuệ Sỹ chính thức tiếp nhận ấn tín Viện Tăng Thống từ Đức Đệ ngũ Tăng Thống, hàm nghĩa kế thừa sự nghiệp hoằng pháp của GHPGVNTN, đồng thời kế thừa công trình phiên dịch của Hội đồng Phiên dịch Tam Tạng được Hội đồng Giáo phẩm Trung ương Viện Tăng Thống thành lập năm 1973.

Từ những nhân duyên và điều kiện kể trên, công trình phiên dịch dang dở của chư vị tiền hiền tất yếu phải được Hòa thượng Tuệ Sỹ đưa vai gánh vác, không thể để cho gián đoạn. Đó là lý do, từ danh nghĩa Viện Tăng Thống GHPGVNTN, Hội Đồng Phiên Dịch Tam Tạng Lâm Thời (HĐPDTTLT) đã được thành lập vào ngày 03 tháng 12 năm 2021, theo Thông Bạch số 11/VTT/VP, nhằm kế thừa sự nghiệp phiên dịch Tam Tạng của chư vị Trưởng lão Hội Đồng Phiên Dịch Tam Tạng Viện Tăng Thống, với thành phần nhân sự như sau:

HỘI ĐỒNG PHIÊN DỊCH TAM TẠNG LÂM THỜI 2021[*]

Cố Vấn: Giáo sư Trí Siêu Lê Mạnh Thát (Việt Nam)

Chủ Tịch: Hòa thượng Thích Tuệ Sỹ (Việt Nam)

Chánh Thư Ký: Hòa thượng Thích Như Điển (Đức quốc)

Phó Thư Ký Quốc Nội: Hòa thượng Thích Thái Hòa (Việt Nam)

Phó Thư Ký Hải Ngoại: Hòa thượng Thích Nguyên Siêu (Hoa Kỳ)

Ủy Ban Duyệt Sách:

Hòa thượng Thích Tuệ Sỹ; Giáo sư Trí Siêu Lê Mạnh Thát.

Ủy Ban Phiên Dịch:

Hòa thượng Thích Đức Thắng (Việt Nam); Hòa thượng Thích Thái Hòa (Việt Nam); Thượng tọa Thích Nguyên Hiền (Việt Nam); Thượng tọa Thích Nhuận Châu (Việt Nam); Đại đức Thích Nhuận Thịnh (Việt Nam); Cư sĩ Đạo Sinh Phan Minh Trị (Việt Nam); Cư sĩ Trí Việt Đỗ Quốc Bảo (Đức quốc).

Ủy Ban Chứng Nghĩa Chuyết Văn:

Hòa thượng Thích Thiện Quang (Canada); Thượng tọa Thích Nguyên Tạng (Úc); Đại đức Thích Nhuận Thịnh (Việt Nam); Cư sĩ Tâm Huy Huỳnh Kim Quang (Hoa Kỳ); Cư sĩ Tâm Quang Vĩnh Hảo (Hoa Kỳ).

Những thành viên khác tùy theo nhu cầu sẽ được thỉnh cử sau.

Xét thấy công hạnh tu trì cũng như kiến văn của thành viên chưa thể sánh ngang với chư Tôn túc Trưởng lão Hội đồng Phiên dịch Tam Tạng 1973, do đó chỉ có thể thành lập Hội đồng Lâm thời để kế thừa việc phiên dịch Kinh-Luật-Luận theo khả năng. Trong điều kiện như thế, HĐPDTTLT sẽ không phiên dịch theo thứ tự lịch sử hình thành Thánh điển như Đại Chánh, mà theo phương pháp các Kinh Lục cổ điển, phân Thánh giáo thành Ba thừa: Thanh Văn Tạng, Bồ-tát Tạng và Mật Tạng. Cho đến khi nào sở học và đạo hạnh được nâng cao, đủ để xác định tín tâm trong hàng bốn chúng đệ tử, bấy giờ Hội đồng Phiên dịch Tam Tạng Lâm thời sẽ chuyển thành chính thức, và sẽ tuần tự thực hiện chương trình phiên dịch đúng theo đề xuất của Hội đồng Phiên dịch Tam Tạng 1973.

---

[*] Xem thêm chú thích cuối bài.

Sự nghiệp phiên dịch Đại Tạng Kinh là sự nghiệp chung, hệ trọng và trường kỳ, của Tăng tín đồ Phật giáo Việt Nam trong và ngoài nước. Hình thành Đại Tạng Kinh tiếng Việt không những tạo điều kiện thuận lợi cho việc nghiên cứu và thực hành Phật Pháp đúng đắn cho tứ chúng đệ tử, khẳng định vị thế của Phật giáo Việt Nam đối với nhân loại và cộng đồng Phật giáo quốc tế, mà còn là sự phục hưng những giá trị văn hóa dân tộc nhằm góp phần vào việc xây dựng và phát triển đất nước. Nhận thức được tầm quan trọng này, chư vị lãnh đạo các Giáo hội Phật giáo Việt Nam Thống Nhất tại hải ngoại đã vận động thành lập Hội Đồng Hoằng Pháp vào ngày 08 tháng 5 năm 2021, với sự tán trợ của Viện Tăng Thống, nhằm mở rộng con đường hoằng pháp ngoài nước theo tiêu hướng của GHPGVNTN, cũng như để vận động yểm trợ và thúc đẩy công trình phiên dịch và ấn hành Đại Tạng Kinh Việt Nam tiến đến thành tựu viên mãn.

Để tri niệm ân sâu của chư lịch đại Tổ sư và chư vị Tôn túc trong Hội Đồng Phiên Dịch Tam Tạng 1973 trong sự nghiệp hoằng truyền chánh đạo, Hội Đồng Hoằng Pháp nguyện góp phần công đức, toàn tâm ủng hộ, cúng dường tâm lực, trí lực và tài lực để Đại Tạng Kinh Việt Nam chuẩn mực được lần lượt ấn hành, khởi đầu từ Thanh Văn Tạng, tháng 01 năm 2022, cho đến khi hoàn tất Bồ-tát Tạng và Mật Tạng trong thập niên tới.

Nguyện đem công đức Pháp thí này hồi hướng chánh pháp cửu trụ, tứ chúng an hòa, phát Bồ-đề tâm tiến tu đạo nghiệp; lại nguyện nhân loại được an vui, phúc lạc; sớm chấm dứt thiên tai dịch bệnh, khắp loài chúng sinh đều được lạc nghiệp an cư.

Ngưỡng vọng chư tôn Trưởng lão, chư Hòa thượng, Thượng tọa, Đại đức Tăng Ni cùng bốn chúng đệ tử trong và ngoài nước chứng minh và liễu tri.

Nam mô Công Đức Lâm Bồ-tát.

Phật lịch 2565, năm Tân Sửu
Ngày 01 tháng 01 năm 2022

Hội Đồng Phiên Dịch Tam Tạng Lâm Thời
Cẩn bạch

CHÚ THÍCH *(cập nhật 15/09/2024):*

Tham chiếu Quyết định số: 07.VTT/CTK/QĐ do Hòa Thượng Thích Tuệ Sỹ ký 21/09/2023; đồng thời tham chiếu Biên bản kỳ họp Ủy Ban Phiên Dịch Trung Ương mở rộng vào ngày 15/08/2024 và 29/08/2024, từ 9/2024 có những thay đổi về tổ chức và nhân sự sau:

- *Tên gọi mới:*

ỦY BAN PHIÊN DỊCH TRUNG ƯƠNG

- *Nhân sự:*

Chủ tịch:	Hòa Thượng Thích Như Điển
Chánh Thư Ký:	Hòa Thượng Thích Thái Hòa
Phó Thư Ký:	Hòa Thượng Thích Nguyên Siêu
Phụ tá đặc trách Giáo nghĩa	Tỳ-kheo-ni TN. Thanh Trì
Tiểu Ban Phiên Dịch Chuyên Trách:	

PHÀM LỆ

1. Đại Tạng Kinh Việt Nam bao gồm tất cả các bản dịch tiếng Việt của Tam Tạng Kinh Điển Phật giáo đã xuất hiện ở nước ta từ trước đến nay, qua các thời kỳ với nhiều dịch giả khác nhau, để cho thấy quá trình hình thành Đại Tạng Kinh Việt Nam qua lịch sử.

2. Về bản đáy, bản dịch Việt căn cứ trên ấn bản Đại Chánh Tân Tu Đại Tạng Kinh 100 tập, mỗi tập trên dưới 1000 trang chữ Hán cỡ 10pt và sẽ được đánh số theo thứ tự của số ghi trong bản in Đại Chánh. Mỗi trang của bản in Đại chính được chia làm ba cột: a, b, c. Số trang và cột này đều được ghi trong bản dịch để tiện tham khảo.

3. Vì thế, một bản Kinh chữ Hán có thể có nhiều bản dịch tiếng Việt, nên sau số thứ tự của Đại Chánh, sẽ đánh thêm các mẫu tự A, B, C... để phân biệt các bản dịch tiếng Việt khác nhau của cùng một bản Kinh chữ Hán đó.

4. Về xử lý văn bản trong khi phiên dịch, phần lớn căn cứ công trình hiệu đính và đối chiếu của bản Đại Chánh. Ngoài ra, tham khảo thêm các công trình hiệu đính và đối chiếu khác.

5. Giữa các ấn bản có những điểm khác nhau, bản Việt sẽ lựa chọn hoặc hiệu đính theo nhận thức của người dịch.

6. Trong bản Hán, nếu chỗ nào xét thấy văn dịch hay từ ngữ không phù hợp với giáo nghĩa truyền thống phổ biến, người dịch sẽ tham khảo các Kinh, Luật, Luận cần thiết để

hiệu chính. Những hiệu chính này được giải thích ở phần cước chú.

7. Bản Hán dịch thực hiện căn cứ phần lớn trên sự truyền khẩu. Do đó những từ phát âm tương tự dễ đưa đến ngộ nhận, như *sam* Pāli hay *sama* và *samyak*; *cala* và *jala*; *muti* và *muṭṭhi*, v.v... Trong những trường hợp này, người dịch sẽ tham chiếu các Kinh tương đương, các bản Hán biệt dịch, suy đoán tự dạng nguyên thủy có thể có trong Phạn bản để hiệu chính. Những hiệu chính này đều được ghi ở phần cước chú.

8. Do các truyền bản khác nhau giữa các bộ phái, để có nhận thức về giáo nghĩa nguyên thủy, chung cho tất cả, cần có những nghiên cứu đối chiếu sâu rộng. Công việc này ngoài khả năng hiện tại của các dịch giả. Tuy nhiên, trong trường hợp có thể, những điểm dị biệt giữa các truyền bản sẽ được ghi nhận và đối chiếu. Những ghi nhận này được nêu ở phần cước chú.

9. Bản Hán dịch được phân thành số quyển. Bản dịch Việt không chia số quyển như vậy, nhưng sẽ ghi ở phần cước chú mỗi khi bắt đầu một quyển khác.

10. Các từ Phật học trong một số bản Hán dịch nếu không phổ biến, do đó có thể gây khó khăn cho việc đọc và nghiên cứu, trong các trường hợp như vậy, tuy vẫn giữ nguyên dịch ngữ của bản Hán, nhưng dịch ngữ tương đương thông dụng hơn sẽ được ghi trong phần cước chú. Trong trường hợp có thể, sẽ ghi luôn dịch giả của những dịch ngữ này và xuất xứ của chúng từ bản dịch nào để tiện

việc tham khảo.

11. Các Kinh sách tham khảo trong cước chú đều được viết tắt theo quy định phổ thông của giới nghiên cứu quốc tế; xem quy định về viết tắt ở cuối mỗi tập của Đại Tạng Kinh Việt nam.

12. Quy ước các danh từ viết hoa

* *Các từ gốc Sanskrit/Pāli:*

a. Từ thường phiên âm: tất cả viết thường với gạch nối. Như *śūnyatā* = thuấn-nhã-đa tính, *kṣatriya* = sát-đế-lợi. Trừ các từ tôn kính, theo ngữ cảnh; như: *Nirvāṇa* = Niết-bàn; *Ācārya* = A-xà-lê; *Bhikṣu* = Tỳ-kheo v.v...

b. Từ đặc hữu (nhân danh, địa danh): Chữ đầu hoa, còn lại thường, với gạch nối. Như *Śariputra* = Xá-lợi-phất, *Śrāvastī* = Xá-vệ, *Kapilavastu* = Ca-tì-la-vệ.

c. Trường hợp vừa âm vừa nghĩa, phần phiên âm chữ đầu hoa, còn lại thường với gạch nối; phần nghĩa viết Hoa, như *Śariputra* = Xá-lợi Tử.

* *Các từ thuần Việt,* chưa có quy tắc chính thức, nhưng theo cách viết phổ thông hiện nay:

a. Từ phổ thông: tất cả không hoa, trừ trường hợp tôn kính hay đặc biệt.

b. Từ đặc hữu, nhân danh, địa danh: tất cả viết hoa.

Vạn Hạnh, Pl. 2550 - Dl. 2006
Trí Siêu và **Tuệ Sỹ** cẩn chí

BẢNG VIẾT TẮT

A	*Aṅguttara-Nikāya* – Tăng chi bộ kinh
Câu-xá	A-tỳ-đạt-ma-câu-xá luận, T 29 No 1558
Cf.	*confer*, Tham chiếu, so sánh
Cđ., Chân Đế	bản dịch của Chân Đế
cht.	chú thích
Ch.	Chương
...cho đến	Lặp lại nguyên văn đoạn trên
D	*Dīgha-nikāya*, Trường bộ kinh
Đại.	Đại Chánh Tân Tu Đại Tạng Kinh, Taisho
đd	đã dẫn
Dh, Dhp	*Dhammapada*, kinh Pháp cú
Du-già	Du-già sư địa luận, T 30 No 1579
ff.	following, tiếp theo
Ht., Huyền Trang	bản dịch của Huyền Trang
ibid.	*ibidem*, cùng chỗ đã dẫn, đã dẫn, dẫn thượng
M	*Majjhima-Nikāya* – Trung bộ kinh
n.	number, số hiệu
Ngũ A	Ngũ phần Tỳ-kheo giới bổn A
Ngũ B	ngũ phần Tỳ-kheo giới bổn B
Niss.	*Nissaggiya*, Ni-tát-kỳ
NM	bản in đời Nguyên Minh
nt	như trên
Ntk	Ni-tát-kì ba-dật-đề
Pl.	Pāli
S	*Samyutta-Nikāya* – Tương ưng bộ kinh
Pāc.	*Pācittiya*, Ba-dật-đề

Sdt.	sách dẫn trên
Sđd.	Sách đã dẫn
Skt.	Sanskrit
Sn	*Sutta-nipāta* – Kinh tập
T	Taisho (大正), Đại chánh tân tu Đại tạng kinh, dẫn theo số sách, số trang, cột và dòng.
Tập dị	Tập dị môn túc luận
Th 1	*Theragātha* – Trưởng lão kệ
Th 2	*Therīgāthā* – Trưởng lão ni kệ
thc.	tham chiếu
thk.	tham khảo
Tì-bà-sa	A-tì-đạt-ma Đại tì-bà-sa luận
Tl.	Tây lịch
TNM	bản in các đời Tống Nguyên Minh
tr.	Trang
vd.	ví dụ
Vin.	*Vinaya*, Luật tạng Pāli
Vsm.	*Visuddhimagga* – Thanh tịnh đạo luận
x.	xem
X.	Xuzang (續藏), Tục tạng, Vạn.
Wogihara	Phạn Hòa từ điển, Địch Nguyên Vân Lai (Wogihara Unrai)

TIỂU SỬ
HÒA THƯỢNG LUẬT SƯ
THÍCH ĐỔNG MINH
(1927-2005)

1. THÂN THẾ

Hòa thượng họ Đỗ, húy Châu Lân, sinh năm Đinh Mão (1927), tại thôn Quan Quang, xã Nhơn Khánh, huyện An Nhơn, tỉnh Bình Định. Thân phụ là cụ ông Đỗ Hoạch, thân mẫu là cụ bà Trần Thị Tú. Gia đình gồm có năm người con, hai trai, ba gái, Hòa thượng Thích Đổng Quán thứ ba, ngài thứ tư.

Gia đình ngài đời đời thuần tín Tam bảo. Cha mất sớm, được mẹ chăm lo dạy dỗ. Với bẩm tánh thông minh và hiếu học, năm 11 tuổi ngài thi đậu bằng Yếu Lược, việc này chưa từng xảy ra tại quê ngài, nên đích thân Lý trưởng đến thăm và chúc mừng. Đó là một vinh dự cho gia đình và quê hương ngài lúc bấy giờ.

2. XUẤT GIA HỌC ĐẠO

Vốn có sẵn hạt giống Bồ-đề, túc duyên Phật pháp, năm 13 tuổi, ngài xuất gia với đại sư Chơn Quang - vốn là chú ruột, tại chùa Khánh Vân, thôn Văn Quang, xã Phước Quang, tỉnh Bình Định. Sau đó, ngài được Hòa thượng chùa Thiên Hưng đưa vào Phan Rang và trao cho Hòa thượng Huyền Tân chùa Thiền Lâm làm đệ tử với pháp danh Thị Khai, tự Hạnh Huệ, hiệu Đổng Minh, thuộc dòng Lâm Tế Chúc Thánh đời thứ 42.

Năm Quý Mùi (1943), ngài thọ Sa-di giới tại Đại giới đàn Thiên

Đức - Bình Định, do Quốc sư Phước Huệ chứng minh.

Năm 19 tuổi (1946), Hòa thượng được Bổn sư cho thọ Đại giới tại Đại giới đàn chùa Thiên Bình - Bình Định. Ngài Huệ Chiếu chùa Thập Tháp làm Đàn đầu Hòa thượng, với tuổi 19 thì chưa đủ tuổi theo Luật định nhưng với thiên tư đỉnh đạc ngài được Bổn sư đặc cách và Hội đồng Thập sư hoan hỷ chấp thuận.

Sống trong cảnh nước mất nhà tan, như bao thanh niên khác, ngài đã tham gia Hội Phật Giáo Cứu Quốc tỉnh Ninh Thuận với cương vị Chủ tịch. Tuy lo việc nước nhưng ngài luôn giữ vững sứ mệnh xuất gia học đạo của mình.

Năm 23 tuổi (Canh Dần - 1950), ngài được Bổn sư cho ra tu học tại Tăng Học Đường Nha Trang, lúc ấy có danh xưng là Tăng Học Đường Nam Phần Trung Việt, đặt tại trường Bồ-đề Nha Trang, do Hòa thượng Thích Thiện Minh làm giám đốc.

Năm 1954, ngài được Ban giám đốc Tăng Học Đường cử vào Sài Gòn học các nghề y tá, bào chế hóa chất... để bổ sung cho y phương minh, công xảo minh... làm tư lương hành đạo sau này.

Năm 1955, ngài xin ra Huế tham học với các ngài Thích Đôn Hậu, Thích Thiện Siêu, Thích Trí Quang để hoàn tất chương trình Đại học Phật giáo. Trong thời gian này, ngài lưu trú tại chùa Từ Quang.

3. THỜI HÓA ĐẠO

Năm Kỷ Sửu (1949), ngài được Hòa thượng Bổn sư cử giữ chức Thủ tọa (trụ trì) chùa Thiền Lâm - Ninh Thuận.

Năm Canh Dần (1950), khi vào tu học tại Tăng Học Đường Nha Trang, ngài được Ban giám đốc và đại chúng đề cử giữ chức Thủ chúng để điều hành mọi sinh hoạt của chúng Tăng. Vì thế, Tăng Ni và Phật tử lúc ấy đều gọi ngài là "Thầy Thủ".

Năm Đinh Dậu (1957), sau khi hoàn tất chương trình Đại học Phật giáo, từ Huế trở về Nha Trang, ngài được Tổng hội Phật giáo Trung phần lúc ấy phân công nghiên cứu, tổ chức thành lập hãng vị trai Lá Bồ-đề để làm kinh tế tự túc cho việc đào tạo Tăng tài. Sau đó, hãng này được phát triển thành hai chi nhánh, một tại Sài Gòn, một tại

Huế. Nguồn thu nhập tài chánh của ba cơ sở kinh tế này đã giữ một vai trò quan trọng trong việc đào tạo Tăng tài lúc bấy giờ. Ngài đã đảm nhiệm chức vụ Giám đốc cơ sở sản xuất này từ lúc thành lập cho đến lúc chuyển thể.

Cũng trong năm này, Tăng học đường Nha Trang và Phật học đường Báo Quốc - Huế hợp lại thành Phật học viện Trung phần đặt tại chùa Hải Đức - Nha Trang (thường gọi là Phật học viện Hải Đức Nha Trang), do Hòa thượng Thích Giác Nhiên làm Viện trưởng, Hòa thượng Thích Trí Thủ làm Giám viện và Hòa thượng Thích Thiện Siêu làm Giáo thọ trưởng, ngài được mời giữ chức "Trưởng ban kinh tế tự túc" và làm giáo thọ giảng dạy thường xuyên tại Viện và các Phật học viện phụ cận trong những năm sau đó.

Năm Quý Mão (1963), ngài là thành viên Ủy ban bảo vệ Phật giáo tại Nha Trang - Khánh Hòa, cùng với Tăng, Ni và Phật tử vận động tranh đấu, chống lại chính sách kỳ thị và đàn áp tôn giáo của chính quyền Ngô Đình Diệm.

Năm Đinh Mùi (1967), Giáo hội Phật giáo Việt Nam Thống nhất mời ngài giữ chức vụ Chánh đại diện miền Khuông Việt, gồm các tỉnh Cao nguyên Trung phần.

Năm Mậu Thân (1968), ngài giữ chức Vụ trưởng Phật học vụ thuộc Tổng vụ Giáo dục Giáo Hội Phật Giáo Việt Nam Thống Nhất, điều phối và chăm sóc các Phật học viện toàn miền Nam lúc bấy giờ; cũng trong năm này Phật học viện Hải Đức Nha Trang khai Đại giới đàn lần thứ hai, ngài được cử làm Chánh chủ khảo.

Năm Canh Tuất (1970), Phật học viện Hải Đức - Nha Trang mở lớp chuyên khoa Phật học, ngài được mời giữ chức Giám học thường xuyên đôn đốc việc tu học của Tăng Ni sinh.

Ngày 19 tháng 09 năm Quý Sửu (1973), ngài cùng với Trưởng lão Hòa thượng Thích Trí Thủ mở Đại giới đàn Phước Huệ cho Tăng Ni từ Quảng Trị trở vào Nam thọ giới - đây là giới đàn lớn nhất. Hội đồng Thập sư được cung thỉnh từ Trung vô Nam và Đại lão Hòa thượng Thích Phúc Hộ làm Đàn đầu Hòa thượng.

Năm Giáp Dần (1974), Viện Cao đẳng Phật học Hải Đức - Nha

Trang thành lập, do Hòa thượng Thích Thiện Siêu làm Viện trưởng, ngài giữ chức Phó viện trưởng điều hành, theo dõi chăm sóc mọi sinh hoạt của Viện.

Từ ngày thành lập Phật học viện đến Viện Cao đẳng, ngài và Hòa thượng Thích Trừng San là hai trợ lý đắc lực cho Hòa thượng Giám viện Thích Trí Thủ.

Đầu năm Mậu Ngọ (1978), ngài vào Sài Gòn dự tang lễ đức Phó Tăng thống GHPGVNTN, trên đường về thì ngài mắc nạn, rồi bị giam giữ tại Nha Trang gần hai năm. Đây là một khổ duyên giúp cho ngài tăng trưởng nhẫn nhục Ba-la-mật... Trong thời gian này, ngài đã chú tâm tu niệm và dịch thuộc lòng bộ Tỳ-ni nhật dụng thiết yếu (gồm 4 quyển) ra văn vần.

Năm Tân Dậu (1981), Giáo Hội Phật Giáo Việt Nam thành lập, ngài được mời làm Đại biểu dự Đại hội trong Phái đoàn GHPGVNTN.

Năm 1982 và năm 1983, ngài an cư và dạy Luật tại Tu viện Quảng Hương Già-lam và Phật học Vạn Hạnh. Từ năm 1983, ngài được mời làm Thành viên Ban Giáo dục Tăng Ni Trung ương trong suốt 4 nhiệm kỳ.

Năm 1990, trường Cơ bản Phật học tỉnh Khánh Hòa thành lập, ngài được cung thỉnh giữ chức Giáo thọ trưởng và giảng dạy cho trường.

Từ năm 1993 đến 2001, ngài được cung thỉnh làm Tuyên luật sư cho các Đại giới đàn Trí Thủ I (1993), II (1997) và III (2001) tại chùa Long Sơn, Nha Trang - Khánh Hòa.

Năm Ất Hợi (1995), được sự tài trợ của Hòa thượng Thích Tịnh Hạnh ở Đài Loan, ngài tổ chức đào tạo một lớp phiên dịch cho Tăng, Ni. Sau đó, tiếp tục hướng dẫn Tăng Ni, Cư sĩ dịch được nhiều bộ kinh trong tạng Đại Chánh Tân Tu, đồng thời ngài chứng nghĩa tất cả các bản dịch.

Năm Bính Tý (1996), ngài được cung thỉnh làm Tuyên luật sư cho Đại giới đàn Thiện Hòa tại Đại Tùng Lâm – Bà Rịa Vũng Tàu.

Năm Đinh Sửu (1997), ngài được Giáo hội Phật giáo Việt Nam tấn phong Hòa thượng và suy tôn vào Hội đồng Chứng minh Trung ương

Giáo Hội Phật Giáo Việt Nam.

Năm Tân Tỵ (2001), trong Đại hội nhiệm kỳ III, Ban trị sự Tỉnh hội Phật giáo Khánh Hòa cung thỉnh ngài làm Chứng minh và cố vấn cho Tỉnh hội, đồng thời thỉnh ngài làm cố vấn cho Ban Tăng sự và Ban giáo dục Tăng Ni của Tỉnh hội.

Năm Nhâm Ngọ (2002), được sự hỗ trợ của các pháp hữu ở hải ngoại, ngài vận động thành lập Ban phiên dịch Pháp Tạng Phật Giáo Việt Nam và giữ trách nhiệm Trưởng ban hướng dẫn Tăng, Ni, Cư sĩ phiên dịch. Từ đó đến nay đã dịch được nhiều kinh sách và lưu hành rộng rãi cả trong nước lẫn ngoài nước.

Năm Quý Mùi (2003), ngài được Viện Nghiên cứu Phật học Việt Nam mời giữ chức Phó Viện trưởng.

4. PHIÊN DỊCH LUẬT TẠNG

Vì bản hoài sách tấn Tăng, Ni nghiêm trì giới luật, thể hiện đạo phong Trưởng tử Như Lai, phụng sự đạo pháp nên từ lâu ngài đã dụng công nghiên cứu Luật tạng và từ năm 1978 đến nay, ngài đã phiên dịch những bộ quảng luật thuộc hệ thống Luật tạng thuộc Đại Chánh Tân Tu Đại Tạng Kinh như:

1. *Tứ phần luật* (60 quyển) – Hán dịch: Diêu Tần, Phật-đà-da-xá và Trúc Phật Niệm, Đại Chánh 22n1428.

2. *Di-sa-tắc bộ hòa hê ngũ phần luật* (30 quyển) – Hán dịch: Lưu Tống, Phật-đà-thập cùng Trúc Đạo Sinh, Đại Chánh 22n1421.

3. *Căn bản thuyết nhất thiết hữu bộ tỳ-nại-da* (50 quyển) – Hán dịch: Đường, Nghĩa Tịnh, Đại Chánh 23n1442.

4. *Căn bản thuyết nhất thiết hữu bộ Bí-sô-ni tỳ-nại-da* (20 quyển) – Hán dịch: Đường, Nghĩa Tịnh, Đại Chánh 23n1443.

Ngoài ra, ngài còn dịch các bộ:

- *Trùng trị tỳ-ni sự nghĩa tập yếu* (19 quyển, bản Biệt hành), Sa-môn Trí Húc biên soạn.

- *Tỳ-kheo giới bổn sớ nghĩa* (02 quyển, bản Biệt hành), Sa-môn Truyền Nghiêm tập thuật.

Và biên soạn:

- Dịch thuộc lòng bộ *Luật tiểu* (04 quyển) ra văn vần trong thời gian bị quản chế tại Nha Trang.

- Nghi truyền giới.

Năm 1991, là thành viên Hội đồng phiên dịch Luật tạng Phật giáo Việt Nam (do Phân viện Nghiên cứu Phật học Hà Nội mời).

5. VIÊN TỊCH

Cuộc đời ngài với nhiều sóng gió, đến lúc già mới có phần nhẹ nhàng. Nhưng với nếp sống nghiêm túc, khắc kỷ và tuổi già sức yếu do bao gian nan thời niên thiếu, ngài lâm trọng bệnh. Thân tuy bệnh nhưng tâm ngài luôn an nhiên tự tại, biết ngày về với Phật không còn lâu, ngài đã sắp xếp việc phiên dịch, việc sử dụng tịnh tài dùng trị bệnh của ngài còn lại, duy trì và phát huy giới luật và khuyên thị giả cố gắng nối tiếp công việc này. Có lần thị giả hỏi: "Ôn còn gì dặn dò?" ngài đáp: "Những gì cần làm tôi đã làm, có gì nữa để dặn dò", từ đó ngài nhiếp tâm niệm Phật.

Ngày 11 tháng Năm năm Ất Dậu (17. 06. 2005), ngài yếu dần, bảo thị giả đưa lên giường nằm. Đến 18 giờ 35 phút, ngài an nhiên xả báo thân trong tư thế cát tường.

Trụ thế 79 năm, 60 hạ lạp, cả cuộc đời của ngài là một bài học về thân giáo, ngài luôn thể hiện lối sống của một bậc chân tu, thiểu dục tri túc, giới đức tinh nghiêm, gắn liền đời sống của mình với sự nghiệp giáo dục đào Tăng tài. Mặc dù về già, ngài chuyên về dịch thuật nhưng vẫn luôn theo dõi khích lệ đàn hậu bối, mà sự dịch thuật của ngài cũng nhằm mục đích giáo dục.

Giờ đây, ngài không còn nữa, nhưng tấm gương nghiêm trì giới luật, tinh tấn tu hành, tiếp dẫn hậu lai vẫn mãi mãi sáng tỏa rạng ngời, để đàn hậu tấn noi theo. Chúng con xin nguyện cố gắng hết sức mình để nối tiếp tâm nguyện của ngài trong việc hoàn thành kho Pháp Tạng Phật Giáo Việt Nam.

Nam Mô Tự Lâm Tế Chánh Tông, Tứ Thập Nhị Thế, Ninh Thuận Thiền Lâm Phó Pháp, Khánh Hòa Long Sơn Hóa Đạo,

Huý Thượng Thị Hạ Khai, Tự Hạnh Huệ, Hiệu Đổng Minh Hòa Thượng Giác Linh.

NGŨ PHẦN TỲ-KHEO GIỚI BỔN (A)

No. 1422a [cf. No. 1421]

ฅ❀ଝ

Hán dịch:

Tống, Tam tạng Phật-đà-thập người Kế Tân cùng Trúc Đạo Sinh dịch

Việt dịch:

Tỳ-kheo Thích Đỗng Minh

TÁN DUYÊN KHỞI[1]

[194c06] Đại đức Tăng xin lắng nghe! Một ít phần đêm của một tháng mùa Xuân[2] đã qua, còn lại một phần đêm của ba tháng, già chết đến gần, Phật pháp sắp diệt. Chư Đại đức, vì đắc đạo nên nhất tâm chuyên cần tinh tấn. Vì sao? Vì chư Phật nhất tâm chuyên cần tinh tấn nên đắc Vô thượng chánh đẳng chánh giác; còn có pháp thiện đạo nào khác nữa sao!

- "Người chưa thọ Cụ túc giới đã ra. Tăng nay hòa hợp, để làm việc gì?"

- (Một người đáp: "Bố-tát thuyết giới.")

- "Chư Đại đức! Vì các tỳ-kheo không đến, thuyết dục và thanh tịnh![3]"

- (Một người đáp: "Thuyết dục rồi.")

Cung kính chắp hai tay
Cúng dường Thích Sư Tử
Tôi nay sắp tụng giới
Tăng nên nhất tâm nghe.

Dù cho tội tuy nhỏ
Tâm cũng nên kinh sợ

---

[1] Nguyên văn Hán, đối chiếu 十誦比丘波羅提木叉, *Thập tụng*, Cưu-ma-la-thập dịch.

[2] Ngũ B: 冬時 mùa Đông.

[3] *Tứ phần luật tỳ-kheo giới bổn*: 不來諸比丘，說欲及清淨? Các tỳ-kheo không đến có thuyết dục và thanh tịnh?

Có tội, nhất tâm hối
Sau chớ tái phạm lại.

Ngựa tâm phi đường ác
Phóng dật, khó chế ngự
Các giới hạnh Phật thuyết
Như dàm ngựa hữu ích.

Những điều Phật răn dạy
Người thiện khéo tín thọ,
Người này như ngựa thuần
Đánh bại quân phiền não.

Nếu không nhận dạy bảo,
Cũng không ưa thích giới,
Người này, ngựa không thuần,
Chết dưới quân phiền não.

Người nào thủ hộ giới
Như trâu mao mến đuôi
Buộc tâm, không phóng dật
Như khỉ bị trói chặt.

Ngày đêm thường tinh tấn
Cầu trí tuệ chân thật
Người này trong Phật pháp
Được mạng sống thanh tịnh.

Đại đức Tăng xin lắng nghe! Hôm nay ngày thứ mười lăm, bố-tát thuyết giới, Tăng nhất tâm hành bố-tát thuyết giới. Nếu thời gian thích hợp đối với Tăng, Tăng chấp nhận, nhất tâm cùng hành bố-tát. Đây là lời tác bạch.

Các Đại đức! Nay bố-tát thuyết Ba-la-đề-mộc-xoa, tất cả cùng nghe, khéo suy niệm kỹ. Nếu ai có tội thì nên phát lồ, không có tội thì im lặng. Do sự [195a01] im lặng nên biết, tôi và các Đại đức thanh tịnh. Như sự im lặng của bậc Thánh, tôi và các Đại đức cũng như vậy. Tỳ-kheo nào, trong chúng xướng hỏi như vậy cho đến ba lần, nhớ có tội mà không phát lồ, mắc tội cố ý vọng ngữ. Đức Phật dạy, tội cố ý vọng ngữ là pháp chướng đạo. Người phát lồ thì được an lạc, không phát lồ thì tội thêm nặng.

Các Đại đức! Tôi đã thuyết xong tựa giới kinh. Nay hỏi các Đại đức trong đây có thanh tịnh không? *(Lần thứ hai, lần thứ ba cũng nói như vậy.)*

Các Đại đức trong đây thanh tịnh, vì im lặng. Việc này tôi ghi nhận như vậy.

CHƯƠNG MỘT:
BA-LA-DI

Các Đại đức! Đây là bốn pháp Ba-la-di trong Giới kinh, mỗi nửa tháng thuyết một lần.

1. Tỳ-kheo nào, cùng các tỳ-kheo đồng học giới pháp, mà giới sút kém, không xả[4], hành pháp dâm dục, cho đến cùng với loài súc sanh. Tỳ-kheo ấy phạm Ba-la-di, không được sống chung[5].

2. Tỳ-kheo nào, nơi thôn xóm hoặc chỗ đất trống,[6] lấy vật không được cho, với tâm trộm cắp,[7] mà bị vua hay đại thần bắt, hoặc trói, hoặc giết, hoặc đuổi (khỏi nước),[8] nói rằng: "Ngươi là giặc, ngươi là kẻ ấu trĩ, ngươi là kẻ ngu si.[9]" Tỳ-kheo ấy phạm Ba-la-di, không được sống chung.

---

[4] 戒羸不捨 giới luy bất xả; *Ngũ B*: 不還戒、戒羸不出想 bất hoàn giới, giới luy bất xuất tưởng. *Thập tụng*, 不還戒、戒羸不出 bất hoàn giới, giới luy bất xuất. *Tứ phần*, 不還戒, 戒羸 不自悔giới bất tự hối. [Pāli] *sikkhaṃ appaccakkhāya dubbalyaṃ anāvikatvā*, không xả giới, không tuyên bố (giới) yếu kém.

[5] 不共住; *Ngũ B, Thập tụng*: 不應共事. *Thập tụng luật 1* T23n1435_p0001c21: 不共住; và giải thích, T23n1435_p0002c19: bất cộng trụ, tức không được tác pháp chung với các tỳ-kheo: tác pháp yết-ma, bố-tát, tự tứ, v.v...

[6] 空地; *Ngũ B*: 空地、曠野. *Tứ phần*: 閑靜處 nhàn tĩnh xứ. [Pāli]: *araññaā*, Hán âm: a-lan-nhã, khu rừng vắng, nơi xa xôi héo lánh.

[7] *Ngũ B*: vật không được cho trong thôn xóm... được gọi là vật trộm. Đối chiếu *Thập tụng*, nt.

[8] *Ngũ B*: thêm "hoặc tiền vàng." Đối chiếu *Thập tụng*, nt.

[9] 汝小 汝癡 nhữ tiểu, nhữ si; *Tứ phần*, 汝癡 汝無所知 nhữ si, nhữ vô sở tri.

3. Tỳ-kheo nào, tự tay giết người, hoặc tương tợ người; hoặc đưa dao,[10] hay thuốc độc để giết; hoặc bảo người giết, hoặc bảo tự giết, khen ngợi sự chết, khích lệ cho chết, nói: "Ôi chao, này người kia, ích gì đời sống xấu xa ấy! Thà chết còn tốt hơn sống"; với tâm ý như vậy, tùy theo tâm mà sát,[11] bằng mọi nhân duyên như thế, người kia do thế mà chết. Tỳ-kheo này phạm Ba-la-di, không được sống chung.

4. Tỳ-kheo nào, không biết, không thấy pháp siêu việt con người[12], thành tựu mục đích Thánh giả[13], mà tự xưng là "Tôi biết như vậy, thấy như vậy". Sau đó, tỳ-kheo này hoặc bị người cật vấn hoặc không bị người cật vấn, vì muốn khỏi tội, cầu thanh tịnh nên tự nói như vầy: "Tôi không biết mà nói biết, không thấy mà nói thấy, hư cuống vọng ngữ"; trừ tăng thượng mạn. Tỳ-kheo này phạm Ba-la-di, không được sống chung.

Các Đại đức! Tôi đã thuyết xong bốn pháp Ba-la-di. Nếu tỳ-kheo nào phạm bất kỳ giới nào, không được sống chung với các tỳ-kheo. Như trước kia[14], sau khi phạm cũng vậy. Tỳ-kheo ấy phạm tội Ba-la-di, không được sống chung. Nay hỏi các Đại đức trong đây có thanh tịnh không? *(Lần thứ hai, lần thứ ba cũng hỏi như vậy.)*

---

[10] Ngũ B thêm, "hoặc khiến người đưa dao," nt.

[11] 隨心殺, *Ngũ phần luật 2*, T22n1421_p0008b11: "sai khiến quỷ thần giết gọi là tùy tâm sát." Pāli *cittamano cittasaṃkappo*, với tâm ý như vậy, với chủ tâm như vậy.

[12] 過人法 quá nhân pháp. *Ngũ phần luật*, quyển 2, T22n1421_p0009c24: "Tất cả pháp xuất yếu, các thiền, giải thoát, tam-muội, chánh thọ, các Thánh đạo, Thánh quả; đây gọi là *quá nhân pháp*." *Tứ phần*, 上人法 thượng nhân pháp.

[13] 聖利滿足 Thánh lợi mãn túc (?). *Ngũ phần luật*, quyển 2, T22n1421_p0009c27: "Đã tu tập, đã đầy đủ, không có gì để mong cầu nữa đối với khổ-tập-diệt-đạo mà Phật đã thuyết; đây gọi là *Thánh lợi mãn túc*." *Tứ phần*, 已入聖智勝法 dĩ nhập Thánh trí thắng pháp. Pāli *uttarimanussadhammaṃ*, chân thật Thánh tri kiến.

[14] Trước thọ giới, là sa-di hay cư sĩ.

Các Đại đức trong đây thanh tịnh, vì im lặng. Việc này tôi ghi nhận như vậy.

CHƯƠNG HAI:
TĂNG-GIÀ-BÀ-THI-SA

Các Đại đức! Đây là mười ba pháp Tăng-già-bà-thi-sa trong Giới kinh, mỗi nửa tháng thuyết một lần.

1. Tỳ-kheo nào cố ý xuất bất tịnh, trừ trong chiêm bao, Tăng-già-bà-thi-sa.

2. Tỳ-kheo nào, dục hừng hẫy, tâm biến,[15] xúc chạm thân người nữ, hoặc nắm tay, hoặc nắm tóc, hoặc nắm mỗi một thân phần, xoa vuốt, rờ rẫm,[16] Tăng-già-bà-thi-sa.

3. Tỳ-kheo nào, dục hừng hẫy, tâm biến, nói với người nữ những lời thô tục, tùy theo lời nói pháp dâm dục, Tăng-già-bà-thi-sa.[17]

4. **[195b01]** Tỳ-kheo nào, dục hừng hẫy, tâm biến, đối trước người nữ tự khen ngợi sự cúng dường thân[18], nói rằng: 'Này chị em, cúng dường dâm dục là cúng dường bậc nhất'[19], Tăng-già-bà-thi-sa.

---

[15] 欲盛變心; *Ngũ B, Thập tụng*: 婬亂變心. Pāli: *otiṇṇo vipariṇatena cittena...*, bị ức chế (bởi dục), với tâm biến thái ....

[16] *Ngũ B*: 若捉手臂髮上下摩，著細滑. *Thập tụng*: 若捉手、若捉臂、若捉髮、若捉一一身分，若上若下摩，著細滑.

[17] *Ngũ B*: "Tỳ-kheo nào nói với người nữ bằng những lời bất tịnh, Tăng-già-bà-thi-sa."

[18] 自讚身. *Quảng luật Ngũ phần*: 自讚供養身 Tự tán cúng dường thân. *Tăng-kỳ*: Thán tự cúng dường thân 歎自供養身. *Tứ phần*: Tự thán thân 自歎身. *Thập tụng*: Tán thán dĩ thân cúng dường 讚歎以身供養. *Pāli*: attakāmapāricariyāya vaṇṇaṃ bhāseyya, tán thán sự cúng dường dục cho mình.

[19] *Ngũ B*: "Hãy đem sự dâm dục cúng dường chúng tôi, những người trì giới, hành pháp thiện, phạm hạnh, đó là sự cúng dường bậc nhất."

5. Tỳ-kheo nào làm việc mai mối, hoặc làm việc để cho tư thông, đem ý người nam đến bên người nữ, đem ý người nữ đến bên người nam,[20] cho đến một lần giao hội, Tăng-già-bà-thi-sa.

6. Tỳ-kheo nào tự khất cầu (vật liệu) để làm thất[21] cho mình, không có thí chủ, cần phải làm đúng lượng, bề dài mười hai gang tay Phật, bề rộng bảy gang tay Phật; cần phải mời các tỳ-kheo đến để chỉ chỗ làm. Các tỳ-kheo nên chỉ chỗ làm là chỗ không có nạn, chỗ có lối đi.[22] Nếu không mời các tỳ-kheo đến để chỉ chỗ làm, hoặc làm quá lượng, Tăng-già-bà-thi-sa.

7. Tỳ-kheo nào có thí chủ làm chùa cho mình[23], nên mời các tỳ-kheo đến để chỉ chỗ làm. Các tỳ-kheo nên chỉ chỗ làm là chỗ không có nạn, chỗ có lối đi. Nếu không thỉnh các tỳ-kheo đến để chỉ chỗ làm, Tăng-già-bà-thi-sa.

8. Tỳ-kheo nào tự mình không như pháp[24], vì hận thù, bằng Ba-la-di không căn cứ hủy báng tỳ-kheo không phạm Ba-la-di, vì muốn phá hoại phạm hạnh của vị ấy. Tỳ-kheo này, sau đó, dù bị cật vấn hay không bị cật vấn, nói: 'Việc này không căn cứ, vì ôm hận nên tôi hủy báng', Tăng-già-bà-thi-sa.

9. Tỳ-kheo nào tự mình không như pháp, vì hận thù, dựa lấy chi tiết nhỏ, hay tương tự chi tiết nhỏ trong phần sự khác, cho là Ba-la-di, để hủy báng tỳ-kheo không phải Ba-la-di, vì muốn phá hoại phạm hạnh của vị ấy. Sau đó, tỳ-kheo này dù bị cật vấn, hay không bị cật vấn, nói: 'Việc này, tôi vì ôm hận, nên dựa lấy chi tiết nhỏ, hay tương tự chi tiết nhỏ, trong phần sự khác để hủy báng', Tăng-già-bà-thi-sa.

---

[20] "hoặc để làm vợ, hoặc để tư thông, ..."

[21] 房; 𑀓𑀼𑀝𑀺 kuṭī, thất, am cốc.

[22] 無難處 有行處, vô nạn xứ, hữu hành xứ. *Ngũ B*: 無難處、非妨處, vô nạn xứ, phi phương xứ.

[23] 有主為身作房; *Ngũ B*: 有主為身欲作大房. *Phòng* hay *đại phòng*, đây chỉ tinh xá, hay chùa. Pāli: *mahallakaṃ vihāraṃ*, tinh xá lớn, tự viện lớn.

[24] 自不如法者, *tự bất như pháp*, việc làm của mình không như pháp.

10. Tỳ-kheo nào nỗ lực tiến hành phá hòa hợp Tăng;²⁵ các tỳ-kheo nên nói với Tỳ-kheo kia rằng: 'Thầy chớ nỗ lực tiến hành phá hòa hợp Tăng. Hãy cùng Tăng hòa hợp. Vì Tăng hòa hợp, hoan hỷ không tranh chấp, một lòng, cùng học (một Thầy), hòa hợp như nước với sữa, cùng hoằng hóa lời Đại sư dạy, sống an lạc'. Can gián như vậy mà kiên trì không bỏ thì nên can gián lần thứ hai, lần thứ ba. Can gián lần thứ hai, lần thứ ba bỏ thì tốt; nếu không bỏ, Tăng-già-bà-thi-sa.

11. Tỳ-kheo nào, tán trợ phá hòa hợp Tăng, ²⁶ hoặc một, hoặc hai, hoặc số đông tỳ-kheo, nói với các tỳ-kheo rằng: 'Những gì tỳ-kheo này nói là biết mà nói, chứ không phải không biết mà nói; nói như pháp chứ không nói phi pháp; nói đúng luật chứ không nói sai luật. Những điều ấy, tâm chúng tôi chấp nhận, vui thích.' Các tỳ-kheo nói với các tỳ-kheo ấy rằng: 'Các thầy chớ nói như vầy: "Những gì tỳ-kheo ấy nói là biết mà nói chứ không phải không biết mà nói, nói như pháp chứ không phải nói phi pháp, nói đúng luật chứ không phải nói sai luật. Những điều ấy tâm chúng tôi chấp nhận, vui thích." Tại sao vậy? [195c01] Vì tỳ-kheo này không phải biết mà nói, không nói như pháp, không nói đúng luật. Các người chớ nên

---

²⁵ 為破和合僧勤方便. *Ngũ B*: 勤方便受持破僧緣事; tiến hành, thọ trì các yếu tố (duyên sự) phá hòa hiệp Tăng. Đề-bà-đạt-đa đề xuất năm pháp để vận động phá hòa hiệp Tăng. *Tứ phần* quyển 18 T22n1428_p0687b08: có 18 vấn đề tranh luận Tránh sự) dẫn đến phá Tăng, pháp và phi pháp... cho đến thuyết và phi thuyết. *Thập tụng 37*, T23n1435_p0266b18: có 14 vấn đề dẫn đến phá Tăng: phi pháp nói là pháp; pháp nói là phi pháp; phi thiện nói là thiện; thiện nói là phi thiện; phạm nói là không phạm; không phạm nói là phạm; nhẹ nói là nặng; nặng nói là nhẹ; có tàn dư nói là không tàn dư; không tàn dư nói là có tàn dư; pháp thường hành nói là không phải thường hành; pháp không phải là thường hành nói là thường hành; không phải (Phật) thuyết nói là (Phật) thuyết; (Phật) thuyết nói là phi (Phật) thuyết.

²⁶ 助破和合僧. Ngũ B: 有同意別異語, *Thập tụng*: 親厚同意別異語, có lời riêng biệt, nhưng cùng ý thân hậu (với tỳ-kheo phá Tăng). *anuvattkā vā vaggavādakā...*" tùy hành và đồng bọn.

vui thích tán trợ phá hòa hợp Tăng, nên vui vẻ tán trợ hòa hợp Tăng. Vì Tăng hòa hợp hoan hỷ, không tranh chấp. Một lòng cùng học (một Thầy) như nước hòa với sữa, cùng hoằng truyền lời dạy của Đại sư, sống an lạc.' Can gián như vậy mà kiên trì không bỏ, nên can gián lần thứ hai, lần thứ ba. Lần thứ hai, lần thứ ba can gián, bỏ việc này thì tốt; nếu không bỏ, Tăng-già-bà-thi-sa.

12. Tỳ-kheo nào có tánh xấu, có lời nói khó cùng (xây dựng);[27] cùng các tỳ-kheo đồng học kinh, luật, thường hay phạm tội.[28] Các tỳ-kheo như pháp, như luật can gián kẻ phạm kia. Vị kia lại nói: 'Này Đại đức! Thầy đừng nói với tôi (điều gì) hoặc tốt hoặc xấu, tôi cũng không nói với thầy điều gì hoặc tốt hoặc xấu.' Các tỳ-kheo lại nói: 'Thầy chớ nói lời không thể cùng thầy xây dựng. Thầy nên như pháp nói với các tỳ-kheo; các tỳ-kheo cũng như pháp nói với thầy. Như vậy, lần lượt khuyên bảo lẫn nhau, chỉ ra các tội cho nhau, mới thành Tăng (đệ tử) của Như Lai.'[29] Can gián như vậy mà kiên trì không bỏ, nên can gián lần thứ hai, lần thứ ba. Lần thứ hai, thứ ba can gián, bỏ việc ấy thì tốt; nếu không bỏ, Tăng-già-bà-thi-sa.[30]

13. Tỳ-kheo nào sống tựa làng xóm, có hành vi xấu, làm hoen ố nhà người. Hành vi xấu, mọi người đều thấy, đều nghe, đều biết. Việc làm hoen ố nhà người, mọi người đều thấy, đều nghe, đều biết. Các tỳ-kheo nên nói với tỳ-kheo kia: 'Thầy có hành vi xấu, làm hoen ố nhà người. Hành vi xấu, mọi người đều thấy, đều nghe, đều biết. Việc làm hoen ố nhà người, mọi người đều thấy, đều nghe, đều biết. Thầy nên đi khỏi, không nên ở đây'. Tỳ-kheo kia nói: 'Các

---

[27] 惡性難共語. *Tứ phần:* 惡性不受人語, tánh xấu không nghe lời người khác.

[28] Ngũ B: 入戒誦中、入佛經中語。諸比丘如法如律、如戒經中事諫是 比丘, "Dựa vào lời dạy trong giới được tụng, trong Kinh Phật, các tỳ-kheo như Pháp như Luật, can gián tỳ-kheo ấy những vấn đề như trong Giới kinh. ▨▨ *uddesapariyāpannesu sikkhāpadesu,* (can gián) trong các học xứ liên hệ (trong Giới kinh) thường được tụng đọc..."

[29] 成如來眾.

[30] Ngũ B II điều 13.

Đại đức có thiên vị, có thù nghịch, có bất minh, có sợ hãi[31]. Tại sao vậy? Vì có tỳ-kheo cùng đồng tội như vậy mà có người bị đuổi, có người không bị đuổi.' Các tỳ-kheo lại nói rằng, Thầy đừng nói như vầy: 'Các Đại đức có thiên vị, có thù nghịch, có bất minh, có sợ hãi. Vì có người đồng tội mà có người bị đuổi, có người không bị đuổi'. Thầy có hành vi xấu, làm hoen ố nhà người. Hành vi xấu mọi người đều thấy, đều nghe, đều biết. Việc làm hoen ố nhà người mọi người đều thấy, đều nghe, đều biết. Thầy nên bỏ lời nói rằng có thiên vị, có thù nghịch, có bất minh, có sợ hãi. Thầy nên đi khỏi, không nên ở nơi nầy'. Khi can gián như vậy mà kiên trì không bỏ, nên can gián lần thứ hai, lần thứ ba. Can gián lần thứ hai, thứ ba, bỏ việc này thì tốt; nếu không bỏ, Tăng-già-bà-thi-sa.[32]

Các Đại đức! Tôi đã thuyết xong mười ba pháp Tăng-già-bà-thi-sa. Chín giới đầu, lần đầu làm là phạm; bốn giới sau cho đến ba lần can gián. Tỳ-kheo nào phạm bất kỳ một giới nào, biết mà cố che giấu, cần phải bắt hành ba-lị-bà-sa theo thời gian che dấu. Hành ba-lị-bà-sa xong, cho hành sáu đêm ma-na-đỏa, sau đó cho xuất tội. Đã hành như pháp rồi, nên xuất tội giữa Tăng gồm hai mươi vị. Nếu thiếu một vị, không đủ chúng hai mươi người, tỳ-kheo ấy **[196a01]** không được xuất tội; các tỳ-kheo cũng bị khiển trách. Làm như vậy là hợp thức.

Nay hỏi các Đại đức trong đây có thanh tịnh không? *(Lần thứ hai, lần thứ ba cũng hỏi như vậy.)*

Các Đại đức trong đây thanh tịnh, vì im lặng. Việc này tôi ghi nhận như vậy.

---

[31] Ngũ B: 隨愛、瞋、怖、癡.
[32] Ngũ B II điều 12.

CHƯƠNG BA:
HAI BẤT ĐỊNH

Các Đại đức! Đây là hai pháp Bất định trong Giới kinh, mỗi nửa tháng thuyết một lần.

1. Tỳ-kheo nào, cùng một người nữ, một mình ngồi chỗ vắng, chỗ có thể hành dâm. Có vị ưu-bà-di khả tín thấy, nói một pháp trong ba pháp, hoặc Ba-la-di, hoặc Tăng-già-bà-thi-sa, hoặc Ba-dật-đề. Nếu tỳ-kheo ấy công nhận như lời người ưu-bà-di đã nói, cần phải tùy theo đó xử trị một trong ba pháp. Đây gọi là pháp bất định thứ nhất.

2. Tỳ-kheo nào, cùng một người nữ, một mình ngồi chỗ vắng, chỗ không thể hành dâm. Có vị ưu-bà-di khả tín thấy, nói một pháp trong hai pháp, hoặc Tăng-già-bà-thi-sa, hoặc Ba-dật-đề. Nếu tỳ-kheo ấy công nhận như lời người ưu-bà-di đã nói, cần phải tùy theo đó xử trị một trong hai pháp. Đây gọi là pháp bất định thứ hai.

Các Đại đức! Tôi đã thuyết xong hai pháp Bất định. Nay hỏi các Đại đức trong đây có thanh tịnh không? *(Lần thứ hai, lần thứ ba cũng hỏi như vậy.)*

Các Đại đức trong đây thanh tịnh, vì im lặng. Việc này tôi ghi nhận như vậy.

CHƯƠNG BỐN:
NI-TÁT-KỲ BA-DẬT-ĐỀ

Các Đại đức! Đây là ba mươi pháp Ni-tát-kỳ ba-dật-đề[33] trong Giới kinh, mỗi nửa tháng thuyết một lần.

1.   Tỳ-kheo nào, ba y đã xong, y Ca-thi-na đã xả, chứa y cho đến 10 ngày, nếu quá, Ni-tát-kỳ ba-dật-đề.[34]

2.   Tỳ-kheo nào, ba y đã xong, y Ca-thi-na đã xả, trong ba y, nếu lìa mỗi một y, ngủ quá một đêm, trừ Tăng Yết-ma, Ni-tát-kỳ ba-dật-đề.

3.   Tỳ-kheo nào, ba y đã đủ, y Ca-thi-na đã xả, được vải (y) phi thời, cần thì nhận, nhận rồi mau chóng may thành y thọ trì; đủ thì tốt, nếu không đủ thì chờ có chỗ cho để đủ may thành, cho đến một tháng, nếu quá, Ni-tát-kỳ ba-dật-đề.

4.   Tỳ-kheo nào, nhận y từ tỳ-kheo-ni không phải thân quyến, trừ đổi chác, Ni-tát-kỳ-ba-dật-đề.

5.   Tỳ-kheo nào, sai tỳ-kheo-ni không phải thân quyến giặt y cũ, hoặc nhuộm, hoặc đập, Ni-tát-kỳ ba-dật-đề.

6.   Tỳ-kheo nào, xin y từ cư sĩ hay vợ cư sĩ không phải thân quyến, trừ phi có nhân duyên, Ni-tát-kỳ ba-dật-đề. Nhân duyên là: y bị cướp, y bị mất, y bị cháy, y bị cuốn trôi, y bị hư hoại. Đây gọi là nhân duyên.

7.   Tỳ-kheo nào, y bị cướp, bị mất, bị cháy, bị trôi, bị hư hoại, mà xin y từ cư sĩ hay vợ cư sĩ không phải thân quyến. Nếu cư sĩ hay vợ cư sĩ muốn cúng nhiều y thì tỳ-kheo này nên nhận hai y, nếu nhận quá mức này, Ni-tát-kỳ ba-dật-đề.

---

[33] Viết tắt: Ngũ A IV, Ngũ B IV.
[34] Ngũ A = Ngũ phần B IV 1-10.

8. **[196b02]** Tỳ-kheo nào, có cư sĩ hay vợ cư sĩ không phải thân quyến cùng bàn: 'Nên dùng số tiền như vậy sắm y cho tỳ-kheo có tên như vậy'. Tỳ-kheo này, trước đó không được yêu cầu tuỳ ý, bèn đến hỏi cư sĩ, vợ cư sĩ rằng: 'Người vì tôi dùng số tiền như vậy, sắm y phải không?' Trả lời: 'Đúng như vậy'. Liền nói: 'Lành thay! Cư sĩ, vợ cư sĩ có thể sắm y như vậy cho tôi'; vì muốn đẹp, Ni-tát-kỳ ba-dật-đề.

9. Tỳ-kheo nào, nếu có cư sĩ, vợ cư sĩ không phải thân quyến cùng nhau bàn: 'Mỗi người chúng ta sẽ dùng số tiền y như vậy, sắm y cho tỳ-kheo có tên như vậy'. Tỳ-kheo này, trước đó, không được yêu cầu tùy ý, liền đến hỏi cư sĩ, vợ cư sĩ rằng: 'Quý vị vì tôi dùng số tiền y như vậy, sắm y phải không?' Trả lời: 'Đúng như vậy'. Liền nói: 'Lành thay! Cư sĩ, vợ cư sĩ có thể họp lại sắm một y cho tôi'; vì muốn đẹp, Ni-tát-kỳ ba-dật-đề.

10. Tỳ-kheo nào, hoặc vua hay đại thần, bà-la-môn, cư sĩ, vì tỳ-kheo nên sai sứ mang tiền sắm y đến chỗ tỳ-kheo, nói: 'Đại đức! Vua, đại thần kia đưa tiền sắm y này, Đại đức nhận cho.'

Tỳ-kheo này nói: 'Tôi không được phép nhận tiền sắm y. Nếu được y hợp thức[35] thì sẽ tự tay thọ nhận'.

Sứ hỏi: 'Đại đức! Ngài có người chấp sự[36] hay không?' Tỳ-kheo liền chỉ chỗ người chấp sự.

Người sứ liền đến chỗ người chấp sự nói: 'Vua, đại thần tên..., đưa tiền sắm y này đến cho tỳ-kheo tên..., ông nhận cho, khi tỳ-kheo cần thì lấy'. Sứ giả sau khi đã giao, trở lại chỗ tỳ-kheo, nói: 'Tôi đã giao cho người chấp sự mà Đại đức chỉ định rồi. Khi nào Đại đức cần y, hãy đến lấy'.

Tỳ-kheo ấy hai lần, ba lần đến chỗ người chấp sự nói: 'Tôi cần y! Tôi cần y!' Nếu nhận được thì tốt; nếu không được thì bốn lần, năm lần, sáu lần đến trước người chấp sự đứng im lặng.

---

[35] 淨衣 *tịnh y*, hợp thức, hợp cách. Ngũ B: "Theo phép tỳ-kheo tôi không được nhận tiền sắm y như vậy."

[36] 執事人 chấp sự nhân. Ngũ B: 執淨人 chấp tịnh nhân.

Nhận được thì tốt, nếu cầu quá giới hạn đó mà được y, Ni-tát-kỳ ba-dật-đề. Nếu không được y, thì tự mình, hoặc sai người mang tin[37] đến chỗ người sứ, nói: 'Ông đã vì tỳ-kheo có tên... sai người mang tiền sắm y đến, cuối cùng tỳ-kheo này không nhận được y, ông nên đến lấy lại, đừng để mất'. Sự việc đó phải như vậy.[38]

11. Tỳ-kheo nào, tự mình đi xin tơ sợi, rồi thuê thợ dệt, dệt thành y, Ni-tát-kỳ ba-dật-đề.

12. Tỳ-kheo nào, nếu có cư sĩ, vợ cư sĩ khiến thợ dệt dệt y cho tỳ-kheo. Trước đó, tỳ-kheo này không được yêu cầu tùy ý, đến chỗ thợ dệt bảo: 'Ông biết không, y này dệt cho tôi; ông dệt cho tôi thật tốt, khiến cho thật rộng và sít sao, tôi sẽ trả công riêng cho ông'. Sau đó trả cho bằng một bữa ăn, hay chỉ đáng giá một bữa ăn, nhận được y, Ni-tát-kỳ ba-dật-đề.[39]

13. **[196c01]** Tỳ-kheo nào, đã đem y cho tỳ-kheo, sau vì giận, không vui, hoặc tự đoạt, hay sai người khác đoạt, nói như vầy: 'Trả y cho tôi, không cho thầy', Ni-tát-kỳ ba-dật-đề.[40]

14. Tỳ-kheo nào, biết phẩm vật đàn-việt muốn cúng cho Tăng, lại xoay về cho riêng mình, Ni-tát-kỳ ba-dật-đề.[41]

15. Tỳ-kheo nào có bệnh được uống bốn thứ thuốc hàm tiêu[42] như: bơ, dầu, mật và đường thẻ; một lần nhận, (được giữ) cho đến bảy ngày, nếu quá, Ni-tát-kỳ ba-dật-đề.

16. Tỳ-kheo nào, ở chỗ a-luyện-nhã, an cư ba tháng, chưa hết tháng tám[43], nếu chỗ đó có khủng bố, cho phép gởi mỗi một loại y nơi

---

[37] 遺信語 khiển tín ngữ; Ngũ B: 使人語 sứ nhân ngữ.

[38] Ngũ B: 是事法應爾 *thị sự pháp ưng nhĩ*, sự việc này, đúng pháp phải như vậy.

[39] nt. IV. 24.

[40] nt. IV. 25: 先與他物, vật trước đó đã cho người khác.

[41] nt. IV. 29.

[42] 含消藥 hàm tiêu dược: thức ăn hay thuốc ngậm để cho tiêu.

[43] 未滿八月. Tháng tám, tính theo nông lịch, tháng tám ta, sau ngày tự tứ một tháng, tức tháng ca-đề (*kārtika*) theo lịch pháp Ấn độ, trong

nhà bạch y trong nội giới; nếu có nhân duyên ra ngoài giới, lìa y này ngủ cho đến sáu đêm, nếu quá, Ni-tát-kỳ ba-dật-đề.[44]

17. Tỳ-kheo nào, mùa xuân còn một tháng, nên tìm y tắm mưa, còn nửa tháng nên dùng. Nếu chưa đến một tháng mà tìm, trước nửa tháng mà dùng, Ni-tát-kỳ ba-dật-đề.[45]

18. Tỳ-kheo nào, tiền hay hậu an cư còn mười ngày nữa mới đến ngày tự tứ, được y cấp thí; nếu cần thì nhận chứa cất cho đến thời của y; nếu quá, Ni-tát-kỳ ba-dật-đề.[46]

19. Tỳ-kheo nào, bát chưa đủ năm chỗ trám, lại xin bát mới, vì muốn đẹp, Ni-tát-kỳ ba-dật-đề.[47]
Bát ấy nên xả giữa Tăng, Tăng nên lấy cái bát chót (bát không vị nào lấy) đưa cho và nói: 'Thầy nên thọ trì cái bát này cho đến vỡ'. Pháp xả bát là như vậy.[48]

20. Tỳ-kheo nào, chứa bát dư cho đến mười ngày, nếu quá, Ni-tát-kỳ ba-dật-đề.[49]

21. Tỳ-kheo nào, làm ngọa cụ mới bằng kiều-xa-da, Ni-tát-kỳ ba-dật-đề.[50]

22. Tỳ-kheo nào, sắm ngọa cụ mới bằng lông dê[51] toàn đen, Ni-tát-kỳ ba-dật-đề.

23. Tỳ-kheo nào, sắm ngọa cụ mới, nên dùng hai phần lông dê đen, phần thứ ba màu trắng, phần thứ tư màu khác. Nếu làm quá

---

khoảng tháng mười và mười một theo dương lịch phương Tây. Ngũ B. 26: 夏三月過有閏未滿八月, ba tháng hạ đã qua, có nhuận, tháng tám chưa mãn. *Tứ phần* 29: "một tháng ca-đề sau cũng đã đầy."
[44] Ngũ B Ntk. 26.
[45] nt. Ntk. 28.
[46] nt. IV. 27.
[47] nt. IV. 22
[48] Ngũ B không có đoạn này.
[49] nt. IV 21.
[50] 憍賒耶, kiêu-xa-da. Ngũ B nt. IV. 11.
[51] 羺羊,

lượng này, Ni-tát-kỳ ba-dật-đề.[52]

24. Tỳ-kheo nào, sắm ngọa cụ mới, phải thọ trì sáu năm. Nếu chưa đủ sáu năm, dù xả, hay không xả, lại sắm ngọa cụ mới, trừ Tăng yết-ma, Ni-tát-kỳ ba-dật-đề.[53]

25. Tỳ-kheo nào, sắm ni-sư-đàn[54] mới, bằng lông dê toàn đen, nên dùng miếng ni-sư-đàn cũ, cỡ một gang tay Tu-già-đà[55] may lên làm hoại sắc. Nếu không làm hoại sắc, Ni-tát-kỳ ba-dật-đề.

26. Tỳ-kheo nào, được lông dê, cần mang[56] đến chỗ làm; nếu tự mình mang cho đến ba do-tuần. Nếu quá, Ni-tát-kỳ ba-dật-đề.[57]

27. Tỳ-kheo nào, sai tỳ-kheo-ni không phải thân quyến giặt lông dê, hoặc nhuộm, hoặc chải, Ni-tát-kỳ ba-dật-đề.[58]

28. [197a01] Tỳ-kheo nào, mua bán trao đổi dưới mọi hình thức kiếm lời, Ni-tát-kỳ ba-dật-đề.[59]

29. Tỳ-kheo nào, mua bán các loại vàng, bạc và tiền[60], Ni-tát-kỳ ba-dật-đề.[61]

30. Tỳ-kheo nào, tự mình cầm vàng bạc và tiền, hoặc sai người cầm

---

[52] Ngũ B IV 12.

[53] Ngũ B. IV. 14

[54] 尼師壇: tọa cụ. Ngũ B: 敷具 phu cụ.

[55] 修伽陀: Thiện Thệ. Ngũ B: 佛一搩手.

[56] 擔, đảm: quẩy trên vai. Tứ phần, Ntk 16, duyên khởi: "Bạt-nan-đà Thích tử, trên đường đi nhận được nhiều lông dê, cột trên đầu cây trượng quẩy đi."

[57] Ngũ B. Ntk. 16: "Tỳ-kheo, trên đường đi, giữa đường được lông dê, quẩy đi quá ba do-tuần, Ntk."

[58] nt. IV. 17.

[59] nt. IV. 20.

[60] nt. IV, 19: 種種用金 "dùng vàng dưới nọi hình thức (?)." Tứ phần Ntk, 19: "kinh doanh tiền tài bảo vật, dưới mọi hình thức."

[61] nt. IV. 19.

hay móng tâm thọ nhận[62], Ni-tát-kỳ ba-dật-đề.

Các Đại đức! Tôi đã thuyết xong ba mươi pháp Ni-tát-kỳ ba-dật-đề. Nay hỏi các Đại đức trong đây có thanh tịnh không? *(Lần thứ hai, lần thứ ba cũng hỏi như vậy.)*

Các Đại đức trong đây thanh tịnh, vì im lặng. Việc này tôi ghi nhận như vậy.

---

[62] 發心受. *Tứ phần*: 置地受, để xuống đất mà nhận. *Tăng kỳ* (tr. 311b): tự tay cầm nắm, hoặc sai người nắm giữ, (với tâm) tham trước. *Thập tụng* (tr. 51b): tự tay nhận lấy, hay sai người nhận lấy. *Căn bản* (tr. 740c5): tự tay cầm nắm hay sai người khác cầm nắm. 以手 *uggaṇheyya vā uggaṇhāpeyya vā upanikkhittaṃ vā sādeyya*, tự mình nhận, bảo người nhận, hay nhận để gởi (ký thác).

CHƯƠNG NĂM:
BA-DẬT-ĐỀ

Các Đại đức! Đây là chín mươi mốt pháp Ba-dật-đề trong Giới kinh, mỗi nửa tháng thuyết một lần.

1. Tỳ-kheo nào, cố ý nói dối, Ba-dật-đề.[63]

2. Tỳ-kheo nào, hủy báng[64] tỳ-kheo, Ba-dật-đề.

3. Tỳ-kheo nào, nói hai lưỡi khiến tỳ-kheo loạn đấu[65], Ba-dật-đề.

4. Tỳ-kheo nào, nói pháp cho người nữ quá năm, sáu lời, trừ có người nam biết phân biệt lời thiện ác,[66] Ba-dật-đề.

5. Tỳ-kheo nào, biết sự việc Tăng xử đoán như pháp rồi, mà phát khởi lại, Ba-dật-đề.[67]

6. Tỳ-kheo nào, dạy người chưa thọ Cụ túc giới tụng kinh, cùng tụng,[68] Ba-dật-đề.

7. Tỳ-kheo nào, cùng người chưa thọ đại giới ngủ quá hai đêm, Ba-dật-đề.

---

[63] Ngũ A, Ngũ B, [Pali] Ba-dật-đề từ V 1 – V 3, tương đồng.

[64] 毀呰: chê bai, phỉ báng. [Pali] omasavāda, mạ lị.

[65] 兩舌鬪亂比丘; Ngũ B: 鬪亂他比丘. [Pali] bhikkhupesuññe, nói xấu (xuyên tạc) tỳ-kheo sau lưng (khiến tỳ-kheo hiềm khích nhau).

[66] Ngũ B VII 5, Tứ phần V 9, Thập tụng V 5: 除有知(智)男子, trừ có mặt người nam có trí. Pāḷi V 7: aññatra viññunā purisaviggahena.

[67] Ngũ B V 4, Tứ phần V 4, Thập tụng V 4.

[68] Ngũ B V 6, Thập tụng V 6: 闡陀偈句教未受具戒人, dạy câu kệ xiến-đà (?) cho người chưa thọ Cụ túc. Pāḷi V 4: anupasaṁpannaṁ pudgalaṁ padaśo dharmmavāceya, dạy người chưa thọ Cụ túc tụng đọc Pháp từng câu một.

8.   Tỳ-kheo nào, hướng đến người chưa thọ Cụ túc giới, tự nói đắc pháp siêu việt con người[69], như nói: 'Tôi biết như vậy, thấy như vậy.' Nếu là thật, Ba-dật-đề.

9.   Tỳ-kheo nào, biết tỳ-kheo khác phạm tội thô ác[70], đem nói với người chưa thọ Cụ túc giới, trừ Tăng yết-ma, Ba-dật-đề.[71]

10.   Tỳ-kheo nào, nói như vầy: 'Tụng đọc những giới linh tinh[72] ấy làm gì, khi nói giới này khiến cho người lo rầu?' Chê bai giới như vậy, Ba-dật-đề.

11.   Tỳ-kheo nào, tự mình chặt phá mầm sống thực vật[73], hoặc sai người, nói: 'Chặt cái này', Ba-dật-đề.

12.   Tỳ-kheo nào, cố ý không trả lời theo câu hỏi[74], Ba-dật-đề.

13.   Tỳ-kheo nào, nói xấu người được Tăng sai[75], Ba-dật-đề.

14.   Tỳ-kheo nào, nơi đất trống, tự mình trải ngọa cụ của Tăng[76], hoặc sai người trải, hoặc người khác trải, ngồi hay nằm, khi đi không tự cất, không bảo người cất, không dặn người cất, Ba-dật-đề.

15.   Tỳ-kheo nào, ở trong phòng Tăng, tự trải ngọa cụ của Tăng, hoặc khiến người trải, hoặc người khác trải, hoặc ngồi hay nằm,

---

[69] 過人法; Pāḷi V 8: *uttarimanussa dhammaṃ*, pháp của bậc thượng nhân. Ngũ B V 7: 內實有過人法, Pháp siêu việt mà nội tâm thực sự có.

[70] 麤罪, Ngũ B V 8: 僧殘罪, tội tăng tàn.

[71] *Tứ phần* V 7; *Thập tụng* V 8; *Pāḷi* V 9.

[72] 雜碎戒.

[73] 鬼村; *Tứ phần* V 11: 鬼神村; Ngũ B V 11 *Thập tụng* V 11: 眾草木; Pāḷi V 11: *bhūtagāma*.

[74] 不隨問答; Ngũ V 13: 用異事惱他比丘, nói quanh gây rối tỳ-kheo khác; *Tứ Phần* V 12 妄作異語惱他, dối trá nói quanh gây rối người khác; Pāḷi V 12: *aññavādake, vihesake*.

[75] Ngũ B V 12, *Thập tụng* V 12, *Tứ phần* V 12 嫌罵者, chê bai và mắng chửi.

[76] Ngũ B V 14: nơi đất trống, trải ngọa cụ, cho đến sáng, không tự mình cất, không bảo người cất... *Tứ phần* V 1: tự mình trải hoặc khiến người trải giường dây, giường gỗ, ngọa cụ, đệm ngồi của Tăng nơi đất trống...

khi đi không tự cất, không bảo người cất, không dặn người cất, Ba-dật-đề.[77]

16. Tỳ-kheo nào, sân hận, không vui, lôi tỳ-kheo ra khỏi phòng Tăng; hoặc tự lôi, hay sai người lôi, nói như vầy: 'Đi ra, biến đi, chớ có ở trong đây,' Ba-dật-đề.

17. Tỳ-kheo nào, biết người khác trước đã trải ngọa cụ, đến sau ngang ngược tự mình trải hay sai người trải, với ý nghĩ rằng: 'Nếu người kia không thích, tự sẽ đi chỗ khác,' Ba-dật-đề.

18. [197b02] Tỳ-kheo nào, trên tầng gác của Tăng, ngồi hay nằm mạnh bạo trên giường dây, giường gỗ có chân nhọn[78], Ba-dật-đề.

19. Tỳ-kheo nào, làm phòng xá lớn, từ bờ đất bằng, chỗ chừa cửa sổ, để cho bền chắc, lợp chồng thêm hai, hay ba lớp; nếu quá, Ba-dật-đề.

20. Tỳ-kheo nào, biết nước có trùng, dùng rưới lên bùn hoặc ăn uống và làm các việc khác, Ba-dật-đề.

21. Tỳ-kheo nào, Tăng không sai mà giáo giới tỳ-kheo-ni, Ba-dật-đề.

22. Tỳ-kheo nào, tuy Tăng sai, nhưng giáo giới tỳ-kheo-ni cho đến mặt trời lặn, Ba-dật-đề.

23. Tỳ-kheo nào, Tăng không sai, cố vào trú xứ tỳ-kheo-ni để giáo giới, trừ nhân duyên bệnh, Ba-dật-đề.

24. Tỳ-kheo nào, nói như vầy: 'Các tỳ-kheo vì lợi dưỡng, nên giáo giới tỳ-kheo-ni,' Ba-dật-đề.[79]

25. Tỳ-kheo nào, một mình ngồi chỗ vắng với tỳ-kheo-ni, thức-xoa-ma-na, sa-di-ni, Ba-dật-đề.[80]

26. Tỳ-kheo nào, đem y cho tỳ-kheo-ni không phải bà con, trừ đổi chác, Ba-dật-đề.

---

[77] Ngũ B V 15: trong phòng, trải ngọa cụ, ra ngoài giới...

[78] 尖脚繩床木床. *Tứ phần* V 18: 脫脚繩床..., giường dây... có chân rời.

[79] Ngũ B V 23, *Tứ phần* V 23, *Thập tụng* V 23, Pāḷi V 24.

[80] Ngũ B V 28, *Thập tụng* V 28, *Tứ phần* V 26; Pāḷi V 30.

27. Tỳ-kheo nào, may y cho tỳ-kheo-ni không phải bà con, Ba-dật-đề.

28. Tỳ-kheo nào, hẹn trước với tỳ-kheo-ni, đi cùng đường, từ tụ lạc này đến tụ lạc kia, trừ nhân duyên, Ba-dật-đề.

29. Tỳ-kheo nào, đã hẹn trước với tỳ-kheo-ni đi cùng thuyền, hoặc thuận dòng nước, hoặc nghịch dòng nước, trừ đò ngang, Ba-dật-đề.

30. Tỳ-kheo nào, biết thức ăn do nhân duyên tỳ-kheo-ni khen ngợi mà ăn, Ba-dật-đề, trừ trước đó đàn-việt phát tâm làm.

31. Tỳ-kheo nào, ăn nhiều lần, trừ nhân duyên, Ba-dật-đề. Nhân duyên là: khi bệnh, thời của y, khi thí y. Đây gọi là nhân duyên.

32. Tỳ-kheo nào, nhận mời ăn biệt chúng[81], trừ nhân duyên, Ba-dật-đề. Nhân duyên là: khi bệnh, thời của y, khi thí y, khi may y, khi đi đường, khi đi thuyền, khi đại hội, khi sa-môn hội. Đây gọi là nhân duyên.

33. Tỳ-kheo nào, không bệnh ở nơi lữ quán thí một bữa[82], ăn quá một bữa, Ba-dật-đề.

34. Tỳ-kheo nào, đến nhà bạch y, được mời tùy ý nhận nhiều đồ ăn thức uống, hoặc bánh, hoặc lương khô[83]. Nếu không ăn tại nhà đó, cần thì nên nhận hai, ba bát; ra ngoài nên cho các tỳ-kheo khác cùng ăn. Nếu không bệnh mà nhận quá mức đó và, không cho các tỳ-kheo khác ăn, Ba-dật-đề.

35. Tỳ-kheo nào, ăn rồi, không làm pháp tàn thực mà ăn, Ba-dật-đề.

36. Tỳ-kheo nào, biết tỳ-kheo kia đã ăn rồi, không làm pháp tàn thực, cố nài nỉ khiến ăn, vì muốn cho người kia phạm tội, Ba-dật-đề.

37. **[197c02]** Tỳ-kheo nào, chưa được mời ăn, mà để thức ăn vào trong miệng, trừ nếm thức ăn, tăm xỉa răng và nước, Ba-dật-đề.

---

[81] 別請眾食; Ngũ B V 36, Tứ phần V 33, Thập tụng V 36: 別眾食. Pāli V 323: *baṇabhojana*, ăn thành nhóm.

[82] 施一食處. Ngũ B V 32: 有餘福德處. Ngũ phần V 31, Thập tụng V 32: 施一食處. Pāli V 31: *eka āvasathapiṇḍa*.

[83] 餅、麨. Pāli *pūva mantha*.

38. Tỳ-kheo nào, ăn phi thời, Ba-dật-đề.

39. Tỳ-kheo nào, ăn thức ăn cách đêm, Ba-dật-đề.

40. Tỳ-kheo nào, tự tay cho ngoại đạo lõa thể nam hay nữ ăn, Ba-dật-đề.

41. Nếu trong các gia đình có các thức ăn ngon, như sữa, sữa đông, phó mát, dầu, cá, thịt như vậy, tỳ-kheo nào không bệnh mà yêu sách cho mình; được ăn, Ba-dật-đề.

42. Tỳ-kheo nào, trong nhà đang ăn[84], cùng ngồi với người nữ, Ba-dật-đề.

43. Tỳ-kheo nào, một mình cùng với người nữ ngồi chỗ khuất, Ba-dật-đề.

44. Tỳ-kheo nào, một mình cùng với người nữ ngồi chỗ trống, Ba-dật-đề.

45. Tỳ-kheo nào, xem quân ra trận, Ba-dật-đề.

46. Tỳ-kheo nào, xem quân đội trong quân trận cho đến hai, ba đêm; nếu quá, Ba-dật-đề.

47. Tỳ-kheo nào, có nhân duyên vào trong quân trận hai, ba đêm, để xem quân trận hợp chiến, Ba-dật-đề.

48. Tỳ-kheo nào, nói như vầy: 'Như chỗ tôi hiểu, những gì đức Phật dạy là pháp chướng đạo thì thật sự không chướng đạo.' Các tỳ-kheo nói với tỳ-kheo này: 'Thầy chớ nói như vậy, chớ hủy báng Phật, chớ xuyên tạc Phật. Đức Phật nói pháp chướng đạo, thật sự là chướng đạo. Thầy nên bỏ ác tà kiến đó.' Khi can gián như vậy mà kiên trì không bỏ, nên can gián lần thứ hai, lần thứ ba. Lần thứ hai, lần thứ ba can gián bỏ việc này thì tốt, không bỏ, Ba-dật-đề.

49. Tỳ-kheo nào, biết tỳ-kheo kia không như pháp sám hối, không bỏ ác tà kiến, mà cùng ngồi, cùng nói, cùng ngủ, cùng làm việc, Ba-dật-đề.

50. Nếu có sa-di nói như vầy: 'Như chỗ tôi hiểu, những gì đức Phật đã

---

84 食家. *Tứ phần* V 43: 食家中有寶 強安坐. *Thập tụng* V 42: 食家中臥處坐. Pāḷi V 43: *sabhojane kule.*

dạy, thụ hưởng ngũ dục không chướng ngại đạo.' Các tỳ-kheo nói với sa-di này: 'Ông đừng nói như vậy, đừng hủy báng Phật, đừng vu khống Phật. Đức Phật dạy, thụ hưởng ngũ dục thật sự có chướng ngại đạo. Này sa-di! Ông nên xả bỏ ác tà kiến này.' Khi dạy như vậy, sa-di kiên trì không bỏ, nên dạy lần thứ hai, lần thứ ba. Lần thứ hai, lần thứ ba dạy bảo, sa-di bỏ thì tốt, nếu không bỏ, các tỳ-kheo nên nói với sa-di ấy rằng: 'Ông đi khỏi đây! Từ nay ông đừng nói Phật là thầy của tôi, đừng đi theo sau tỳ-kheo như các sa-di khác. Các sa-di khác được cùng phòng tỳ-kheo ngủ hai đêm, nhưng ông thì không được làm điều đó. Ông là người ngu si nên ra khỏi chỗ này, đừng ở nơi đây nữa.' Nếu tỳ-kheo biết sa-di bị diệt tẫn như vậy mà nuôi dưỡng, cùng ở, cùng nói chuyện, Ba-dật-đề.

51. Tỳ-kheo nào, cố ý đoạt mạng súc sanh, Ba-dật-đề.

52. Tỳ-kheo nào, cố ý khiến tỳ-kheo sanh nghi hối, với ý nghĩ, khiến tỳ-kheo này sầu não, dù chỉ trong chốc lát, Ba-dật-đề.

53. **[198a01]** Tỳ-kheo nào, khi Tăng đoán sự, không dữ dục, đứng dậy đi, Ba-dật-đề.

54. Tỳ-kheo nào, thọc lét tỳ-kheo khác, Ba-dật-đề.

55. Tỳ-kheo nào, đùa giỡn trong nước, Ba-dật-đề.

56. Tỳ-kheo nào, ngủ chung phòng[85] cùng người nữ, Ba-dật-đề.

57. Tỳ-kheo nào, uống rượu, Ba-dật-đề.

58. Tỳ-kheo nào, khinh thầy và giới,[86] Ba-dật-đề.

59. Tỳ-kheo nào, tự tay đào đất hoặc sai người đào, nói: 'Đào chỗ này', Ba-dật-đề.

60. Tỳ-kheo nào, lén nghe các tỳ-kheo tranh cãi nhau, nghĩ như vầy: 'Những gì các tỳ-kheo nói, ta sẽ ghi nhớ', Ba-dật-đề.

61. Tỳ-kheo nào, biết người chưa đủ hai mươi tuổi mà trao cho giới Cụ túc, Ba-dật-đề. Người này không đắc giới, các tỳ-kheo cũng bị

---

[85] 同室宿. *Thập tụng* V 65: 一房舍宿. Pāli V 6: *sahaseyyaṃ kappeyya.*
[86] *Tứ phần* V 54: 不受諫. Pāli V 54: *anādariya*, bất kính.

khiển trách. Pháp ấy phải như vậy.

62. Tỳ-kheo nào, nhận thuốc bốn tháng thỉnh tùy ý,[87] nếu nhận quá, Ba-dật-đề, trừ thỉnh thêm, tự đem đến, thỉnh lâu dài.

63. Tỳ-kheo nào, thường xuyên phạm tội, các tỳ-kheo như pháp can gián, lại nói như vầy: 'Tôi không học giới này, sẽ hỏi tỳ-kheo trì pháp, trì luật khác đã', Ba-dật-đề. Tỳ-kheo muốn tìm hiểu thì nên hỏi vị trì pháp, trì luật. Pháp này nên như vậy.[88]

64. Tỳ-kheo nào, khi thuyết giới, nói như vầy: 'Nay tôi mới biết pháp này, mỗi nửa tháng Bố-tát, nói ra từ trong Giới kinh.' Các tỳ-kheo biết tỳ-kheo này đã hai, ba lần có ngồi nghe khi thuyết giới. Tỳ-kheo này không phải do vì không biết mà thoát khỏi tội. Tùy theo chỗ phạm tội như pháp trị; nên khiển trách sự không biết kia, việc làm không tốt. Khi thuyết giới không nhất tâm để nghe, không để ý, Ba-dật-đề.

65. Tỳ-kheo nào, khi vua chưa ra khỏi, đồ báu chưa được thu cất;[89] nếu vào quá giới hạn cửa hậu cung, Ba-dật-đề.

66. Tỳ-khco nào, hẹn cướp cùng đi chung đường, từ tụ lạc này đến tụ lạc kia, Ba-dật-đề.

67. Tỳ-kheo nào, hẹn với người nữ cùng đi chung đường, từ thôn xóm này đến thôn xóm khác, Ba-dật-đề.

68. Tỳ-kheo nào, không bệnh, vì sưởi ấm mà tự mình đốt lửa hoặc sai người đốt, Ba-dật-đề.

69. Tỳ-kheo nào, tự mình cầm nắm hay khiến người cầm nắm vật báu hoặc được xem là vật báu, trừ trong Tăng phường hay chỗ

---

[87] Ngũ B V 74: 有餘福德處，四月請僧一切藥施, tại phước đức xá, thỉnh Tăng bốn tháng thí tất cả thuốc. Pāli V 47: *catumāsappaccayapavāraṇā.*

[88] Ngũ B V 83. *Tứ phần* V 71. *Thập tụng* V 75.

[89] Ngũ B V, *Thập tụng* V: 剎帝利王夜未曉未藏寶, Vua Sát-đế-lị, đêm chưa sáng, báu vật chưa thu cất. *Tứ phần* V: 剎利水澆頭王種，王未出，未藏寶, Vua quán đỉnh dòng sát-lị chưa xuất, bảo vật chưa thu cất. Pāli V 83: *khattiyassa muddhābhisittassa anikkhantarājake aniggataratanake pubbe appaṭisaṃvidito.*

nghỉ đêm, Ba-dật-đề. Nếu giữ các vật báu trong Tăng phường và chỗ nghỉ đêm, sau đó người chủ đến đòi thì trả lại. Việc này nên như vậy.

70. Tỳ-kheo nào, tắm trong vòng nửa tháng[90], trừ nhân duyên, Ba-dật-đề. Nhân duyên là: khi bệnh, khi làm việc, khi đi đường, khi mưa gió, khi nóng bức. Đó gọi là nhân duyên.

71. Tỳ-kheo nào, vì nóng giận đánh tỳ-kheo khác, Ba-dật-đề.

72. Tỳ-kheo nào, vì nóng giận dùng tay nhá đánh tỳ-kheo, Ba-dật-đề.

73. **[198b01]** Tỳ-kheo nào, cố ý dọa nhát tỳ-kheo khác, Ba-dật-đề.

74. Tỳ-kheo nào, biết tỳ-kheo khác phạm thô tội mà che giấu qua một đêm, Ba-dật-đề.

75. Tỳ-kheo nào, vu khống tỳ-kheo khác bằng pháp Tăng-già-bà-thi-sa không căn cứ, Ba-dật-đề.

76. Tỳ-kheo nào, nói với tỳ-kheo kia: 'Cùng tôi đi đến các gia đình, sẽ cho thầy nhiều thức ăn ngon.' Đã đến mà không cho, lại nói như vầy: 'Ông đi đi! Cùng ông hoặc ngồi hoặc nói không vui, để tôi ngồi một mình, nói một mình vui hơn', vì muốn gây rối người kia, Ba-dật-đề.

77. Tỳ-kheo nào, được y mới, nên dùng ba loại màu để làm dấu[91]: Hoặc màu xanh, màu đen, hay màu mộc lan; nếu không dùng ba màu đó để làm dấu, Ba-dật-đề.

78. Tỳ-kheo nào, vì cố ý vui đùa, giấu y bát, tọa cụ, ống đựng kim của tỳ-kheo khác; tất cả mọi dụng cụ sinh hoạt hằng ngày như vậy, hoặc sai người giấu, Ba-dật-đề.

79. Tỳ-kheo nào, khi Tăng đoán sự, như pháp dữ dục rồi, sau lại chỉ trích, Ba-dật-đề.

---

[90] Nửa tháng một lần.
[91] 作幟. Ngũ B V 59: 著不壞色新衣, khoác y mới mà không làm hoại sắc. Pāli V 58: *dubbaṇṇakaraṇaṃ ādātabbaṃ*, làm cho hoại sắc.

80. Tỳ-kheo nào, nói như vầy⁹²: 'Các tỳ-kheo xoay vật của Tăng cho người quen biết', Ba-dật-đề.

81. Tỳ-kheo nào, đã tịnh thí y cho tỳ-kheo, tỳ-kheo-ni, thức-xoa-ma-na, sa-di, sa-di-ni rồi đoạt lấy lại, Ba-dật-đề.

82. Tỳ-kheo nào, nhận lời mời của người, trước bữa ăn, sau bữa ăn đi đến nhà khác mà không bạch với tỳ-kheo khác ở gần, trừ nhân duyên, Ba-dật-đề. Nhân duyên là: thời của y. Đây gọi là nhân duyên.

83. Tỳ-kheo nào, phi thời vào tụ lạc, không báo với thiện tỳ-kheo ở gần, trừ nhân duyên, Ba-dật-đề. Nhân duyên là: khi có nạn, đó gọi là nhân duyên.

84. Tỳ-kheo nào, dùng bông đâu-la độn vào dụng cụ ngồi nằm, Ba-dật-đề.

85. Tỳ-kheo nào, tự mình làm ngọa cụ, giường dây, giường gỗ, chân nên cao bằng tám ngón tay của Tu-già-đà, trừ khúc vào lỗ mộng. Nếu quá, Ba-dật-đề.

86. Tỳ-kheo nào, dùng xương, răng, sừng làm ống đựng kim, Ba-dật-đề.

87. Tỳ-kheo nào, làm ni-sư-đàn phải làm đúng lượng, dài hai gang tay, rộng một gang tay rưỡi của Tu-già-đà, rồi thêm mỗi bề một gang. Nếu làm quá, Ba-dật-đề.

88. Tỳ-kheo nào, làm y che ghẻ, nên làm đúng lượng, dài bốn gang tay, rộng hai gang tay Tu-già-đà. Nếu quá lượng, Ba-dật-đề.

89. Tỳ-kheo nào, làm áo tắm mưa, nên làm cho đúng lượng, dài năm gang tay, rộng hai gang rưỡi tay của Tu-già-đà. Nếu quá, Ba-dật-đề.

90. Tỳ-kheo nào, may y của mình bằng hay hơn y của Tu-già-đà, Ba-dật-đề. Lượng y của Tu-già-đà là: chiều dài bằng chín gang tay, chiều rộng bằng sáu gang tay của Tu-già-đà. Đó gọi là lượng y của Tu-già-đà.

---

⁹² Ngũ B V 9: 先共僧和合已，後如是說... trước cùng Tăng hòa hợp, sau lại nói như vầy...

91. Tỳ-kheo nào, biết vật đàn-việt muốn cúng cho Tăng mà xoay về cho người khác, Ba-dật-đề.

[198c01] Các Đại đức! Tôi đã thuyết xong chín mươi mốt pháp Ba-dật-đề. Nay hỏi các Đại đức trong đây có thanh tịnh không? *(Lần thứ hai, lần thứ ba cũng hỏi như vậy.)*

Các Đại đức trong đây thanh tịnh, vì im lặng. Việc này tôi ghi nhận như vậy.

CHƯƠNG SÁU:
PHÁP BA-LA-ĐỀ-ĐỀ-XÁ-NI

Các Đại đức! Đây là bốn pháp Ba-la-đề đề-xá-ni trong Giới kinh, mỗi nửa tháng thuyết một lần.

1. Tỳ-kheo nào, không bệnh, tại nơi đường hẻm[93], tự tay nhận lấy thức ăn từ tỳ-kheo-ni không phải thân quyến; Tỳ-kheo này cần phải hướng đến các tỳ-kheo hối tội[94]: 'Tôi phạm pháp đáng khiển trách[95], nay hướng đến các Đại đức hối tội'. Đó gọi là pháp hối quá.

2. Tỳ-kheo nào, nhà bạch y thỉnh thọ trai, có tỳ-kheo-ni bảo người thêm thức ăn rằng: 'Cho tỳ-kheo này cơm, cho tỳ-kheo kia canh.' Các tỳ-kheo nên nói với các tỳ-kheo-ni ấy rằng: 'Tỷ muội! Lùi ra sau một chút, đợi các tỳ-kheo dùng xong đã.' Nếu trong chúng, cho đến không có một vị tỳ-kheo nào nói (với tỳ-kheo-ni) như vậy, các tỳ-kheo này nên hướng đến các tỳ-kheo hối tội: 'Tôi phạm pháp đáng khiển trách, nay hướng đến các Đại đức hối tội.' Đó gọi là pháp hối quá.

3. Có các học gia mà Tăng đã tác yết-ma học gia; Tỳ-kheo nào không bệnh, trước không được thỉnh, tự tay nhận thức ăn từ các học gia ấy, tỳ-kheo ấy nên hướng đến các tỳ-kheo hối tội: 'Tôi bị

---

93 街巷中(?) Ngũ phần B VI: 入聚落. Tứ phần VI: 入村中, vào trong thôn xóm. Thập tụng VI: 白衣家內, trong nhà bạch y. Pāli VI: *antagharaṃ pavitthāya*, vào nhà trong, bên trong nhà.

94 悔過. Thập tụng: 出罪. *patidesetabba*, thuyết tội.

95 Thập tụng: 可呵法所不應作, pháp đáng bị khiển trách, điều không nên làm. *gārayhaṃ, āvuso, dhammaṃ āpajjiṃ asappāyaṃ*, pháp đáng bị khiển trách, không thích hợp.

phạm pháp đáng khiển trách, nay hướng các Đại đức hối tội'. Đó gọi là pháp hối quá.

4.   Tỳ-kheo nào, ở nơi a-lan-nhã, khả nghi, có kinh sợ, trước chưa dò xét[96], mà tự tay nhận thức ăn trong Tăng phường, không ra ngoài để nhận. Tỳ-kheo này nên hướng đến các tỳ-kheo hối tội: 'Tôi đã phạm pháp đáng khiển trách, nay đến các Đại đức nói lời ăn năn'. Đó gọi là pháp hối quá.

Các Đại đức! Tôi đã thuyết xong bốn pháp Ba-la-đề đề-xá-ni. Nay hỏi các Đại đức trong đây có thanh tịnh không? *(Lần thứ hai, lần thứ ba cũng hỏi như vậy.)*

Các Đại đức trong đây thanh tịnh, vì im lặng. Việc này tôi ghi nhận như vậy.

---

[96] 先不伺視. *Tứ phần* 先不語檀越, trước không báo cho đàn việt biết. *Thập tụng*: 僧亦不作羯磨, Tăng không tác yết-ma. ▨ *pubbe appaṭisaṃviditaṃ khādanīyaṃ*, (tự tay nhận) thức ăn không được biết trước.

CHƯƠNG BẢY:
PHÁP CHÚNG HỌC

Các Đại đức! Đây là pháp Chúng học trong Giới kinh, mỗi nửa tháng thuyết một lần.

1. Mặc nội y[97] không cao, cần phải học.

2. Mặc hạ y không thấp, cần phải học.

3. Mặc hạ y không so le, cần phải học.

4. Mặc hạ y không như lá cây đa-la, cần phải học.

5. Mặc hạ y không như vòi con voi, cần phải học.

6. Mặc hạ y không như viên nại, cần phải học.

7. Mặc hạ y không xếp nhỏ, cần phải học.

8. Mặc y không cao, cần phải học.

9. Mặc y không thấp, cần phải học.

10. Mặc y (trên) không so le, cần phải học.

11. Khéo che thân vào nhà bạch y, cần phải học.

12. Khéo che thân khi ngồi trong nhà bạch y, cần phải học.

13. Không lật ngược y lên vai bên hữu vào nhà bạch y, cần phải học.

14. **[199a01]** Không lật ngược y lên vai bên hữu ngồi nhà bạch y, cần phải học.

15. Không lật ngược y lên vai bên tả vào trong nhà bạch y, cần phải học.

---

97 內衣. *Tứ phần*: 涅槃僧 niết-bàn-tăng, tức hạ y.

16. Không lật ngược y lên vai bên tả ngồi nhà bạch y, cần phải học.

17. Không lật ngược y lên cả hai vai vào nhà bạch y, cần phải học.

18. Không lật ngược y lên cả hai vai ngồi nhà bạch y, cần phải học.

19. Không lắc thân khi vào nhà bạch y, cần phải học.

20. Không lắc thân khi ngồi nhà bạch y, cần phải học.

21. Không lắc đầu khi vào nhà bạch y, cần phải học.

22. Không lắc đầu khi ngồi nhà bạch y, cần phải học.

23. Không nhún vai khi vào nhà bạch y, cần phải học.

24. Không nhún vai khi ngồi nhà bạch y, cần phải học.

25. Không dắt tay nhau khi vào nhà bạch y, cần phải học.

26. Không dắt tay nhau khi ngồi nhà bạch y, cần phải học.

27. Không trùm kín cả người khi vào nhà bạch y, cần phải học.

28. Không trùm kín cả người khi ngồi nhà bạch y, cần phải học.

29. Không chống nạnh khi vào nhà bạch y, cần phải học.

30. Không chống nạnh khi ngồi nhà bạch y, cần phải học.

31. Không chống cằm khi vào nhà bạch y, cần phải học.

32. Không chống cằm khi ngồi nhà bạch y, cần phải học.

33. Không vung cánh tay khi vào nhà bạch y, cần phải học.

34. Không vung cánh tay khi ngồi nhà bạch y, cần phải học.

35. Không nhìn lên khi vào nhà bạch y, cần phải học.

36. Không nhìn lên khi ngồi nhà bạch y, cần phải học.

37. Không quay nhìn hai bên khi vào nhà bạch y, cần phải học.

38. Không quay nhìn hai bên khi ngồi nhà bạch y, cần phải học.

39. Không đi nhón chân khi vào nhà bạch y, cần phải học.

40. Không đi nhón chân khi ngồi nhà Bạch y, cần phải học.

41. Không đi khập khiễng khi vào nhà bạch y, cần phải học.

42. Không đi khập khiễng khi ngồi nhà bạch y, cần phải học.

43. Không trùm đầu khi vào nhà bạch y, cần phải học.

44. Không trùm đầu khi ngồi nhà bạch y, cần phải học.

45. Không giỡn cười khi vào nhà bạch y, cần phải học.

46. Không giỡn cười khi ngồi nhà bạch y, cần phải học.

47. Không nói lớn tiếng khi vào nhà bạch y, cần phải học.

48. Không nói lớn tiếng khi ngồi nhà bạch y, cần phải học.

49. An tường khi vào nhà bạch y, cần phải học.

50. An tường khi ngồi nhà bạch y, cần phải học.

51. Nhận thức ăn nên chú tâm, cần phải học.

52. Không được nhận thức ăn đầy bát, cần phải học.

53. Ăn canh và cơm đồng đều, cần phải học.

54. Không moi khắp trong bát để lấy thức ăn, cần phải học.

55. Không được khoét giữa bát để ăn, cần phải học.

56. Không được cong ngón tay để vét thức ăn trong bát, cần phải học.

57. **[199b01]** Khi ăn không được ngửi thức ăn, cần phải học.

58. Khi ăn nên nhìn kỹ vào bình bát, cần phải học.

59. Không được bỏ thừa thức ăn, cần phải học.

60. Không nên dùng tay bốc thức ăn mà cầm đồ đựng cơm sạch, cần phải học.

61. Không nên húp thức ăn khi ăn, cần phải học.

62. Không nên nhai thức ăn có tiếng, cần phải học.

63. Không được dùng lưỡi lấy thức ăn, cần phải học.

64. Không được bốc thức ăn đầy tay, cần phải học.

65. Không được hả miệng quá lớn để ăn, cần phải học.

66. Cơm chưa đến không được hả miệng lớn để chờ, cần phải học.

67. Không được rút mũi lại mà ăn, cần phải học.

68. Không được ngậm thức ăn mà nói, cần phải học.

69. Không được ăn phình hai má, cần phải học.

70. Không được cắn phân nửa thức ăn, cần phải học.

71. Không được duỗi cánh tay lấy thức ăn, cần phải học.

72. Không được lắc tay mà ăn, cần phải học.

73. Không được liếm thức ăn đã nhổ ra, cần phải học.

74. Không được nuốt trộng thức ăn, cần phải học.

75. Không được vò cục cơm từ xa ném vào miệng, cần phải học.

76. Không được đem nước rửa bát có thức ăn đổ trong nhà bạch y, cần nên học.

77. Không được dùng cơm phủ canh với hy vọng được thêm canh, cần phải học.

78. Không được chê thức ăn, cần nên học.

79. Không được vì mình đòi thêm thức ăn, cần phải học.

80. Không được sanh tâm cơ hiềm, xem trong bát vị ngồi gần, thức ăn nhiều hay ít, cần phải học.

81. Không được đứng đại tiểu tiện, trừ bệnh, cần phải học.

82. Không được đại tiểu tiện trong nước, trừ bệnh, cần phải học.

83. Không được đại tiểu tiện trên rau cỏ, trừ bệnh, cần phải học.

84. Người mang giày, không nên vì họ nói pháp, trừ bệnh, cần phải học.

85. Người mang dép da, không nên vì họ nói pháp, trừ bệnh, cần phải học.

86. Người để trống ngực, không nên vì họ nói pháp, trừ bệnh, cần phải học.

87. Người ngồi, tỳ-kheo đứng, không nên vì họ nói pháp, trừ bệnh, cần phải học.

88. Người ngồi chỗ cao, tỳ-kheo ở chỗ thấp, không nên vì họ nói pháp, trừ bệnh, cần phải học.

89. Người nằm, tỳ-kheo ngồi, không nên vì họ nói pháp, trừ bệnh, cần phải học.

90. Người ở trước, tỳ-kheo ở sau, không nên vì họ nói pháp, trừ bệnh, cần phải học.

91. Người ở giữa đường, tỳ-kheo ở bên đường, không nên vì họ nói pháp, trừ bệnh, cần phải học.

92. Không nên nói pháp cho người trùm đầu, trừ bệnh, cần phải học.

93. Không nên nói pháp cho người y lật ngược, trừ bệnh, cần phải học.

94. Không nên nói pháp cho người y lật hai bên, trừ bệnh, cần phải học.

95. Không nên nói pháp cho người cầm dù che thân, trừ bệnh, cần phải học.

96. Không nên nói pháp cho người cỡi ngựa, trừ bệnh, cần phải học.

97. Không nên nói pháp cho người cầm gậy, trừ bệnh, cần phải học.

98. Không nên nói pháp cho người cầm đao, trừ bệnh, cần phải học.

99. **[199c01]** Không nên nói pháp cho người cầm cung tên, trừ bệnh, cần phải học.

100. Không được leo lên cây cao quá đầu người, trừ có nhân duyên lớn, cần phải học.

Các Đại đức! Tôi đã thuyết xong pháp Chúng học. Nay hỏi các Đại đức trong đây có thanh tịnh không? *(Lần thứ hai, lần thứ ba cũng hỏi như vậy.)*

Các Đại đức trong đây thanh tịnh, vì im lặng. Việc này tôi ghi nhận như vậy.

CHƯƠNG TÁM:
PHÁP DIỆT TRÁNH

Các Đại đức! Đây là bảy pháp Diệt tránh trong Giới kinh, mỗi nửa tháng thuyết một lần.

Điều 1. Nên ban cho pháp hiện tiền Tỳ-ni thì phải ban cho pháp hiện tiền Tỳ-ni.

Điều 2. Nên ban cho pháp ức niệm Tỳ-ni thì phải ban cho pháp ức niệm Tỳ-ni.

Điều 3. Nên ban cho pháp bất si Tỳ-ni thì phải ban cho pháp bất si Tỳ-ni.

Điều 4. Nên ban cho pháp bổn ngôn thì phải ban cho pháp bổn ngôn trị.

Điều 5. Nên ban cho pháp tự ngôn thì phải ban cho pháp tự ngôn trị.

Điều 6. Nên ban cho pháp đa nhân ngữ, thì phải ban cho pháp đa nhân ngữ.

Điều 7. Nên ban cho pháp như thảo bố địa thì phải ban cho pháp như thảo bố địa.

Các Đại đức! Tôi đã thuyết xong bảy pháp Diệt tránh. Nay hỏi các Đại đức trong đây có thanh tịnh không? *(Lần thứ hai, lần thứ ba cũng hỏi như vậy.)*

Các Đại đức trong đây thanh tịnh, vì im lặng. Việc này tôi ghi nhận như vậy.

KẾT GIỚI

Thưa các Đại đức! Tôi đã thuyết xong tựa của Giới kinh, đã thuyết bốn Ba-la-di, đã thuyết mười ba pháp Tăng-già-bà-thi-sa, đã thuyết hai pháp Bất định, đã thuyết ba mươi pháp Ni-tát-kì ba-dật-đề, đã thuyết chín mươi mốt pháp Ba-dật-đề, đã thuyết bốn pháp Ba-la-đề đề-xá-ni, đã thuyết pháp Chúng học, đã thuyết bảy pháp Diệt tránh. Những pháp này nằm trong Giới kinh của Phật, thuyết trong Ba-la-đề-mộc-xoa mỗi nửa tháng và còn các giới pháp tùy Đạo khác. Trong đây, các Đại đức nhất tâm hòa hợp, hoan hỷ, không tranh, như nước hòa với sữa, sống an lạc, cần phải học tập.

THẤT PHẬT GIỚI KINH

Đức Tỳ-ba-thi Như Lai, Ứng cúng, Chánh biến tri, vì chúng Tăng tịch tĩnh, lược thuyết Ba-la-đề-mộc-xoa:

> *"Nhẫn là đạo bậc nhất*
> *Niết-bàn, Phật nói nhất;*
> *Xuất gia não hại người*
> *Không xứng danh sa-môn.*[98]*"*

Đức Thi-khí Như Lai, Ứng cúng, Chánh biến tri, vì chúng Tăng tịch tĩnh, lược thuyết Ba-la-đề-mộc-xoa:

---

[98] 忍辱第一道, 涅槃佛稱最; 出家惱他人, 不名為沙門. Đồng với Ma-ha-tăng-kỳ, *Thập tụng* và *Tứ phần*. Riêng Luật *Căn bản* hơi khác, T23n1443_p1019c17: 忍是勤中上, 能得涅槃處; 出家惱他人, 不名為沙門: Nhẫn, trên hết trong cần, chứng được cõi Niết-bàn; xuất gia não hại người, không xứng danh sa-môn. *Dhammapada, Buddhavagga* 184: 'Khantī paramaṃ tapo titikkhā, nibbānaṃ paramaṃ vadanti buddhā; Na hi pabbajito parūpaghātī, na samaṇo hoti paraṃ viheṭhayanto.' Nhẫn: khổ hạnh tối thượng; Niết-bàn, Phật nói nhất; xuất gia không phá người, sa-môn không hại người.

"Cũng như người mắt sáng
Tránh khỏi lối hiểm nghèo
Bậc có trí trong đời
Tránh xa các xấu ác."

Đức Tỳ-diếp-ba Như Lai, Ứng cúng, Chánh biến tri, vì chúng Tăng tịch tĩnh, lược thuyết Ba-la-đề-mộc-xoa:

"Không gây não, nói lỗi
Vâng hành các học giới
Ăn uống biết vừa đủ
Thường ưa chỗ nhàn tịnh
Tâm định, vui tinh tấn
Là lời chư Phật dạy."

[200a05] Đức Câu-lưu-tôn Như Lai, Ứng cúng, Chánh biến tri, vì chúng Tăng tịch tĩnh, lược thuyết Ba-la-đề-mộc-xoa:

"Như ong đến tìm hoa
Không hại sắc và hương,
Chỉ hút nhụy rồi đi;
Vậy tỳ-kheo vào xóm
Không phá hoại việc người,
Người làm hay không làm
Chỉ tự quán thân hành
Thấy rõ thiện, bất thiện."

Đức Câu-na-hàm-mâu-ni Như Lai, Ứng cúng, Chánh biến tri, vì chúng Tăng tịch tĩnh, lược thuyết Ba-la-đề-mộc-xoa:

"Muốn được tâm tốt, chớ phóng dật
Nên siêng học thiện pháp Thánh nhân,
Nếu người có nhất tâm tri tịch
Như vậy không còn ưu, sầu, hoạn."

Đức Ca-diếp Như Lai, Ứng cúng, Chánh biến tri, vì chúng Tăng tịch tĩnh, lược thuyết Ba-la-đề-mộc-xoa:

"Hết thảy ác chớ làm
Nên hành đủ thiện pháp,

Tự lóng sạch ý chí
Là lời chư Phật dạy."

Đức Thích-ca-mâu-ni Như Lai, Ứng cúng, Chánh biến tri, vì chúng Tăng tịch tĩnh, lược thuyết Ba-la-đề-mộc-xoa:

"Lành thay phòng hộ thân
Lành thay phòng hộ miệng
Lành thay phòng hộ ý
Lành thay hộ tất cả;
Tỳ-kheo hộ tất cả
Liền được lìa các khổ.

Tỳ-kheo không làm ác
Thủ hộ thân, miệng, ý
Ba nghiệp đạo này tịnh
Được đạo Thánh sở đắc."

KHUYẾN GIỚI

Nếu người đánh mắng, không đáp trả
Trong tâm không hận người ghét mình
Tâm thường thanh tịnh với người sân
Thấy người làm ác, mình không làm.

Thất Phật là Thế Tôn
Năng cứu hộ thế gian
Giới kinh các Ngài thuyết
Tôi đã tụng lại xong.
Chư Phật và đệ tử
Cung kính Giới kinh này,
Cung kính Giới kinh rồi
Thảy đều cung kính nhau,

Tàm quý, được Cụ túc
Chứng đắc đạo vô vi.

Chư Đại đức! Tôi đã thuyết xong Ba-la-đề-mộc-xoa, chúng Tăng nhất tâm Bố-tát thành.

NGŨ PHẦN TỲ-KHEO GIỚI BỔN (B)

No. 1422b

ೲ❀ೞ

Hán dịch:

**Tống, Tam tạng Phật-đà-thập người Kế Tân
cùng Trúc Đạo Sinh dịch**

Việt dịch:

Tỳ-kheo Thích Đỗng Minh

TÁN DUYÊN KHỞI[1]

[200b18] Đại đức Tăng xin lắng nghe! Một ít phần đêm của một tháng mùa Đông[2] đã qua, còn lại một phần đêm của ba tháng, già chết đến gần, Phật pháp sắp diệt. Chư Đại đức, vì đắc đạo nên nhất tâm chuyên cần tinh tấn. Vì sao? Vì chư Phật nhất tâm chuyên cần tinh tấn nên đắc Vô thượng Bồ-đề; còn có pháp thiện đạo nào khác nữa sao!

- "Người chưa thọ Cụ túc giới đã ra chưa? Tăng nay hòa hợp để làm việc gì?"

- (Một người đáp: "Bố-tát thuyết giới.")

- "Chư Đại đức! Vì các tỳ-kheo không đến, thuyết dục và thanh tịnh!"

> *Cung kính chắp hai tay*
> *Cúng dường Thích Sư Tử*
> *Tôi nay sắp tụng giới*
> *Tăng nên nhất tâm nghe.*

> *Dù cho tội tuy nhỏ*
> *Tâm cũng nên kinh sợ*
> *Có tội, nhất tâm hối*
> *Sau chớ tái phạm lại.*

> *Ngựa tâm phi đường ác*
> *Phóng dật, khó chế ngự*
> *Các giới hạnh Phật thuyết*
> *Như dàm ngựa hữu ích.*

---

[1] Nguyên văn Hán, đối chiếu 十誦比丘波羅提木叉, *Thập tụng*, Cưu-ma-la-thập dịch.

[2] Ngũ A: 春時, mùa Xuân.

[200c01] *Những điều Phật răn dạy*
Người thiện khéo tín thọ,
Người này như ngựa thuần
Đánh bại quân phiền não.

Nếu không nhận dạy bảo,
Cũng không ưa thích giới,
Người này, ngựa không thuần,
Chết dưới quân phiền não.

Người nào thủ hộ giới
Như trâu mao mến đuôi
Buộc tâm, không phóng dật
Như khỉ bị trói chặt.

Ngày đêm thường tinh tấn
Cầu trí tuệ chân thật
Người này trong Phật pháp
Được mạng sống thanh tịnh.

Đại đức Tăng xin lắng nghe! Hôm nay ngày thứ mười lăm, bố-tát thuyết giới. Nếu thời gian thích hợp đối với Tăng, Tăng chấp nhận, nhất tâm cùng hành bố-tát. Đây là lời tác bạch.

Nếu ai có tội thì nên phát lồ, không có tội thì im lặng. Do sự im lặng mà biết các Đại đức thanh tịnh. Tỳ-kheo nào, biết xướng hỏi ba lần trong chúng như vậy, nhớ có tội mà không phát lồ là mắc tội cố ý vọng ngữ. Đức Phật dạy, tội cố ý vọng ngữ là pháp chướng đạo. Tỳ-kheo nào, trong chúng như vậy muốn cầu pháp thanh tịnh, nhớ có tội nên phát lồ, phát lồ thì an lạc, không phát lồ thì tội thêm nặng.

Các Đại đức! Tôi đã thuyết xong tựa giới kinh. Nay hỏi các Đại đức trong đây có thanh tịnh không? *(Hỏi ba lần như vậy)*

Các Đại đức trong đây thanh tịnh, vì im lặng. Việc này tôi ghi nhận như vậy.

CHƯƠNG MỘT:
BA-LA-DI

Các Đại đức! Đây là bốn pháp Ba-la-di trong Giới kinh, mỗi nửa tháng thuyết một lần.

1. Tỳ-kheo nào, đã thọ giới Cụ túc ở trong Tăng hòa hợp, không hoàn giới, giới sút kém mà không về đời,[3] hành pháp dâm dục, cho đến cùng với loài súc sanh, tỳ-kheo này phạm tội Ba-la-di, không được cộng sự.[4]

2. Tỳ-kheo nào, lấy vật không cho ở trong thôn xóm, hoặc chỗ đất trống, hoặc nơi hoang vu,[5] gọi là trộm vật. Nếu lấy vật không cho như vậy, bị vua hay quan quân của vua bắt, hoặc giết; nếu bằng với tội trộm tiền vàng,[6] bị mắng như vầy: "Ngươi là kẻ ấu trĩ, ngươi là kẻ ngu si, ngươi là giặc.[7]" Tỳ-kheo nào có tướng trạng

---

[3] 不還戒、戒羸不出想 bất hoàn giới, giới luy bất xuất tưởng; *Ngũ A*: 戒 羸不捨 giới luy bất xả. *Thập tụng*, 不還戒、戒羸不出 bất hoàn giới, giới luy bất xuất. *Tứ phần*, 不還戒、戒羸不自悔 bất hoàn giới, giới luy bất tự hối. ⬚ *sikkhaṃ appaccakkhāya dubbalyaṃ anāvikatvā*, không xả giới, không tuyên bố (giới) yếu kém.

[4] *Ngũ A*: 不共住; *Thập tụng*: 不應共事. *Thập tụng luật 1* T23n1435_p0001c21: 不共住; và giải thích, T23n1435_p0002c19: bất cộng trụ, tức không được tác pháp chung với các tỳ-kheo: tác pháp yết-ma, bố-tát, tự tứ, v.v...

[5] 空地、曠野. *Ngũ A*: 空地. *Tứ phần*: 閑靜處 nhàn tĩnh xứ. Pāḷi: *araññā*, Hán âm: a-lan-nhã, khu rừng vắng, nơi xa xôi hẻo lánh.

[6] *Thập tụng*: 若捉、若殺、若縛、若擯，若輸金罪 nhược tróc, nhược sát, nhược phược, nhược tấn; nhược thâu kim tội.

[7] *Ngũ A*: 汝小 汝癡 nhữ tiểu, nhữ si; *Tứ phần*, 汝癡 汝無所知nhữ si, nhữ vô sở tri.

như vậy thì tỳ-kheo ấy phạm tội Ba-la-di, không được cộng sự.

3.   Tỳ-kheo nào, tự tay giết người, hoặc tương tợ người; hoặc bảo người giết, hoặc tự tay đưa dao hay khiến người đưa dao; hoặc bảo tự chết, khen ngợi sự chết, **[201a01]** hoặc nói như sau: "Ôi chao, này người kia, ích gì đời sống xấu xa ấy! Thà chết còn tốt hơn sống;" Bằng các loại nhân duyên dạy chết, khen chết, người này do các việc đó mà chết thì tỳ-kheo này phạm tội Ba-la-di, không được cộng sự.

4.   Tỳ-kheo nào, không biết, không thấy, mà nói chứng pháp siêu việt con người[8]; tự xưng là "Tôi biết như vậy, thấy như vậy." Sau đó, người này bị các tỳ-kheo cật vấn hoặc không bị cật vấn, vì muốn cầu thanh tịnh nên phát lồ: "Tôi không biết mà nói biết, không thấy mà nói thấy"; trừ tăng thượng mạn, tỳ-kheo này phạm tội Ba-la-di, không được cộng sự.

Các Đại đức! Tôi đã thuyết xong bốn pháp Ba-la-di. Nếu tỳ-kheo nào phạm bất kỳ giới nào, là kẻ Ba-la-di, không được sống chung. Như trước kia,[9] sau khi phạm cũng vậy. Tỳ-kheo ấy là kẻ Ba-la-di, không được sống chung. Nay hỏi, các Đại đức trong đây có thanh tịnh không? *(Hỏi ba lần như vậy)*

Các Đại đức trong đây thanh tịnh, vì im lặng. Việc này tôi ghi nhận như vậy.

---

[8] 說過人法. Ngũ A: 過人法 quá nhân pháp. *Ngũ phần luật*, quyển 2, T22n1421_p0009c24: "Tất cả pháp xuất yếu, các thiền, giải thoát, tam-muội, chánh thọ, các Thánh đạo, Thánh quả; đây gọi là *quá nhân pháp*." *Tứ phần*, 上人法 thượng nhân pháp.

[9] Trước thọ giới, là sa-di hay cư sĩ.

CHƯƠNG HAI:
TĂNG-GIÀ-BÀ-THI-SA

Các Đại đức! Đây là mười ba pháp Tăng-già-bà-thi-sa trong Giới kinh, mỗi nửa tháng thuyết một lần.

1. Tỳ-kheo nào cố ý xuất bất tịnh, trừ trong chiêm bao, Tăng-già-bà-thi-sa.

2. Tỳ-kheo nào, dâm loạn tâm biến,[10] cùng xúc chạm thân người nữ, hoặc nắm tay, hoặc nắm tóc, xoa vuốt, sờ mó trên dưới,[11] Tăng-già-bà-thi-sa.

3. Tỳ-kheo nào, nói với người nữ bằng những lời bất tịnh, Tăng-già-bà-thi-sa.[12]

4. Tỳ-kheo nào, nói với người nữ rằng: 'Hãy đem sự dâm dục cúng dường chúng tôi, những người trì giới, hành pháp thiện, phạm hạnh, đó là sự cúng dường bậc nhất,'[13] Tăng-già-bà-thi-sa.

5. Tỳ-kheo nào, làm việc mai mối, đem ý người nam đến bên người nữ, đem ý người nữ đến bên người nam, hoặc để làm vợ, hoặc để tư thông, cho đến một lần giao hội, Tăng-già-bà-thi-sa.

6. Tỳ-kheo nào, không có thí chủ, tự khất cầu để làm thất[14] lớn cho mình, cần phải hỏi các tỳ-kheo chỗ không có nạn, không

---

[10] 婬亂變心 = *Thập tụng. Ngũ A:* 欲盛變心. *otiṇṇo vipariṇatena cittena...*, bị ức chế (bởi dục), với tâm biến thái...

[11] *Ngũ A:* 若捉髮、若捉一一身分摩著細滑.

[12] *Ngũ A:* "... nói với người nữ những lời thô tục, tùy theo lời nói pháp dâm dục, Tăng-già-bà-thi-sa."

[13] *Ngũ A:* "Này chị em, cúng dường dâm dục là cúng dường bậc nhất."

[14] 房; *kuṭī,* thất, am cốc.

có chướng ngại.[15] Nếu không hỏi các tỳ-kheo, hoặc làm quá lượng, Tăng-già-bà-thi-sa.

7. Tỳ-kheo nào, có thí chủ muốn làm thất lớn cho mình,[16] cần phải hỏi các tỳ-kheo chỗ không có nạn, không có chướng ngại. Nếu không hỏi mà làm, Tăng-già-bà-thi-sa.

8. Tỳ-kheo nào, hận thù tỳ-kheo khác, hủy báng bằng Ba-la-di không căn cứ, vì muốn phá hoại tịnh hạnh của tỳ-kheo ấy. Tỳ-kheo này, dù bị cật vấn hay không bị cật vấn, biết việc ấy không căn cứ. Tỳ-kheo này vì sự hận thù mà nói, Tăng-già-bà-thi-sa.

9. **[201b01]** Tỳ-kheo nào, vì hận thù không vui, dựa lấy chi tiết nhỏ, hay pháp tương tự chi tiết nhỏ trong phần sự khác, hủy báng tỳ-kheo không phải Ba-la-di bằng pháp Ba-la-di, vì muốn phá hoại tịnh hạnh của tỳ-kheo ấy. Tỳ-kheo này biết việc ấy dựa lấy chi tiết nhỏ trong phần sự khác để nói lời sai khác, Tăng-già-bà-thi-sa.

10. Tỳ-kheo nào, muốn phá hòa hợp Tăng, nỗ lực tiến hành, thọ trì các yếu tố phá hòa hiệp Tăng,[17] các tỳ-kheo nên can gián như vầy: 'Đại đức! Hãy cùng Tăng hòa hợp, chớ tiến hành các yếu tố

---

[15] 無難處、非妨處, vô nạn xứ, phi phương xứ. *Ngũ A:* 無難處 有行處, vô nạn xứ, hữu hành xứ.

[16] 有主為身欲作大房; *Ngũ A:* 有主為身作房. Phòng hay đại phòng, đây chỉ tinh xá, hay chùa. [Pāli] *mahallakaṃ vihāraṃ*, tinh xá lớn, tự viện lớn.

[17] 勤方便受持破僧緣事; tiến hành, thọ trì các yếu tố (duyên sự) phá hòa hiệp Tăng. *Ngũ A:* 為破和合僧勤方便. Đề-bà-đạt-đa đề xuất năm pháp để vận động phá hòa hiệp Tăng. *Tứ phần* quyển 18 T22n1428_p0687b08: có 18 vấn đề tranh luận Tránh sự: dẫn đến phá Tăng, pháp và phi pháp... cho đến thuyết và phi thuyết. *Thập tụng 37*, T23n1435_p0266b18: có 14 vấn đề dẫn đến phá Tăng: phi pháp nói là pháp; pháp nói là phi pháp; phi thiện nói là thiện; thiện nói là phi thiện; phạm nói là không phạm; không phạm nói là phạm; nhẹ nói là nặng; nặng nói là nhẹ; có tàn dư nói là không tàn dư; không tàn dư nói là có tàn dư; pháp thường hành nói là không phải thường hành; pháp không phải là thường hành nói là thường hành; không phải (Phật) thuyết nói là (Phật) thuyết; (Phật) thuyết nói là phi (Phật) thuyết.

phá hòa hiệp Tăng, nên cùng Tăng hòa hợp. Vì sao? Vì Tăng hòa hợp, hoan hỷ không tranh chấp, cùng một lòng, cùng học (một Thầy), hòa hợp như nước với sữa, sống an lạc.' Khi can gián như vậy hai, ba lần, bỏ thì tốt; nếu không bỏ, Tăng-già-bà-thi-sa.

11. Tỳ-kheo nào, có lời riêng biệt, nhưng cùng ý[18] (với tỳ-kheo phá Tăng); hoặc một, hoặc hai tỳ-kheo này nói với các tỳ-kheo khác rằng: 'Chớ can gián tỳ-kheo ấy. Vì sao? Vì tỳ-kheo ấy biết mà nói, chứ không phải không biết mà nói.' Các tỳ-kheo nên can gián như vầy: 'Đại đức! Hãy tán trợ hòa hợp Tăng, chớ tán trợ phá hòa hợp Tăng. Vì sao? Vì Tăng hòa hợp hoan hỷ không tranh chấp, cùng một lòng, cùng học (một Thầy), như nước hòa với sữa, sống an lạc.' Khi can gián như vậy hai, ba lần, bỏ thì tốt; nếu không bỏ, Tăng-già-bà-thi-sa.

12. Tỳ-kheo nào, sống tựa thành ấp, làng xóm, có hành vi xấu, làm hoen ố nhà người, mọi người đều thấy, đều nghe, đều biết. Các tỳ-kheo nên nói với tỳ-kheo này rằng: 'Đại đức! Thầy có hành vi xấu, làm hoen ố nhà người, mọi người đều thấy, đều nghe, đều biết. Thầy nên đi khỏi, không nên ở nơi đây nữa.' Tỳ-kheo này nói với các tỳ-kheo: 'Các Đại đức nói theo thiên vị, theo thù nghịch, theo sợ hãi, theo bất minh[19]. Vì có tỳ-kheo đồng tội như vậy mà có người bị đuổi, có người không bị đuổi.' Khi can gián như vậy[20] hai, ba lần, bỏ thì tốt; nếu không bỏ, Tăng-già-bà-thi-sa.[21]

---

[18] 有同意別異語. *Ngũ A*: 助破和合僧: tán trợ phá hòa hợp Tăng, *Thập tụng:* 親厚同意別異語, có lời riêng biệt, nhưng cùng ý thân hậu (với tỳ-kheo phá Tăng). *Pali* anuvattkā vā vaggavādakā... tùy hành và đồng bọn.

[19] *Ngũ A*: 隨愛、恚、癡、畏.

[20] Trước câu *'Khi can gián như vậy...'* thiếu một đoạn hồi đáp của các tỳ-kheo. Bản A: 諸比丘復語言：『汝莫作是語：「諸大德隨愛、恚、癡、畏。有如是等同罪比丘，有驅者、有不驅者。」汝行惡行、污他家。行惡行皆見聞知，污他家亦見聞知。汝捨是隨愛恚癡畏語。汝出去，不應此中住。』

[21] Ngũ A II điều 13.

1. Tỳ-kheo nào có tánh xấu, có lời nói khó cùng (xây dựng).[22] Dựa vào lời dạy trong giới được tụng, trong Kinh Phật, các tỳ-kheo như pháp như luật can gián tỳ-kheo ấy những vấn đề như trong Giới kinh.[23] Tỳ-kheo này lạnh lùng, không chấp nhận lời can gián, nói với các tỳ-kheo: 'Này Đại đức! Thầy đừng nói với tôi (điều gì) hoặc tốt hoặc xấu, tôi cũng không nói với thầy điều gì hoặc tốt hoặc xấu.' (Các tỳ-kheo lại nói:) 'Thầy hãy vì các tỳ-kheo mà nói như pháp như luật, tôi[24] cũng vì các tỳ-kheo mà nói như pháp như luật, khiến cho **[201c01]** chúng của Như Lai được tăng trưởng.' Khi can gián như vậy hai, ba lần, bỏ thì tốt; nếu không bỏ, Tăng-già-bà-thi-sa.[25]

Các Đại đức! Tôi đã thuyết xong mười ba pháp Tăng-già-bà-thi-sa. Chín giới đầu, lần đầu làm là phạm; bốn giới sau cho đến ba lần can gián. Nếu tỳ-kheo phạm bất kỳ một giới nào, cần phải bắt hành ba-lị-bà-sa tùy theo thời gian che dấu. Hành ba-lị-bà-sa xong, cho hành sáu đêm ma-na-đỏa, sau đó cho xuất tội. Đã hành như vậy rồi, nên xuất tội giữa Tăng gồm hai mươi vị. Nếu thiếu một vị, không đủ chúng hai mươi người, tỳ-kheo ấy không được xuất tội. Nếu đã làm như thế thì đáng bị khiển trách. Như vậy là hợp thức. Nay hỏi các Đại đức trong đây có thanh tịnh không? *(Hỏi ba lần như vậy)*

Các Đại đức trong đây thanh tịnh, vì im lặng. Việc này tôi ghi nhận như vậy.

---

[22] 惡性難共語. *Tứ phần:* 惡性不受人語, tánh xấu không nghe lời người khác.

[23] Pali *uddesapariyāpannesu sikkhāpadesu*, (can gián) trong các học xứ liên hệ (trong Giới kinh) thường được tụng đọc..."

[24] Để bản: 我亦為諸比丘說. Bản A: 諸比丘亦當為汝說如法: các tỳ-kheo cũng sẽ vì thầy mà nói như pháp.

[25] Ngũ A II điều 12.

CHƯƠNG BA:
HAI BẤT ĐỊNH

Các Đại đức! Đây là hai pháp Bất định trong Giới kinh, mỗi nửa tháng thuyết một lần.

1. Tỳ-kheo nào, cùng một người nữ, ngồi bên trong chỗ vắng, chỗ khuất, chỗ có thể hành dâm. Tùy theo vị ưu-bà-di khả tín thấy, nói tỳ-kheo này phạm một pháp trong ba pháp, hoặc Ba-la-di, hoặc Tăng-già-bà-thi-sa, hoặc Ba-dật-đề. Tùy theo lời người ưu-bà-di đã nói mà như pháp xử trị.

2. Tỳ-kheo nào, cùng một người nữ, ngồi chỗ không vắng, không khuất, chỗ không thể hành dâm. Có vị ưu-bà-di khả tín thấy, nói tỳ-kheo này phạm một pháp trong hai pháp, hoặc Tăng-già-bà-thi-sa, hoặc Ba-dật-đề. Tùy theo lời người ưu-bà-di đã nói mà như pháp xử trị.

Các Đại đức! Tôi đã thuyết xong hai pháp Bất định. Nay hỏi các Đại đức trong đây có thanh tịnh không? *(Hỏi ba lần như vậy)*

Các Đại đức trong đây thanh tịnh, vì im lặng. Việc này tôi ghi nhận như vậy.

CHƯƠNG BỐN:
NI-TÁT-KỲ BA-DẬT-ĐỀ

Các Đại đức! Đây là ba mươi pháp Ni-tát-kỳ ba-dật-đề[26] trong Giới kinh, mỗi nửa tháng thuyết một lần.

1. Tỳ-kheo nào, ba y đã đầy đủ, y Ca-thi-na đã xả, được chứa y dư cho đến mười ngày, nếu quá, Ni-tát-kỳ ba-dật-đề.[27]

2. Tỳ-kheo nào, ba y đã đầy đủ, y Ca-thi-na đã xả, trong ba y, nếu lìa mỗi một y, ngủ nơi khác, Ni-tát-kỳ ba-dật-đề.

3. **[202a01]** Tỳ-kheo nào, ba y đã đầy đủ, y Ca-thi-na đã xả, được vải (y) phi thời, được chứa cho đến một tháng, nếu quá, Ni-tát-kỳ ba-dật-đề.

4. Tỳ-kheo nào, nhận y từ tỳ-kheo-ni không phải thân quyến, trừ đổi chác, Ni-tát-kỳ ba-dật-đề.

5. Tỳ-kheo nào, sai tỳ-kheo-ni không phải thân quyến giặt y cũ, Ni-tát-kỳ ba-dật-đề.

6. Tỳ-kheo nào, xin y từ cư sĩ không phải thân quyến, trừ phi có nhân duyên, Ni-tát-kỳ ba-dật-đề.

7. Tỳ-kheo nào, y bị cướp, y bị mất, y bị trôi, mà xin y từ cư sĩ hay vợ cư sĩ không phải thân quyến, chỉ nên nhận y trên y dưới,[28] nếu nhận quá, Ni-tát-kỳ ba-dật-đề.

8. Tỳ-kheo nào, có cư sĩ hay vợ cư sĩ không phải thân quyến để dành tiền sắm y, nghĩ rằng: 'Nên dùng số tiền như vậy sắm y

---

[26] Viết tắt: Ngũ B IV, Ngũ A IV.

[27] Ngũ B = Ngũ phần A IV 1-10.

[28] Bản A: tối đa hai y.

như vậy cho tỳ-kheo có tên như vậy.' Tỳ-kheo này, trước đó không được yêu cầu tùy ý, vì muốn tốt đẹp, bèn đến chỗ cư sĩ, vợ cư sĩ, nói: 'Vì tôi dùng số tiền sắm y như vậy', nếu được y, Ni-tát-kỳ ba-dật-đề.

9. Tỳ-kheo nào, có cư sĩ hay vợ cư sĩ không phải thân quyến để dành tiền sắm y, nghĩ rằng: 'Nên dùng số tiền như vậy sắm y như vậy[29] cho tỳ-kheo có tên như vậy.' Tỳ-kheo này, trước đó không được yêu cầu tùy ý, vì muốn y tốt đẹp, bèn đến nhà cư sĩ, vợ cư sĩ nói: 'Vì tôi dùng số tiền sắm y như vậy, gom lại sắm cho tôi một y thật tốt đẹp', nếu được y này, Ni-tát-kỳ ba-dật-đề.

10. Tỳ-kheo nào, có vua hay đại thần, bà-la-môn, cư sĩ, sai sứ đến chỗ tỳ-kheo, nói: 'Đại đức biết không! Đây là tiền sắm y do vua, đại thần, bà-la-môn, cư sĩ ấy đưa, xin Đại đức nhận cho.' Tỳ-kheo nói: 'Theo pháp tỳ-kheo, tôi không được nhận tiền sắm y như vậy.' Sứ hỏi tỳ-kheo: 'Ngài có người chấp tịnh[30] hay không?' Tỳ-kheo nói: 'Chỗ này.' Người sứ liền đến chỗ người chấp tịnh nói: 'Tiền sắm y này đưa cho tỳ-kheo tên...' Sau đó, tỳ-kheo này cần y, đến chỗ người chấp tịnh nói: 'Tôi cần y! Tôi cần y!' Như vậy sáu lần đến đứng im lặng.[31] Nhận được thì tốt, nếu đòi quá giới hạn đó, Ni-tát-kỳ ba-dật-đề. **[202b01]** Nếu không được tiền sắm y này, nên đến chỗ đưa tiền sắm y, tự mình hoặc sai người nói.[32] Sự việc này, đúng pháp phải như vậy.[33]

11. Tỳ-kheo nào, làm phu cụ mới bằng kiều-xa-da, Ni-tát-kỳ ba-dật-đề.[34]

---

[29] Bản A: Mỗi người chúng ta nên dùng số tiền như vậy sắm y như vậy.

[30] Để bản: 執淨人 chấp tịnh nhân. *Ngũ A:* 執事人 chấp sự nhân.

[31] Ngũ A: 'Tôi cần y! Tôi cần y!' Nếu được thì tốt, nếu không được thì bốn lần, năm lần, sáu lần đến trước người chấp sự đứng im lặng.

[32] Ngũ A: Nếu không được y, thì tự mình, hoặc sai người mang tin đến chỗ người sứ, nói: 'Ông đã vì tỳ-kheo có tên... sai người mang tiền sắm y đến, cuối cùng tỳ-kheo này không nhận được y, ông nên đến lấy lại, đừng để mất'.

[33] 是事法應爾: thị sự pháp ưng nhĩ.

[34] 憍賒耶, *kiêu-xa-da.* Ngũ A nt. IV 21.

12. Tỳ-kheo nào, làm phu cụ mới bằng lông dê toàn đen, Ni-tát-kỳ ba-dật-đề.

13. Tỳ-kheo nào, làm phu cụ mới, nên dùng hai phần màu đen, ba phần màu trắng, bốn phần màu khác. Nếu không như vậy, Ni-tát-kỳ ba-dật-đề.[35]

14. Tỳ-kheo nào, làm phu cụ mới, phải trì đủ sáu năm. Nếu dưới sáu năm, không xả phu cụ cũ, lại sắm cái mới, trừ Tăng yết-ma, Ni-tát-kỳ ba-dật-đề.[36]

15. Tỳ-kheo nào, sắm phu cụ[37] mới, nên dùng miếng phu cụ cũ may lên bốn góc, mỗi góc cỡ một gang tay Phật[38] làm cho hoại sắc. Nếu không làm vậy, Ni-tát-kỳ ba-dật-đề.

16. Tỳ-kheo nào, trên đường đi, giữa đường được lông dê, quảy[39] đi quá ba do-tuần, Ni-tát-kỳ ba-dật-đề.[40]

17. Tỳ-kheo nào, sai tỳ-kheo-ni không phải thân quyến giặt lông dê, hoặc nhuộm, hoặc chải, Ni-tát-kỳ ba-dật-đề.[41]

18. Tỳ-kheo nào, tự mình cầm nắm vàng bạc, hoặc sai người cầm nắm,[42] Ni-tát-kỳ ba-dật-đề.

---

[35] Ngũ A IV 23.

[36] Ngũ A. IV 24.

[37] 敷具 phu cụ. Ngũ A: 尼師壇: tọa cụ.

[38] 佛一搩手. Ngũ A: 修伽陀: Thiện Thệ.

[39] 擔, đảm: quảy trên vai. Tứ phần, Ntk. 16, duyên khởi: "Bạt-nan-đà Thích tử, trên đường đi nhận được nhiều lông dê, cột trên đầu cây trượng quảy đi."

[40] Ngũ A. Ntk. 26: "Tỳ-kheo nào, được lông dê, cần mang đến chỗ làm; nếu tự mình mang cho đến ba do-tuần. Nếu quá, Ntk."

[41] nt. IV 27.

[42] Tứ phần: 置地受, để xuống đất mà nhận. Tăng kỳ (tr. 311b): tự tay cầm nắm, hoặc sai người nắm giữ, (với tâm) tham trước. Thập tụng (tr. 51b): tự tay nhận lấy, hay sai người nhận lấy. Căn bản (tr. 740c5): tự tay cầm nắm hay sai người khác cầm nắm. [Pāli] uggaṇheyya vā uggaṇhāpeyya vā upanikkhittaṃ vā sādeyya, tự mình nhận, bảo người nhận, hay nhận để gởi (ký thác).

19. Tỳ-kheo nào, sử dụng vàng dưới mọi hình thức,[43] Ni-tát-kỳ ba-dật-đề.[44]

20. Tỳ-kheo nào, mua bán trao đổi dưới mọi hình thức, Ni-tát-kỳ ba-dật-đề.[45]

21. Tỳ-kheo nào, chứa bát dư cho đến mười ngày; nếu quá, Ni-tát-kỳ ba-dật-đề.[46]

22. Tỳ-kheo nào, bát cũ được xử lí chưa đủ năm chỗ trám, vì muốn đẹp lại dùng bát mới, Ni-tát-kỳ ba-dật-đề.[47]

23. Tỳ-kheo nào, sai thợ dệt không phải bà con dệt, Ni-tát-kỳ ba-dật-đề.

24. Tỳ-kheo nào, có cư sĩ, vợ cư sĩ không phải bà con khiến thợ dệt dệt y cho tỳ-kheo. Trước đó, tỳ-kheo này không được yêu cầu tùy ý, vì muốn y tốt đẹp, đến chỗ thợ dệt bảo: 'Vì tôi hãy dệt cho thật tốt, sít sao, rộng rãi và dầy, tôi sẽ trả thêm tiền cho ông.' Tự nói hay sai người khác nói, **[202c01]** sau đó nhận được y này, Ni-tát-kỳ ba-dật-đề.[48]

25. Tỳ-kheo nào, vật trước đó đã cho người khác, sau vì sân hận, thù hiềm đoạt lấy trở lại, Ni-tát-kỳ ba-dật-đề.[49]

26. Tỳ-kheo nào, ba tháng hạ đã qua, có nhuận, tháng tám chưa mãn,[50] gởi y nơi nhà bạch y, cho đến sáu đêm, nên đến chỗ gởi y,

---

[43] Ngũ A: 金銀及錢種種賣買 "mua bán các loại vàng, bạc và tiền." *Tứ phần* Ntk. 19: "Kinh doanh tiền tài bảo vật, dưới mọi hình thức."

[44] nt. IV 29.

[45] nt. IV 28.

[46] nt. IV 20.

[47] nt. IV 19.

[48] nt. IV. 12.

[49] nt. IV. 13.

[50] 夏三月過有閏未滿八月. Ngũ A IV. 16: 未滿八月. Tháng tám, tính theo nông lịch, tháng tám ta, sau ngày tự tứ một tháng, tức tháng ca-đề (*kārtika*) theo lịch pháp Ấn độ, trong khoảng tháng mười và mười một theo dương lịch phương Tây. *Tứ phần* 29: "Một tháng ca-đề sau

nếu đến bình minh ngày thứ bảy, Ni-tát-kỳ ba-dật-đề.

27. Tỳ-kheo nào, còn mười ngày nữa là mãn hạ, có y cấp thí, tỳ-kheo này, nếu cần y thì tự mình nhận, nên cất chứa cho đến thời của y, nếu quá, Ni-tát-kỳ ba-dật-đề.[51]

28. Tỳ-kheo nào, mùa xuân còn một tháng, nên tìm y tắm mưa, cất nửa tháng. Nếu quá, Ni-tát-kỳ ba-dật-đề.[52]

29. Tỳ-kheo nào, biết phẩm vật cúng cho Tăng, tự xoay về cho riêng mình, Ni-tát-kỳ ba-dật-đề.[53]

30. Tỳ-kheo nào, đức Phật cho phép tỳ-kheo bệnh uống bốn thứ thuốc hàm tiêu[54] như: bơ, dầu, mật và đường thẻ, cho đến bảy ngày, nếu quá, Ni-tát-kỳ ba-dật-đề.

Các Đại đức! Tôi đã thuyết xong ba mươi pháp Ni-tát-kỳ ba-dật-đề. Nay hỏi các Đại đức trong đây có thanh tịnh không? *(Hỏi ba lần như vậy)*

Các Đại đức trong đây thanh tịnh, vì im lặng. Việc này tôi ghi nhận như vậy.

---

cũng đã đầy."
[51] nt. IV. 18.
[52] nt. Ntk. 17.
[53] nt. IV. 14.
[54] 含消藥 *hàm tiêu dược*: thức ăn hay thuốc ngậm để cho tiêu.

CHƯƠNG NĂM: BA-DẠ-ĐỀ

Các Đại đức! Đây là chín mươi[55] pháp Ba-dật-đề trong Giới kinh, mỗi nửa tháng thuyết một lần.

1. Tỳ-kheo nào, cố ý nói dối, Ba-dạ-đề.[56]

2. Tỳ-kheo nào, có lời hủy báng[57] tỳ-kheo khác, Ba-dạ-đề.

3. Tỳ-kheo nào, loạn đấu tỳ-kheo khác,[58] Ba-dạ-đề.

4. Tỳ-kheo nào, biết sự việc Tăng xử đoán như pháp rồi, phát khởi trở lại, Ba-dạ-đề.[59]

5. Tỳ-kheo nào, nói pháp cho người nữ quá năm, sáu lời, Ba-dạ-đề, trừ có mặt người nam có trí.[60]

6. Tỳ-kheo nào, dạy câu kệ xiển-đà[61] cho người chưa thọ Cụ túc, Ba-dạ-đề.

---

[55] Ngũ A, 91 điều.

[56] Ngũ B, Ngũ A, Pāli: Ba-dạ-đề từ V 1 – V 3, tương đồng.

[57] 毀呰: chê bai, phỉ báng. *Pāli* omasavāda, mạ lị.

[58] 鬭亂他比丘. Ngũ A: 兩舌鬭亂比丘. Pāli: *bhikkhupesuññe*, nói xấu (xuyên tạc) tỳ-kheo sau lưng (khiến tỳ-kheo hiềm khích nhau).

[59] Ngũ A V 5, *Tứ phần* V 4, *Thập tụng* V 4.

[60] Ngũ A V 4: 除有別知善惡語男子, trừ có người nam biết phân biệt lời thiện ác. *Tứ phần* V 9, *Thập tụng* V 5: 除有知(智)男子, trừ có mặt người nam có trí. Pāli V 7: *aññatra viññunā purisaviggahena*.

[61] Ngũ A V 6: 教未受具戒人經並誦, dạy người chưa thọ Cụ túc giới tụng kinh, cùng tụng. *Thập tụng* V 6: 闡陀偈句教未受具戒人, dạy *câu kệ xiển-đà* (?) cho người chưa thọ Cụ túc. Pāli V 4: *anupasaṃpannaṃ pudgalaṃ padaśo dharmmavāceya*, dạy người chưa thọ Cụ túc tụng đọc Pháp từng câu một.

7. **[203a01]** Tỳ-kheo nào, trong tâm thực sự có pháp siêu việt con người[62], đem nói với người chưa thọ Cụ túc giới, Ba-dạ-đề.

8. Tỳ-kheo nào, biết tỳ-kheo khác phạm tội Tăng tàn,[63] đem nói với người chưa thọ Cụ túc giới, Ba-dạ-đề.[64]

9. Tỳ-kheo nào, trước cùng Tăng hòa hợp, sau lại nói như vầy: 'Các tỳ-kheo xoay vật của Tăng cho người thân hữu', Ba-dạ-đề.[65]

10. Tỳ-kheo nào, khi Tăng thuyết giới nói như vầy: 'Mỗi nửa tháng tụng đọc những giới linh tinh[66] ấy làm gì, khiến cho tỳ-kheo khác lo rầu không vui, sanh tâm phản giới.' Khinh chê giới như vậy, Ba-dạ-đề.

11. Tỳ-kheo nào, phá hoại mầm sống thực vật,[67] Ba-dạ-đề.

12. Tỳ-kheo nào, chê bai và mắng chửi,[68] Ba-dạ-đề.

13. Tỳ-kheo nào, gây rối tỳ-kheo khác bằng việc này việc kia,[69] Ba-dạ-đề.

14. Tỳ-kheo nào, nơi đất trống, trải ngọa cụ, cho đến sáng, không tự mình cất, không bảo người cất,[70] Ba-dạ-đề.

15. Tỳ-kheo nào, trải ngọa cụ trong phòng, khi ra ngoài giới (không

---

[62] 過人法. *Pāli* V 8: *uttarimanussa dhammaṃ*, pháp của bậc thượng nhân. *Ngũ* A V 8: 自說得過人法, tự nói đắc pháp siêu việt con người.

[63] 僧殘罪, *Ngũ* A V 9: 麤罪, *thô tội.*

[64] *Tứ phần* V 7; *Thập tụng* V 8; *Pāli* V 9.

[65] *Ngũ* A V 80.

[66] 雜碎戒.

[67] *Ngũ* A V 11: 鬼村; *Tứ phần* V 11: 鬼神村; *Thập tụng* V 11: 眾草木; *Pāli* V 11: *bhūtagāma.*

[68] *Ngũ* A V 13: 誣說僧所差人, nói xấu người được Tăng sai. *Thập tụng* V 12, *Tứ phần* V 12: 嫌罵者.

[69] 用異事惱他比丘; *Ngũ* A V 12: 不隨問答, cố ý không trả lời theo câu hỏi; *Tứ Phần* V 12 妄作異語惱他, dối trá nói quanh gây rối người khác; *Pāli* V 12: *aññavādake, vihesake.*

[70] *Ngũ* A V 14: nơi đất trống, tự trải ngọa cụ của Tăng. *Tứ phần* V 1: tự mình trải hoặc khiến người trải giường dây, giường gỗ, ngọa cụ, đệm ngồi của Tăng nơi đất trống...

dọn cất), Ba-dạ-đề.[71]

16. Tỳ-kheo nào, trong phòng, sân hận, không vui, lôi (tỳ-kheo khác) ra khỏi phòng, Ba-dạ-đề.

17. Tỳ-kheo nào, ở trong phòng, biết tỳ-kheo khác trước đã trải ngọa cụ, đến sau ngang ngược trải, Ba-dạ-đề.

18. Tỳ-kheo nào, trên tầng gác, ngồi hay nằm mạnh xuống giường có chân nhọn,[72] Ba-dạ-đề.

19. Tỳ-kheo nào, lợp mái thất một lớp, hai lớp, lớp thứ ba đúng qui định, nếu quá quy định này, Ba-dạ-đề.

20. Tỳ-kheo nào, biết nước có trùng, dùng tưới lên cỏ, đất, Ba-dạ-đề.

21. Tỳ-kheo nào, Tăng không sai giáo giới tỳ-kheo-ni mà giáo giới, Ba-dạ-đề.

22. Tỳ-kheo nào, tuy Tăng sai, nhưng giáo giới tỳ-kheo-ni cho đến mặt trời lặn, Ba-dạ-đề.

23. Tỳ-kheo nào, nói với tỳ-kheo khác: 'Tỳ-kheo ấy vì tài vật nên giáo giới tỳ-kheo-ni,' Ba-dạ-đề.[73]

24. Tỳ-kheo nào, đi chung đường với tỳ-kheo-ni, cho đến một tụ lạc, Ba-dạ-đề.

25. [203b02] Tỳ-kheo nào, cùng đi một thuyền với tỳ-kheo-ni, trừ nhân duyên, Ba-dạ-đề.

26. Tỳ-kheo nào, một mình ngồi chỗ khuất vắng với tỳ-kheo-ni, Ba-dạ-đề.[74]

27. Tỳ-kheo nào, đem y cho tỳ-kheo-ni không phải bà con, Ba-dạ-đề.

28. Tỳ-kheo nào, may y cho tỳ-kheo-ni không phải bà con, Ba-dạ-đề.

---

[71] Ngũ A V 15: trong phòng Tăng, tự trải ngọa cụ của Tăng... Khi đi không tự cất, không bảo người cất, không dặn người cất, Ba-dật-đề.

[72] 尖脚床. Ngũ A V 18: 尖脚繩床木床. *Tứ phần* V 18: 脫脚繩床..., giường dây... có chân rời.

[73] Ngũ A V 24, *Tứ phần* V 23, *Thập tụng* V 23, *Pāli* V 24.

[74] Ngũ A V 25, *Thập tụng* V 28, *Tứ phần* V 26; *Pāli* V 30.

29. Tỳ-kheo nào, một mình ngồi chỗ trống với người nữ, Ba-dạ-đề.

30. Tỳ-kheo nào, biết thức ăn có được do nhân duyên tỳ-kheo-ni khen ngợi, mà ăn, Ba-dạ-đề.

31. Tỳ-kheo nào, ăn nhiều lần, Ba-dạ-đề.

32. Tỳ-kheo nào, có (thức ăn) từ phước đức xá,[75] ăn quá một bữa, Ba-dạ-đề.

33. Tỳ-kheo nào, đến nhà bạch y, được mời tùy ý nhận bánh, lương khô,[76] được phép nhận một bát, nếu quá, Ba-dạ-đề.

34. Tỳ-kheo nào, không thọ pháp tàn thực[77], mà ăn thêm, Ba-dạ-đề.

35. Tỳ-kheo nào, biết tỳ-kheo kia đã ăn rồi, không làm pháp tàn thực, muốn gây phiền vị ấy nên nài nỉ khiến ăn, Ba-dạ-đề.

36. Tỳ-kheo nào, ăn biệt chúng,[78] Ba-dạ-đề, trừ nhân duyên.

37. Tỳ-kheo nào, ăn phi thời, Ba-dạ-đề.

38. Tỳ-kheo nào, lấy thức ăn cách đêm ăn, Ba-dạ-đề.

39. Tỳ-kheo nào, chưa được mời ăn, mà để thức ăn vào trong miệng, trừ nước và tăm xỉa răng, Ba-dạ-đề.

40. Tỳ-kheo nào, không bệnh, vì mình xin sữa, sữa đông, phó mát, cá, thịt khô, Ba-dạ-đề.

41. Tỳ-kheo nào, biết nước có trùng, lấy sử dụng, Ba-dạ-đề.

42. Tỳ-kheo nào, trong nhà đang ăn,[79] ngồi lên chỗ nằm, Ba-dạ-đề.

---

[75] 有餘福德處. Ngũ A V 33: 施一食處. *Ngũ phần* V 31, *Thập tụng* V 32: 施一食處. Pāli V 31: *eka āvasathapiṇḍa.*

[76] 餅、麨. [Pāli] *pūva mantha.*

[77] 不受殘食法. Ngũ A V 35: 食竟不作殘食法: ăn rồi, không làm pháp tàn thực.

[78] Ngũ A V 32: 別請眾食. *Tứ phần* V 33, *Thập tụng* V 36: 別眾食. Pāli V 323: *baṇabhojana*, ăn thành nhóm.

[79] 食家. *Tứ phần* V 43: 食家中有寶 強安坐. *Thập tụng* V 42: 食家中臥處坐. Pāli V 43: *sabhojane kule.*

43. Tỳ-kheo nào, trong nhà đang ăn, cùng ngồi với người nữ, Ba-dạ-đề.

44. Tỳ-kheo nào, lõa thể ngoại đạo xin, tự tay cho thức ăn, Ba-dạ-đề.

45. Tỳ-kheo nào, đến xem quân trận hành quân, Ba-dạ-đề.

46. Tỳ-kheo nào, đến trong quân trận quá hai đêm, Ba-dạ-đề.

47. [203c01] Tỳ-kheo nào, đến xem khí tài của quân trận, Ba-dạ-đề.

48. Tỳ-kheo nào, nóng giận, đưa tay nhá đánh Tỳ-kheo khác, Ba-dạ-đề.

49. Tỳ-kheo nào, nóng giận, đưa tay đánh tỳ-kheo khác, Ba-dạ-đề.

50. Tỳ-kheo nào, biết tỳ-kheo khác phạm Ba-la-di, cho đến một đêm che giấu, Ba-dạ-đề.

51. Tỳ-kheo nào, nói với tỳ-kheo khác: 'Lại đây, tôi sẽ dẫn thầy đi đến gia đình khác, sẽ khiến thầy được thức ăn ngon.' Nếu đã bước vào cửa hoặc chưa bước vào cửa, đuổi tỳ-kheo ấy đi về, Ba-dạ-đề.

52. Tỳ-kheo nào, Tăng đoán sự, như pháp dữ dục, sau lại hối hận, Ba-dạ-đề.

53. Tỳ-kheo nào, cùng người chưa thọ Cụ túc giới ngủ chung một chỗ, quá hai đêm, Ba-dạ-đề.

54. Tỳ-kheo nào, đốt lửa nơi đất trống, Ba-dạ-đề, trừ lúc bệnh.

55. Tỳ-kheo nào, nói với tỳ-kheo khác rằng: 'Tôi biết nghĩa lý Phật pháp như vầy, hành dâm dục không có chướng đạo.' Các tỳ-kheo bạch tứ yết-ma can gián ba lần, không bỏ, Ba-dạ-đề[80].

56. Tỳ-kheo nào, tỳ-kheo khác bị pháp diệt tẫn, nếu nuôi dưỡng, cùng làm việc, Ba-dạ-đề[81].

57. Tỳ-kheo nào, sa-di bị pháp diệt tẫn, mà nuôi dưỡng, cùng làm việc, Ba-dạ-đề[82].

58. Tỳ-kheo nào, tự mình cầm nắm hay sai người cầm nắm vật báu

---

[80] Ngũ A V 48.

[81] Ngũ A V 49.

[82] Ngũ A V 50.

hoặc tương tợ vật báu, Ba-dạ-đề[83].

59. Tỳ-kheo nào, khoát y mới mà không làm hoại sắc,[84] Ba-dạ-đề.

60. Tỳ-kheo nào, trong khoảng dưới nửa tháng mà tắm, trừ nhân duyên, Ba-dạ-đề[85].

61. Tỳ-kheo nào, cố ý đoạt mạng súc sanh, Ba-dạ-đề.

62. Tỳ-kheo nào, não loạn tỳ-kheo khác, Ba-dạ-đề.

63. Tỳ-kheo nào, dùng ngón tay thọc lét nhau, Ba-dạ-đề.

64. Tỳ-kheo nào, dùng tay vui đùa trong nước, Ba-dạ-đề.[86]

65. Tỳ-kheo nào, ngủ chung phòng[87] cùng người nữ, Ba-dạ-đề.

66. Tỳ-kheo nào, dọa nhát tỳ-kheo khác, Ba-dạ-đề.[88]

67. Tỳ-kheo nào, giấu y, bát của tỳ-kheo khác khiến họ sầu não, Ba-dạ-đề.[89]

68. **[204a01]** Tỳ-kheo nào, trước y đã cho năm chúng, sau lấy lại để dùng, Ba-dạ-đề.

69. Tỳ-kheo nào, vu khống tỳ-kheo khác bằng tội Tăng tàn, Ba-dạ-đề.[90]

70. Tỳ-kheo nào, đi chung đường với người nữ, cho đến một tụ lạc, Ba-dạ-đề.

71. Tỳ-kheo nào, đi chung đường với giặc, cho đến một tụ lạc, Ba-dạ-đề.

---

[83] Ngũ A V 69.

[84] 著不壞色新衣. Ngũ A V 77: 新得衣應三種色作幟, được y mới, nên dùng ba loại màu để làm dấu. Pāli V 58: *dubbaṇṇakaraṇaṃ ādātabbaṃ*, làm cho hoại sắc.

[85] Ngũ A V 70.

[86] *Thập tụng* V 64: 水中戲. Ngũ A V 55.

[87] 同房舍宿. *Thập tụng* V 65: 一房舍宿. Pāli V 6: *sahaseyyaṃ kappeyya*.

[88] Ngũ A V 73.

[89] Ngũ A V 78.

[90] Ngũ A V 75.

72. Tỳ-kheo nào, trao giới Cụ túc cho người chưa đủ hai mươi, Ba-dạ-đề.

73. Tỳ-kheo nào, tự tay đào đất hoặc sai người đào, Ba-dạ-đề.

74. Tỳ-kheo nào, tại phước đức xá, thỉnh Tăng bốn tháng[91] thí tất cả thuốc, nếu nhận quá, Ba-dạ-đề.

75. Tỳ-kheo nào, lúc thuyết bốn pháp Ba-la-di, nói: 'Tôi chưa thọ trì pháp này, sẽ hỏi các vị trì luật, a-tỳ-đàm khác, Ba-dạ-đề.[92]

76. Tỳ-kheo nào, tranh cãi với tỳ-kheo khác xong, rình nghe lén, Ba-dạ-đề.

77. Tỳ-kheo nào, Tăng đang đoán sự, im lặng đứng dậy đi, không báo với thiện tỳ-kheo, Ba-dạ-đề.

78. Tỳ-kheo nào, không cung kính bậc Thượng tọa, Ba-dạ-đề.

79. Tỳ-kheo nào, uống rượu, vừa nuốt qua họng, Ba-dạ-đề.

80. Tỳ-kheo nào, quá ngọ vào xóm làng, Ba-dạ-đề, trừ nhân duyên.

81. Tỳ-kheo nào, biết Tăng sự vì nhà này, nếu trước ngọ, sau ngọ, đến nhà khác, Ba-dạ-đề.[93]

82. Tỳ-kheo nào, vua Sát-đế-lợi, đêm chưa sáng, báu vật chưa được thu cất;[94] nếu bước qua khỏi cửa hoặc dõi cửa, Ba-dạ-đề, trừ nhân duyên.

83. Tỳ-kheo nào, lúc thuyết bốn pháp Ba-la-di, nói: 'Giờ tôi mới biết

---

[91] Ngũ A V 62: 受四月自恣請藥, thọ thuốc bốn tháng tùy ý thỉnh. Pāḷi V 47: *catumāsappaccayapavāraṇā*.

[92] Ngũ A V 63. *Tứ phần* V 71. *Thập tụng* V 75.

[93] Ngũ A V 82: Tỳ-kheo nào, nhận lời mời của người, trước bữa ăn, sau bữa ăn, đi đến nhà khác mà không bạch với tỳ-kheo khác ở gần, trừ nhân duyên, Ba-dật-đề.

[94] Ngũ A V 65, *Thập tụng* V: 刹帝利王夜未曉未藏寶, Vua Sát-đế-lị, đêm chưa sáng, báu vật chưa thu cất. *Tứ phần* V: 刹利水澆頭王種，王未出，未藏寶, Vua quán đỉnh dòng sát-lị chưa xuất, bảo vật chưa thu cất. Pāḷi V 83: *khattiyassa muddhābhisittassa anikkhantarājake aniggataratanake pubbe appaṭisaṃvidito*.

pháp này, nửa tháng Bố-tát, nói ra từ trong giới kinh.' Các tỳ-kheo biết tỳ-kheo này đã hai, ba lần có ngồi nghe khi thuyết giới. Nếu không tôn trọng giới, không lắng tai nghe, Ba-dạ-đề.

84. Tỳ-kheo nào, dùng xương, răng, sừng làm ống đựng kim, Ba-dạ-đề.

85. Tỳ-kheo nào, làm chân giường cao quá tám ngón tay Phật, Ba-dạ-đề.

86. Tỳ-kheo nào, làm phu cụ bằng hoa, thảo mộc, Ba-dạ-đề.

87. Tỳ-kheo nào, làm áo tắm mưa quá lượng, Ba-dạ-đề.

88. Tỳ-kheo nào, may y che thân[95] quá lượng, Ba-dạ-đề.

89. Tỳ-kheo nào, làm ni-sư-đàn, dài hai gang tay, **[204b01]** rộng một gang rưỡi tay của Phật, rồi thêm mỗi bề một gang tay. Nếu làm quá, Ba-dạ-đề.

90. Tỳ-kheo nào, may y bằng lượng y của Phật, Ba-dạ-đề.

Các Đại đức! Tôi đã thuyết xong chín mươi pháp Ba-dạ-đề. Nay hỏi các Đại đức trong đây có thanh tịnh không? *(Hỏi ba lần như vậy)*

Các Đại đức trong đây thanh tịnh, vì im lặng. Việc này tôi ghi nhận như vậy.

---

[95] 欲作覆身衣. Ngũ A: 作覆瘡衣: làm y che ghẻ.

CHƯƠNG SÁU: PHÁP BA-LA-ĐỀ ĐỀ-XÁ-NI

Các Đại đức! Đây là bốn pháp Ba-la-đề đề-xá-ni trong Giới kinh, mỗi nửa tháng thuyết một lần.

1. Tỳ-kheo nào, không bệnh, vào trong thôn xóm,[96] tự tay nhận lấy thức ăn từ tỳ-kheo-ni không phải thân quyến, Ba-la-đề đề-xá-ni.

2. Tỳ-kheo nào, nhận thức ăn do tỳ-kheo-ni khuyến hóa để ăn, Ba-la-đề đề-xá-ni.

3. Tỳ-kheo nào, có các học gia, trước không được họ thỉnh, sau lại đến tự tay nhận thức ăn, Ba-la-đề đề-xá-ni.

4. Tỳ-kheo nào, Tăng chưa trao yết-ma, tự tay nhận thức ăn người ở ngoài Tăng phường, Ba-la-đề đề-xá-ni.[97]

Các Đại đức! Tôi đã thuyết xong bốn pháp Ba-la-đề đề-xá-ni. Nay hỏi các Đại đức trong đây có thanh tịnh không? *(Hỏi ba lần như vậy)*

Các Đại đức trong đây thanh tịnh, vì im lặng. Việc này tôi ghi nhận như vậy.

---

[96] 入聚落. Ngũ A VI: 街巷中 (?) (nhai hạng trung – ngõ hẻm trong phố hay làng). *Tứ phần* VI: 入村中, vào trong thôn xóm. *Thập tụng* VI: 白衣家內, trong nhà bạch y. Pāli VI: *antagharaṃ paviṭṭhāya*, vào nhà trong, bên trong nhà.

[97] 是人僧房外自手取食. Khác với Ngũ A và *Thập tụng*. Ngũ A: 在僧坊內自手受食、不出外受: Tự tay nhận thức ăn ở trong Tăng phường, không ra ngoài nhận. *Thập tụng*: 不精舍外受飲食，精舍內受飲食: không nhận thức ăn ngoài tinh xá, mà nhận thức ăn trong tinh xá.

CHƯƠNG BẢY: PHÁP CHÚNG HỌC

Các Đại đức! Đây là pháp Chúng học trong Giới kinh, mỗi nửa tháng thuyết một lần.

1. Mặc hạ y[98] không cao, cần phải học.

2. Mặc hạ y không thấp, cần phải học.

3. Mặc hạ y không so le, cần phải học.

4. Mặc hạ y không như lá cây đa-la, cần phải học.

5. Mặc hạ y không như vòi con voi, cần phải học.

6. Mặc hạ y không như viên nại, cần phải học.

7. Mặc hạ y không xếp nhỏ, cần phải học.

8. Mặc y không cao, cần phải học.

9. Mặc y không thấp, cần phải học.

10. Mặc y (trên) không so le, cần phải học.

11. [204c01] Khéo che thân khi vào nhà bạch y, cần phải học.

12. Khéo che thân khi ngồi trong nhà bạch y, cần phải học.

13. Không liếc nhìn khi vào nhà bạch y, cần phải học.

14. Không liếc nhìn khi ngồi trong nhà bạch y, cần phải học.

15. Trầm tĩnh[99] khi vào nhà bạch y, cần phải học.

16. Trầm tĩnh khi ngồi nhà bạch y, cần phải học.

17. Không hít ngửi khi vào nhà bạch y, cần phải học.

---

[98] 內衣. *Tứ phần:* 涅槃僧 niết-bàn-tăng, tức hạ y.
[99] 不好. *Thập tụng:* 善好. *Ngũ A:* 庠序. *Tứ phần:* 靜默.

18. Không hít ngửi khi ngồi nhà bạch y, cần phải học.

19. Không tự đại khi vào nhà bạch y, cần phải học.

20. Không tự đại khi ngồi nhà bạch y, cần phải học.

21. Nhỏ tiếng khi vào nhà bạch y, cần phải học.

22. Nhỏ tiếng khi ngồi nhà bạch y, cần phải học.

23. Không quỳ gối khi vào nhà bạch y, cần phải học.

24. Không quỳ gối khi ngồi nhà bạch y, cần phải học.

25. Không trùm đầu khi vào nhà bạch y, cần phải học.

26. Không trùm đầu khi ngồi nhà bạch y, cần phải học

27. Không quấn đầu khi vào nhà bạch y, cần phải học.

28. Không quấn đầu khi ngồi nhà bạch y, cần phải học.

29. Không chống nạnh khi vào nhà bạch y, cần phải học.

30. Không chống nạnh khi ngồi nhà bạch y, cần phải học.

31. Không để trống ngực khi vào nhà bạch y, cần phải học.

32. Không để trống ngực khi ngồi nhà bạch y, cần phải học.

33. Không để hở hông khi vào nhà bạch y, cần phải học.

34. Không để hở hông khi ngồi nhà bạch y, cần phải học.

35. Không lật ngược y khi vào nhà bạch y, cần phải học.

36. Không lật ngược y khi ngồi nhà bạch y, cần phải học.

37. Không lật ngược y lên cả hai vai vào nhà bạch y, cần phải học.

38. Không lật ngược y lên cả hai vai ngồi nhà bạch y, cần phải học.

39. Không nhún nhảy tung y khi vào nhà bạch y, cần phải học.

40. **[205a01] Không nhún nhảy tung y khi ngồi nhà bạch y, cần phải học.**

41. Không vung cánh tay khi vào nhà bạch y, cần phải học.

42. Không vung cánh tay khi ngồi nhà bạch y, cần phải học.

43. Không nhún vai khi vào nhà bạch y, cần phải học.

44. Không nhún vai khi ngồi nhà bạch y, cần phải học.

45. Không lắc đầu khi vào nhà bạch y, cần phải học.

46. Không lắc đầu khi ngồi nhà bạch y, cần phải học.

47. Không lắc thân khi vào nhà bạch y, cần phải học.

48. Không lắc thân khi ngồi nhà bạch y, cần phải học.

49. Không dắt tay nhau khi vào nhà bạch y, cần phải học.

50. Không dắt tay nhau khi ngồi nhà bạch y, cần phải học.

51. Không đi cà thọt khi vào nhà bạch y, cần phải học.

52. Không đi cà thọt khi ngồi nhà bạch y, cần phải học.

53. Không lết chân khi vào nhà bạch y, cần phải học.

54. Không lết chân khi ngồi nhà bạch y, cần phải học.

55. Không dùng tay chống cằm khi vào nhà bạch y, cần phải học.

56. Không dùng tay chống cằm khi ngồi nhà bạch y, cần phải học.

57. Nhận canh nên chú tâm, cần phải học.

58. Nhận cơm nên chú tâm, cần phải học.

59. Ăn canh và cơm đồng đều, cần phải học.

60. Không được nhận thức ăn đầy bát, cần phải học.

61. Không moi thức ăn ở một bên, cần phải học.

62. Không lựa thức ăn ngon trong bát, cần phải học.

63. Không được vò cục cơm lớn để ăn, cần phải học.

64. Nên vò cơm vừa miệng để ăn, cần phải học.

65. Không được hả miệng chờ thức ăn, cần phải học

66. Không được ngậm thức ăn mà nói, cần phải học.

67. Không được cắn phân nửa cơm, cần phải học.

68. Không nên nhai thức ăn có tiếng, cần phải học.

69. Không được nuốt trọng thức ăn, cần phải học.

70. **[205b01]** Không được chưa nuốt thức ăn mà ăn thêm, cần phải học.

71. Không được liếm thức ăn đã nhổ ra, cần phải học.

72. Không được ngửi thức ăn khi ăn, cần phải học.

73. Không được liếm tay khi ăn, cần phải học.

74. Không được dùng ngón tay để vét thức ăn trong bát, cần phải học.

75. Không được bỏ thừa thức ăn, cần phải học.

76. Không được rảy tay khi ăn, cần phải học.

77. Không được tay bẩn cầm đồ đựng nước uống, cần phải học.

78. Tỷ-kheo không bệnh, không được vì mình xin cơm canh, cần phải học.

79. Không được dùng cơm phủ canh với hy vọng được thêm canh, cần phải học.

80. Không được sanh tâm đố kỵ xem trong bát vị ngồi gần, thức ăn nhiều hay ít, cần phải học.

81. Khi ăn nên chú tâm nhìn vào bình bát, cần phải học.

82. Khi ăn nên theo thứ lớp, cần phải học.

83. Không được đem nước rửa bát đổ trong nhà bạch y, trừ khi người chủ nói, cần phải học.

84. Không nên nói pháp cho người cỡi ngựa, trừ bệnh, cần phải học.

85. Người ở trước, tỳ-kheo ở sau, không nên vì họ nói pháp, trừ bệnh, cần phải học.

86. Người ở giữa đường, tỳ-kheo ở bên đường, không nên vì họ nói pháp, trừ bệnh, cần phải học.

87. Người ngồi chỗ cao, tỳ-kheo ở chỗ thấp, không nên vì họ nói pháp, trừ bệnh, cần phải học.

88. Người ngồi, tỳ-kheo đứng, không nên vì họ nói pháp, trừ bệnh,

cần phải học.

89. Người nằm, tỳ-kheo ngồi, không nên vì họ nói pháp, trừ bệnh, cần phải học.

90. Không nên nói pháp cho người trùm đầu, trừ bệnh, cần phải học.

91. Không nên nói pháp cho người quấn đầu, trừ bệnh, cần phải học.

92. Không nên nói pháp cho người chống nạnh, trừ bệnh, cần phải học.

93. Không nên nói pháp cho người để trống ngực, trừ bệnh, cần phải học.

94. Không nên nói pháp cho người để hở hông, trừ bệnh, cần phải học.

95. [205c01] Không nên nói pháp cho người y lật ngược, trừ bệnh, cần phải học.

96. Không nên nói pháp cho người y lật hai bên, trừ bệnh, cần phải học.

97. Không nên nói pháp cho người nhún nhảy tung y, trừ bệnh, cần phải học.

98. Người mang giày, không nên vì họ nói pháp, trừ bệnh, cần phải học.

99. Người mang dép da, không nên vì họ nói pháp, trừ bệnh, cần phải học.

100. Không nên nói pháp cho người cầm dù, trừ bệnh, cần phải học.

101. Không nên nói pháp cho người cầm gậy, trừ bệnh, cần phải học.

102. Không nên nói pháp cho người cầm đao dài năm thước, trừ bệnh, cần phải học.

103. Không nên nói pháp cho người cầm đao nhỏ, trừ bệnh, cần phải học.

104. Không nên nói pháp cho người cầm cung tên hay các loại binh khí, trừ bệnh, cần phải học.

105. Không được đại tiểu tiện, khạc nhổ trên rau cỏ, trừ bệnh, cần phải học.

106. Không được đại tiểu tiện, khạc nhổ trong nước sạch để sử dụng, trừ bệnh, cần phải học.

107. Không được đứng đại tiểu tiện, trừ bệnh, cần phải học.

108. Không được leo lên cây cao quá đầu người, trừ có nhân duyên, cần phải học. [100]

Các Đại đức! Tôi đã thuyết xong pháp Chúng học. Nay hỏi các Đại đức trong đây có thanh tịnh không? *(Hỏi ba lần như vậy)*

Các Đại đức trong đây thanh tịnh, vì im lặng. Việc này tôi ghi nhận như vậy.

---

[100] Ngũ A. 100 điều.

CHƯƠNG TÁM: PHÁP DIỆT TRÁNH

Các Đại đức! Đây là bảy pháp Diệt tránh trong Giới kinh, mỗi nửa tháng thuyết một lần.

Điều 1. Người đáng ban cho hiện tiền Tỳ-nị thì phải ban cho hiện tiền Tỳ-nị.

Điều 2. Người đáng ban cho ức niệm Tỳ-nị thì phải ban cho ức niệm Tỳ-nị.

Điều 3. Người đáng ban cho bất si Tỳ-nị thì phải ban cho bất si Tỳ-nị.

Điều 4. Người đáng ban cho pháp tự ngôn trị thì phải ban cho pháp tự ngôn trị.

Điều 5. Người đáng ban cho pháp mích tội tướng thì phải ban cho pháp mích tội tướng.

Điều 6. Người đáng ban cho pháp đa mích tội tướng, thì phải ban cho pháp đa mích tội tướng.

Điều 7. Trong Tăng, xảy ra các việc tranh cãi, cần diệt trừ bằng pháp như thảo bố địa thì nên làm (học) như vậy.

Các Đại đức! Tôi đã thuyết xong bảy pháp Diệt tránh. Nay hỏi các Đại đức trong đây có thanh tịnh không? *(Hỏi ba lần như vậy)*

Các Đại đức trong đây thanh tịnh, vì im lặng. Việc này tôi ghi nhận như vậy.

KẾT GIỚI

[206a01] Thưa các Đại đức! Tôi đã thuyết xong tựa của Giới kinh, bốn Ba-la-di, mười ba Tăng tàn, hai Bất định, ba mươi Ni-tát-kì ba-dật-đề, chín mươi Ba-dạ-đề, bốn Ba-la-đề đề-xá-ni, pháp Chúng học, bảy pháp Diệt tránh. Những việc này nằm trong kinh của Phật, thuyết trong Giới kinh mỗi nửa tháng. Nếu có các giới pháp khác nên một lòng học, như nước hòa với sữa, sống an lạc, cần phải học tập.

THẤT PHẬT GIỚI KINH

Phật bảo các Tỳ-kheo: 'Đức Tỳ-ba-thi Phật, Như Lai, Ứng cúng, Chánh biến tri, vì chúng Tăng tịch tĩnh, ban đầu lược thuyết Ba-la-đề-mộc-xoa:

> *"Nhẫn là đạo bậc nhất*
> *Niết-bàn, Phật nói nhất;*
> *Xuất gia não hại người*
> *Không xứng danh sa-môn.*[101]*"*

Thứ hai, đức Thi-khí Phật, Như Lai, Ứng cúng, Chánh biến tri, vì chúng Tăng tịch tĩnh, ban đầu lược thuyết Ba-la-đề-mộc-xoa:

> *"Cũng như người mắt sáng*
> *Tránh khỏi lối hiểm nghèo*
> *Bậc có trí trong đời*
> *Tránh xa các xấu ác."*

Thứ ba, đức Tỳ-bát-thí Phật, Như Lai, Ứng cúng, Chánh biến tri, vì chúng Tăng tịch tĩnh, ban đầu lược thuyết Ba-la-đề-mộc-xoa:

---

[101] Đồng với bản A *Ngũ phần*.

"Không hủy phạm điều học[102]
Vâng hành các học giới
Ăn uống biết vừa đủ
Thường ưa chỗ nhàn tịnh
Tâm thường vui tinh tấn
Là lời chư Phật dạy."

Thứ tư, đức Câu-lâu-tôn Phật, Như Lai, Ứng cúng, Chánh biến tri, vì chúng Tăng tịch tĩnh, ban đầu lược thuyết Ba-la-đề-mộc-xoa:

"Như ong đến tìm hoa
Không hại sắc và hương,
Chỉ hút nhụy rồi đi
Tỳ-kheo rời xóm làng[103]
Không phá hoại việc người,
Người làm hay không làm
Chỉ tự quán thân hành
Thấy rõ thiện, bất thiện."

Thứ năm, đức Câu-na-hàm-mâu-ni Phật, Như Lai, Ứng cúng, Chánh biến tri, vì chúng Tăng tịch tĩnh, ban đầu lược thuyết Ba-la-đề-mộc-xoa:

"Muốn được tâm tốt, chớ phóng dật
Nên siêng học thiện pháp Thánh nhân,
Nếu người có nhất tâm trí tịch
Như vậy không còn ưu, sầu, hoạn."

Thứ sáu, đức Ca-diếp Phật, Như Lai, Ứng cúng, Chánh biến tri, vì chúng Tăng tịch tĩnh, **[206b01]** ban đầu lược thuyết Ba-la-đề-mộc-xoa:

"Hết thảy ác chớ làm
Nên hành đủ thiện pháp,
Tự lóng sạch ý chí
Là lời chư Phật dạy."

Thứ bảy, đức Thích-ca-mâu-ni Phật của chúng ta, Như Lai,

---

[102] 不毀亦不犯. Bản A và *Thập tụng*: 不惱不說過: không gây não, nói lỗi.
[103] 出聚然. Bản A và *Thập tụng*: 入聚落: vào xóm làng.

Ứng cúng, Chánh biến tri, vì chúng Tăng tịch tĩnh, ban đầu lược thuyết Ba-la-đề-mộc-xoa:

"Lành thay phòng hộ thân
Lành thay phòng hộ miệng
Lành thay phòng hộ ý
Lành thay hộ tất cả;
Tỳ-kheo hộ tất cả
Liền được lìa các khổ.

Tỳ-kheo không làm ác
Thủ hộ thân, miệng, ý
Ba nghiệp đạo này tịnh
Được đạo Thánh sở đắc."

KHUYẾN GIỚI

Nếu người đánh mắng, không đáp trả
Trong tâm không hận người ghét mình
Tâm thường thanh tịnh với người sân
Thấy người làm ác, mình không làm.

Thất Phật là Thế Tôn
Năng cứu hộ thế gian
Giới kinh các Ngài thuyết
Tôi đã tụng lại xong.
Chư Phật và đệ tử
Cung kính Giới kinh này,
Cung kính Giới kinh rồi
Thảy đều cung kính nhau,
Tàm quý, được Cụ túc
Chứng đắc đạo vô vi.

Tôi đã thuyết xong Giới kinh, chúng Tăng nhất tâm Bố-tát thành.

NGŨ PHẦN TỲ-KHEO-NI GIỚI BỔN

No. 1423 [cf. No. 1421]

ഊ❀ଔ

Đời Lương, chùa Kiến Sơ,
Sa-môn Thích Minh Huy
tập thành.

Việt dịch:
Tỳ-kheo Thích Đồng Minh

TÁN DUYÊN KHỞI

[0206b26] Các đại tỷ Tăng xin lắng nghe! Một ít phần đêm của một tháng mùa Xuân đã qua, còn lại một phần đêm của ba tháng, già chết đến gần, Phật pháp sắp diệt. Các đại tỷ, vì đắc đạo nên nhất tâm chuyên cần tinh tấn. Vì sao? Vì chư Phật nhất tâm chuyên cần tinh tấn nên đắc Vô thượng chánh đẳng chánh giác; còn có pháp thiện đạo nào khác nữa sao!

[0206c01]
Cung kính chắp hai tay
Cúng dường Thích Sư Tử
Tôi nay sắp tụng giới
Tăng nên nhất tâm nghe.

Dù cho tội tuy nhỏ
Tâm cũng nên kinh sợ
Có tội, nhất tâm hối
Sau chớ tái phạm lại.

Ngựa tâm phi đường ác
Phóng dật khó chế ngự
Các giới hạnh Phật thuyết
Như dàm ngựa hữu ích.

Những điều Phật răn dạy
Người thiện khéo tín thọ
Người này điều thuận ngựa
Phá sạch quân phiền não.

Nếu không nhận dạy bảo
Cũng không ưa thích giới

Người này không điều ngựa
Chết dưới quân phiền não.

Người nào thủ hộ giới
Như trâu mao mến đuôi
Buộc tâm, không phóng dật
Như khỉ bị trói chặt.

Ngày đêm thường tinh tấn
Cầu trí tuệ chân thật
Người này trong Phật pháp
Được mạng sống thanh tịnh.

Người chưa thọ Cụ túc đã ra chưa? (Nếu có thì theo lời nói mà mời ra, nếu không có thì đáp: "Trong đây không có người chưa thọ Cụ túc.")

Các đại tỷ! Các tỳ-kheo-ni không đến có thuyết dục và thanh tịnh không? (Nếu có thì theo lời mà thưa, không thì đáp: "Trong đây không có vị nào thuyết dục.")

Tăng nay hòa hợp, trước là để làm gì? (Đáp: Yết-ma thuyết giới.)

Đại tỷ Tăng xin lắng nghe! Hôm nay là ngày thứ mười lăm Bố-tát thuyết giới, Tăng một lòng hành Bố-tát thuyết giới. Nếu thời gian thích hợp đối với Tăng, Tăng đồng ý. Đây là lời tác bạch.

Các đại tỷ! Nay Bố-tát tụng Ba-la-đề-mộc-xoa, tất cả cùng lắng nghe, khéo suy nhớ kỹ, nếu ai có tội hãy tự phát lộ, ai không tội thì im lặng. Do sự im lặng mà biết, tôi và các đại tỷ thanh tịnh. Như sự im lặng bậc Thánh, tôi và các đại tỷ cũng như vậy. Như vậy, tỳ-kheo-ni nào ở trong chúng sau khi đã ba lần hỏi, nhớ nghĩ mình có tội mà không phát lộ, vị ấy mắc tội cố ý vọng ngữ. Phật dạy, tội cố ý vọng ngữ là pháp chướng đạo. Người phát lộ được an lạc, không phát lộ thì tội ngày càng sâu nặng.

Các đại tỷ! Tôi đã tụng xong tựa giới kinh, nay hỏi các đại tỷ trong đây có thanh tịnh không? *(Lần thứ hai, lần thứ ba cũng hỏi như vậy)*

Các đại tỷ trong đây thanh tịnh vì im lặng. Việc này tôi ghi nhận như vậy.

CHƯƠNG MỘT:
BA-LA-DI

Các đại tỷ, đây là tám pháp Ba-la-di trong Giới kinh, mỗi nửa tháng tụng một lần.

1. Tỳ-kheo-ni nào cùng các tỳ-kheo-ni đồng học giới pháp, giới sút kém, không **[0207a01]** xả, tùy ý hành dâm, cho đến cùng với loài súc sanh, tỳ-kheo-ni này phạm Ba-la-di, không được sống chung.

2. Tỳ-kheo-ni nào, ở nơi thôn xóm hoặc chỗ đất trống, lấy vật không được cho, với tâm trộm cắp, mà bị vua hay đại thần bắt, hoặc trói, hoặc giết, hoặc đuổi (khỏi nước), nói rằng: "Ngươi là giặc, ngươi là kẻ ấu trĩ, ngươi là kẻ ngu si." Tỳ-kheo-ni này phạm Ba-la-di, không được sống chung.

3. Tỳ-kheo-ni nào tự tay giết người, hoặc tương tợ người; hoặc đưa dao hay thuốc độc để giết; hoặc bảo người giết, hoặc bảo tự giết, khen ngợi sự chết, khích lệ cho chết, nói: "Ôi chao, này người kia, ích gì đời sống xấu xa ấy! Thà chết còn tốt hơn sống"; với tâm ý như vậy, tùy theo tâm mà sát, bằng mọi nhân duyên như thế, người kia do vậy mà chết. Tỳ-kheo-ni này phạm Ba-la-di, không được sống chung.

4. Tỳ-kheo-ni nào không biết, không thấy pháp siêu việt con người, thành tựu mục đích Thánh giả, mà tự xưng là "Tôi biết như vậy, thấy như vậy." Sau đó, tỳ-kheo-ni này hoặc bị người cật vấn, hoặc không bị người cật vấn, vì muốn khỏi tội, cầu thanh tịnh nên tự nói như vầy: "Tôi không biết mà nói biết, không thấy mà nói thấy, hư cuống vọng ngữ." Trừ tăng thượng mạn, tỳ-kheo-ni này phạm Ba-la-di, không được sống chung.

5. Tỳ-kheo-ni nào dục hừng hẫy tâm biến, nhận lấy mọi sự xúc

chạm của người nam, từ chân tóc trở xuống, đầu gối trở lên, khuỷu tay trở ra sau, tỳ-kheo-ni này phạm Ba-la-di, không được sống chung.

6.   Tỳ-kheo-ni nào dục hừng hẫy tâm biến, nhận lấy mọi sự nắm tay, nắm y của người nam, hẹn nhau, một mình cùng đi, cùng đứng, cùng nói, cùng ngồi một chỗ, thân sát kề người nam, đủ tám cách thì tỳ-kheo-ni này phạm Ba-la-di, không được sống chung.

7.   Tỳ-kheo-ni nào biết Tăng như pháp trao cho tỳ-kheo pháp yết-ma không thấy tội, các tỳ-kheo không sống chung, không cùng làm việc, không cùng nói chuyện, mà tùy thuận tỳ-kheo đó. Các tỳ-kheo-ni nói với tỳ-kheo-ni ấy: "Tỷ muội! Tỳ-kheo này, Tăng đã trao yết-ma không thấy tội, các tỳ-kheo không sống chung, không cùng làm việc, không cùng nói chuyện, cô đừng tùy thuận. Can gián như vậy mà kiên trì không bỏ, nên can gián lần thứ hai, lần thứ ba. Lần thứ hai, lần thứ ba can gián bỏ việc này thì tốt, không bỏ thì tỳ-kheo-ni này phạm Ba-la-di, không được sống chung.

8.   Tỳ-kheo-ni nào thấy tỳ-kheo-ni phạm Ba-la-di mà che giấu. Tỳ-kheo-ni kia, thời gian sau, còn sống hay đã chết, hoặc đi xa hay bị tấn xuất; hoặc thôi tu hay đổi hình dạng, khi ấy mới nói: "Trước đây, chính tôi thấy cô ni kia phạm Ba-la-di," thì tỳ-kheo-ni này phạm Ba-la-di, không được sống chung.

Các đại tỷ! Tôi đã tụng xong tám pháp Ba-la-di, nếu tỳ-kheo-ni phạm bất kì một giới nào thì không được sống chung với các tỳ-kheo-ni. Như **[0207b01]** trước kia, sau này cũng vậy. Tỳ-kheo-ni này phạm Ba-la-di, không được sống chung. Nay hỏi, các đại tỷ trong đây có thanh tịnh không? *(Lần thứ hai, lần thứ ba cũng hỏi như vậy)*

Các đại tỷ trong đây thanh tịnh vì im lặng. Việc này tôi ghi nhận như vậy.

CHƯƠNG HAI:
TĂNG-GIÀ-BÀ-THI-SA

Các đại tỷ, đây là mười bảy pháp Tăng-già-bà-thi-sa trong Giới kinh, mỗi nửa tháng tụng một lần.

1. Tỳ-kheo-ni nào làm việc mai mối, hoặc làm việc để cho tư thông, đem ý người nam đến bên người nữ, đem ý người nữ đến bên người nam, cho đến một lần giao hội, tỳ-kheo-ni này vừa làm là phạm Tăng-già-bà-thi-sa, cần phải hối quá.

2. Tỳ-kheo-ni nào tự mình không như pháp, vì hận thù, nên dùng pháp Ba-la-di không căn cứ hủy báng tỳ-kheo-ni không phạm Ba-la-di; vì muốn phá hoại phạm hạnh của vị ấy. Tỳ-kheo-ni này, sau đó, hoặc bị cật vấn hay không bị cật vấn, nói: "Việc này không căn cứ, vì ôm hận nên tôi hủy báng." Tỳ-kheo-ni này vừa làm là phạm Tăng-già-bà-thi-sa, cần phải hối quá.

3. Tỳ-kheo-ni nào tự mình không như pháp, vì hận thù, dựa lấy chi tiết nhỏ, hay tương tự chi tiết nhỏ trong phần sự khác, cho là Ba-la-di, để hủy báng tỳ-kheo-ni không Ba-la-di, vì muốn phá hoại phạm hạnh của vị ấy. Sau đó, tỳ-kheo-ni này hoặc bị cật vấn hay không bị cật vấn, nói: "Việc này, tôi vì ôm hận nên dựa lấy chi tiết nhỏ, hay tương tự chi tiết nhỏ trong phần sự khác để hủy báng." Tỳ-kheo-ni này vừa làm là phạm Tăng-già-bà-thi-sa, cần phải hối quá.

4. Tỳ-kheo-ni nào biết người nữ có tội, người chủ chưa cho phép mà vẫn độ, trừ trước đã xuất gia, tỳ-kheo-ni này vừa làm là phạm Tăng-già-bà-thi-sa, cần phải hối quá.

5. Tỳ-kheo-ni nào biết Tăng đã như pháp tấn tỳ-kheo-ni; Tỳ-kheo-ni kia tâm chưa được điều phục, không tùy thuận Tăng, mà tự mình cùng với bè đảng ở ngoài giới giải tội tấn cho cô ấy. Tỳ-kheo-ni này

vừa làm là phạm Tăng-già-bà-thi-sa, cần phải hối quá.

6. Tỳ-kheo-ni nào đi một mình, ngủ đêm một mình, lội nước một mình, đi sau một mình ở trên đường, vì nhiễm tâm với người nam, trừ nhân duyên, tỳ-kheo-ni này vừa làm là phạm Tăng-già-bà-thi-sa, cần phải hối quá. Nhân duyên là bỏ chạy khi bị khủng bố, khi quá già yếu, bệnh tật không theo kịp bạn đồng tu, chỗ nước hẹp, cạn, có cầu đò đưa qua, sợ chỗ có người nam. Đó gọi là nhân duyên.

7. Tỳ-kheo-ni nào đến quan kiện người khác, tỳ-kheo-ni này vừa làm là phạm Tăng-già-bà-thi-sa, cần phải hối quá.

8. Tỳ-kheo-ni nào có tâm nhiễm trước, tự tay nhận lấy thức ăn của người nam có tâm nhiễm trước mà ăn, tỳ-kheo-ni này vừa làm là phạm Tăng-già-bà-thi-sa, cần phải hối quá.

9. Tỳ-kheo-ni nào bảo tỳ-kheo-ni khác như vầy: "Chỉ cần cô không sanh đắm nhiễm thì nhận thức ăn của người nam sanh tâm đắm nhiễm nào có khó gì." Tỳ-kheo-ni [0207c01] này vừa làm là phạm Tăng-già-bà-thi-sa, cần phải hối quá.

10. Tỳ-kheo-ni nào nỗ lực tiến hành phá hòa hợp Tăng, các tỳ-kheo-ni nên nói với tỳ-kheo-ni kia rằng: "Cô chớ nên nỗ lực tiến hành phá hòa hợp Tăng, hãy cùng Tăng hòa hợp. Vì Tăng hòa hợp, hoan hỷ không tranh chấp, cùng một lòng, cùng học một Thầy, hòa hợp như nước với sữa; cùng hoằng hóa lời Đại sư dạy, sống an lạc." Can gián như vậy mà kiên trì không bỏ thì nên can gián lần thứ hai, lần thứ ba. Can gián lần thứ hai, lần thứ ba bỏ thì tốt, nếu không bỏ thì tỳ-kheo-ni này, sau ba lần can gián, phạm Tăng-già-bà-thi-sa, cần phải hối quá.

11. Tỳ-kheo-ni nào tán trợ phá hòa hợp Tăng, hoặc một, hoặc hai, hoặc số đông, nói với các tỳ-kheo-ni rằng: "Những gì tỳ-kheo-ni này nói, là biết mà nói chứ không phải không biết mà nói; nói như pháp chứ không phải nói phi pháp, nói đúng luật chứ không phải nói sai luật. Những điều ấy, tâm chúng tôi chấp nhận, vui thích." Các tỳ-kheo-ni nói với tỳ-kheo-ni ấy rằng: "Cô chớ nói như vầy: 'Những gì tỳ-kheo-ni ấy nói, là biết mà nói chứ không phải không biết mà nói; nói như pháp chứ không phải nói phi pháp, nói đúng luật chứ không phải nói sai luật; những điều ấy, tâm chúng tôi chấp nhận, vui thích.' Tại sao

vậy? Vì tỷ-kheo-ni này không phải biết mà nói, không nói như pháp, không nói đúng luật. Cô chớ nên vui thích tán trợ phá hòa hợp Tăng, nên vui vẻ tán trợ hòa hợp Tăng. Vì Tăng hòa hợp hoan hỷ, không tranh chấp, một lòng cùng học một thầy như nước hòa với sữa; cùng hoằng truyền lời dạy của Đại sư, sống an lạc." Can gián như vậy mà kiên trì không bỏ, nên can gián lần thứ hai, lần thứ ba. Lần thứ hai, lần thứ ba can gián, bỏ việc này thì tốt, nếu không bỏ thì tỷ-kheo-ni này, sau ba lần can gián, phạm Tăng-già-bà-thi-sa, cần phải hối quá.

12. Tỷ-kheo-ni nào có tánh xấu, khó khuyên bảo, cùng các tỷ-kheo-ni đồng học kinh, luật, thường hay phạm tội. Các tỷ-kheo-ni như pháp, như luật can gián kẻ phạm tội kia. Vị kia lại nói: "Này các cô! Các cô đừng nói với tôi điều gì hoặc tốt hoặc xấu, tôi cũng không nói với các cô điều gì hoặc tốt hoặc xấu." Các tỷ-kheo-ni lại nói: "Cô chớ tự mình không thể cùng nói với ai, cô nên như pháp nói với các tỷ-kheo-ni, các tỷ-kheo-ni cũng như pháp nói với cô. Như vậy, lần lượt khuyên bảo lẫn nhau, chỉ ra các tội cho nhau, như vậy mới thành Tăng của Như Lai." Can gián như vậy mà kiên trì không bỏ, nên can gián lần thứ hai, lần thứ ba. Lần thứ hai, lần thứ ba can gián, bỏ việc ấy thì tốt, nếu không bỏ, tỷ-kheo-ni này, sau ba lần can gián, phạm Tăng-già-bà-thi-sa, cần phải hối quá.

13. Tỷ-kheo-ni nào sống tựa làng xóm có hành vi xấu, làm hoen ố nhà người. Hành vi xấu mọi người đều thấy, đều nghe, đều biết. Việc làm hoen ố nhà người, mọi người đều thấy, đều nghe, đều biết. Các tỷ-kheo-ni nên nói với tỷ-kheo-ni kia: "Cô có **[0208a01]** hành vi xấu, làm hoen ố nhà người. Hành vi xấu mọi người đều thấy, đều nghe, đều biết; việc làm hoen ố nhà người, mọi người đều thấy, đều nghe, đều biết." Cô nên đi khỏi, không nên ở đây nữa.

Tỷ-kheo-ni kia nói: "Các đại tỷ có thiên vị, có thù nghịch, có bất minh, có sợ hãi. Tại sao vậy? Vì có tỷ-kheo-ni đồng tội như vậy mà có người bị đuổi, có người không bị đuổi." Các tỷ-kheo-ni lại nói rằng: "Cô đừng nói như vầy: 'Các đại tỷ có thiên vị, có thù nghịch, có bất minh, có sợ hãi; vì có tỷ-kheo-ni đồng tội như vậy mà có người bị đuổi, có người không bị đuổi. Cô có hành vi xấu, làm hoen ố nhà người. Hành vi xấu mọi người đều thấy, đều nghe, đều biết; việc làm hoen ố nhà người, mọi người đều thấy, đều nghe, đều biết; cô nên bỏ lời nói rằng có thiên vị, có thù nghịch, có bất minh, có sợ hãi. Cô nên đi khỏi, không nên ở đây nữa." Khi can gián như vậy mà kiên trì không bỏ, nên can gián lần thứ hai, lần thứ ba. Can gián lần thứ hai, lần thứ ba, bỏ việc này thì tốt, nếu không bỏ, tỳ-kheo-ni này, sau ba lần can gián, phạm Tăng-già-bà-thi-sa, cần phải hối quá.

14. Nếu hai tỳ-kheo-ni nào cùng có hành vi ác, tiếng xấu đồn vang, lại che giấu tội lỗi cho nhau, xúc não chúng Tăng. Các tỳ-kheo-ni nói: "Hai cô là tỳ-kheo-ni có hành vi ác, tiếng xấu đồn vang, lại che giấu tội lỗi cho nhau, xúc não chúng Tăng. Hai cô nên xa lìa nhau, đừng có hành vi ác, đừng xúc não chúng Tăng thì sống ở trong Phật pháp, an lạc mới được tăng rộng thêm." Hai tỳ-kheo-ni kia nói: "Chúng tôi không có hành vi ác, không có tiếng xấu đồn vang, không che giấu tội cho nhau, không xúc não chúng Tăng, mà nơi đây có hai tỳ-kheo-ni khác cùng có hành vi ác, xúc não chúng Tăng." Các tỳ-kheo-ni lại nói: "Hai cô đừng nói vậy. Tại sao? Vì trong đây không có hai tỳ-kheo-ni nào khác có hành vi ác, xúc não chúng Tăng. Chỉ có hai cô đáng xa lìa nhau, nên bỏ hành vi ác và việc xúc não chúng Tăng này, thì sống ở trong Phật pháp, an lạc mới được tăng rộng thêm." Can gián như vậy vẫn kiên trì không bỏ, nên can gián lần thứ hai, lần thứ ba. Can gián lần thứ hai, lần thứ ba, bỏ việc này thì tốt, nếu không bỏ, hai tỳ-kheo-ni này, sau ba lần can gián, phạm Tăng-già-bà-thi-sa, cần phải hối quá.

15. Hai tỳ-kheo-ni nào cùng có hành vi ác, tiếng xấu đồn vang, lại che giấu tội lỗi cho nhau, xúc não chúng Tăng. Các tỳ-kheo-ni nói: "Tỳ-kheo-ni hai cô, có hành vi ác, tiếng xấu đồn vang, lại che giấu tội cho nhau, xúc não chúng Tăng. Hai cô nên xa nhau, bỏ hành vi ác và việc xúc não chúng Tăng thì sống ở trong Phật pháp, an lạc mới được tăng rộng thêm." Hai tỳ-kheo-ni ấy nói: "Chúng tôi không có hành vi ác, không có tiếng xấu đồn vang, không che tội cho nhau, không xúc não chúng Tăng, mà tự Tăng thấy chúng tôi yếu thế, khinh dễ chúng tôi [0208b01] nên nói như vậy." Các tỳ-kheo-ni lại nói: "Đừng nói như vậy! Tại sao? Vì Tăng không phải thấy các cô yếu thế khinh dễ các cô. Các cô cần phải xa lìa nhau, bỏ hành vi ác và việc xúc não chúng Tăng này thì sống ở trong Phật pháp, an lạc mới được tăng rộng thêm." Can gián như vậy vẫn kiên trì không bỏ thì nên can gián lần thứ hai, lần

thứ ba. Can gián lần thứ hai, lần thứ ba, bỏ việc này thì tốt, nếu không bỏ, tỳ-kheo-ni này, sau ba lần can gián, phạm Tăng-già-bà-thi-sa, cần phải hối quá.

16. Tỳ-kheo-ni nào ưa đấu tranh cùng người khác. Tăng xử đoán việc đó, lại nói: "Tăng làm việc theo sự thương, ghét, si, sợ." Các tỳ-kheo-ni nói: "Cô đừng ưa đấu tranh với người khác. Cô đừng nói: 'Tăng làm việc theo sự thương, ghét, si, sợ.' Tại sao vậy? Vì Tăng không làm việc theo sự thương, ghét, si, sợ. Cô bỏ lời nói ấy thì sống ở trong Phật pháp, an lạc mới được tăng rộng thêm." Can gián như vậy vẫn kiên trì không bỏ thì nên can gián lần thứ hai, lần thứ ba. Can gián lần thứ hai, lần thứ ba, bỏ việc này thì tốt, nếu không bỏ, tỳ-kheo-ni này, sau ba lần can gián, phạm Tăng-già-bà-thi-sa, cần phải hối quá.

17. Tỳ-kheo-ni nào ưa đấu tranh với người khác, Tăng xử đoán việc đó, bèn nói: "Tôi xả Phật, xả Pháp, xả Tăng, xả giới làm ngoại đạo. Sa-môn, bà-la-môn khác cũng có học giới, cũng có tàm quí, tôi sẽ theo họ tịnh tu phạm hạnh." Các tỳ-kheo-ni nên nói: "Cô đừng nên ưa đấu tranh với người khác, cô đừng nên nói: 'Tôi xả Phật, xả Pháp, xả Tăng.' Tại sao vậy? Vì sa-môn, bà-la-môn khác không có học giới, không có tàm quí, làm sao cô theo họ mà tịnh tu phạm hạnh được! Cô nên bỏ ác kiến ấy thì sống ở trong Phật pháp, an lạc mới có được tăng rộng thêm. Can gián như vậy mà vẫn kiên trì không bỏ, nên can gián lần thứ hai, lần thứ ba. Can gián lần thứ hai, lần thứ ba, bỏ việc này thì tốt, nếu không bỏ, tỳ-kheo-ni này, sau ba lần can gián, phạm Tăng-già-bà-thi-sa, cần phải hối quá.

Các đại tỷ! Tôi đã tụng xong mười bảy pháp Tăng-già-bà-thi-sa, chín giới đầu vừa làm là phạm, tám giới sau cho đến ba lần can gián. Tỳ-kheo-ni phạm bất kỳ một giới nào thì nửa tháng phải đến giữa hai bộ Tăng hành ma-na-đỏa, kế đến cho a-phù-ha-na. Sau khi đã làm như vậy xong, cần phải giữa hai bộ Tăng, mỗi bộ đủ hai mươi vị để xuất tội; nếu thiếu một vị thì không thể gọi là xuất tội, mà các tỳ-kheo-ni cũng đáng bị khiển trách. Làm như vậy là hợp thức. Nay hỏi, các đại tỷ trong đây có thanh tịnh không? *(Lần thứ hai, lần thứ ba cũng hỏi như vậy).*

Các đại tỷ trong đây thanh tịnh vì im lặng. Việc này tôi ghi nhận như vậy.

CHƯƠNG BA:
NI-TÁT-KÌ BA-DẬT-ĐỀ

Các đại tỷ, đây là ba mươi pháp Ni-tát-kì ba-dật-đề trong Giới kinh, mỗi nửa tháng tụng một lần.

1. Tỳ-kheo-ni nào năm y đã xong, y Ca-thi-na **[0208c01]** đã xả, chứa y cho đến mười ngày, nếu quá, Ni-tát-kỳ ba-dật-đề.

2. Tỳ-kheo-ni nào y đã xong, y Ca-thi-na đã xả, lìa mỗi một y nào trong năm y, ngủ quá một đêm, trừ Tăng yết-ma, Ni-tát-kỳ ba-dật-đề.

3. Tỳ-kheo-ni nào y đã xong, y Ca-thi-na đã xả, được vải phi thời; cần thì nhận, nhận rồi phải nhanh chóng may thành y thọ trì. Đủ thì tốt, nếu không đủ, thì chờ có chỗ cho để đủ may thành, cho đến một tháng; nếu quá, Ni-tát-kỳ ba-dật-đề.

4. Tỳ-kheo-ni nào xin y từ cư sĩ hay vợ cư sĩ không phải thân quyến, trừ khi có nhân duyên, Ni-tát-kỳ ba-dật-đề. Nhân duyên là y bị cướp, y bị mất, y bị cháy, y bị trôi, y bị hư hoại. Đó gọi là nhân duyên.

5. Tỳ-kheo-ni nào y bị cướp, y bị mất, y bị cháy, y bị trôi, y bị hư hoại, mà xin y từ cư sĩ hay vợ cư sĩ không phải thân quyến. Nếu cư sĩ hay vợ cư sĩ muốn cúng nhiều y thì tỳ-kheo-ni này nên nhận hai y, nếu nhận quá mức này, Ni-tát-kỳ ba-dật-đề.

6. Có cư sĩ, vợ cư sĩ không phải thân quyến cùng bàn: "Nên dùng số tiền như vậy sắm y cho tỳ-kheo-ni có tên như vậy." Tỳ-kheo-ni này trước đó không được yêu cầu tùy ý, bèn đến cư sĩ, vợ cư sĩ hỏi: "Quý vị vì tôi dùng số tiền như vậy sắm y phải không?" Trả lời, đúng như vậy. Liền nói: "Lành thay! Cư sĩ, vợ cư sĩ có thể sắm y như vậy cho tôi." Vì muốn đẹp, Ni-tát-kỳ ba-dật-đề.

7. Có cư sĩ, vợ cư sĩ không phải bà con cùng nhau bàn: "Mỗi người chúng ta nên dùng số tiền này sắm y như thế cúng cho tỳ-kheo-ni

có tên như vậy." Tỳ-kheo-ni này, trước đó, không được yêu cầu tùy ý, liền đến hỏi cư sĩ, vợ cư sĩ rằng: "Quý vị vì tôi, dùng số tiền y như vậy sắm y như thế phải không?" Trả lời, đúng như vậy. Liền nói: "Lành thay! Cư sĩ, vợ cư sĩ có thể gom lại sắm một y cho tôi." Vì muốn đẹp, Ni-tát-kỳ ba-dật-đề.

8. Nếu vua, đại thần, bà-la-môn, cư sĩ vì tỳ-kheo-ni nên sai sứ giả đem tiền sắm y đến chỗ tỳ-kheo-ni nói: "Đại tỷ! Vua, đại thần kia đưa tiền sắm y này, đại tỷ nhận cho." Tỳ-kheo-ni này nói: "Tôi không được phép nhận tiền sắm y. Nếu được y hợp thức thì sẽ tự tay thọ nhận." Sứ giả hỏi: "Đại tỷ có người chấp sự không?" Tỳ-kheo-ni liền chỉ chỗ người chấp sự. Người sứ đến chỗ người chấp sự nói: "Vua, đại thần tên... đưa tiền sắm y này cho tỳ-kheo-ni tên..., ông nhận cho khi nào tỳ-kheo-ni cần thì đến lấy." Sứ giả sau khi đã giao, trở lại chỗ tỳ-kheo-ni [0209a01] nói: "Đại tỷ! Tôi đã giao cho người chấp sự mà đại tỷ chỉ định rồi. Khi nào đại tỷ cần y, hãy đến lấy." Tỳ-kheo-ni này hai lần, ba lần đến chỗ người chấp sự nói: "Tôi cần y! Tôi cần y!" Nếu nhận được thì tốt, bằng không được thì bốn lần, năm lần, sáu lần đến trước người chấp sự đứng im lặng. Nhận được thì tốt, nếu cầu quá giới hạn đó mà được y, Ni-tát-kỳ ba-dật-đề.

Nếu không được y thì tự mình hoặc sai người mang tin đến chỗ người sứ, nói: "Người đã vì tỳ-kheo-ni có tên... sai người mang tiền sắm y đến, cuối cùng tỳ-kheo-ni này không nhận được y, người nên đến lấy lại, đừng để mất." Sự việc đó phải như vậy.

9. Tỳ-kheo-ni nào tự mình đi xin tơ sợi, rồi thuê thợ dệt dệt thành y, Ni-tát-kỳ ba-dật-đề.

10. Nếu cư sĩ, vợ cư sĩ khiến thợ dệt dệt y cho tỳ-kheo-ni, trước đó, tỳ-kheo-ni này không được yêu cầu tùy ý, đến chỗ thợ dệt nói: "Người biết không, y này dệt cho tôi, người dệt cho tôi thật tốt, cho rộng và kỹ, tôi sẽ trả công riêng cho ông." Sau đó, trả cho bằng một bữa ăn hay đáng giá một bữa ăn, nhận được y, Ni-tát-kỳ ba-dật-đề.

(Xong mười việc)

11. Tỳ-kheo-ni nào đã cho tỳ-kheo-ni y, sau vì giận không vui, hoặc tự đoạt, hay sai người khác đoạt, nói như vầy: "Trả y lại, tôi không

cho cô," Ni-tát-kỳ ba-dật-đề.

12. Tỳ-kheo-ni nào biết phẩm vật đàn-việt muốn cúng cho Tăng, mà xoay về cho riêng mình, Ni-tát-kỳ ba-dật-đề.

13. Tỳ-kheo-ni nào có bệnh, được uống bốn thứ thuốc hàm tiêu: bơ, dầu, mật, đường thẻ. Một lần nhận, (được giữ) cho đến bảy ngày, nếu quá, Ni-tát-kỳ ba-dật-đề.

14. Tỳ-kheo-ni nào, tiền hay hậu an cư, còn mười ngày nữa mới đến ngày Tự tứ, được y cấp thí. Nếu cần thì nhận, chứa cất cho đến thời của y, nếu quá, Ni-tát-kỳ ba-dật-đề.

15. Tỳ-kheo-ni nào bát chưa đủ năm chỗ vá, lại xin bát mới, vì muốn đẹp, Ni-tát-kỳ ba-dật-đề.

16. Tỳ-kheo-ni nào mua bán trao đổi dưới mọi hình thức để kiếm lời, Ni-tát-kỳ ba-dật-đề.

17. Tỳ-kheo-ni nào mua bán các loại vàng, bạc và tiền, Ni-tát-kỳ ba-dật-đề.

18. Tỳ-kheo-ni nào tự mình cầm vàng, bạc và tiền, hoặc sai người cầm hay mống tâm thọ nhận, Ni-tát-kỳ ba-dật-đề.

19. Tỳ-kheo-ni nào, vật gì đã xin trước được rồi, không dùng, lại đòi xin thứ khác, Ni-tát-kỳ ba-dật-đề.

20. Tỳ-kheo-ni nào thọ trì y phi thời làm thời y, Ni-tát-kỳ ba-dật-đề.

(Xong hai mươi việc)

21. Tỳ-kheo-ni nào đổi y cho tỳ-kheo-ni khác, sau **[0209b01]** tiếc nên đòi lại, nhận được y, Ni-tát-kỳ ba-dật-đề.

22. Tỳ-kheo-ni nào, khi các tỳ-kheo-ni nói: "Cô hãy lấy y che khi có nguyệt thủy," mà tự nói: "Không dùng;" khi gặp thời lại lấy trước, Ni-tát-kỳ ba-dật-đề.

23. Tỳ-kheo-ni nào xin y dầy thì nên nhận lấy loại kém giá trị nhất, ngang với bốn đại tiền, nếu nhận y quí giá, Ni-tát-kỳ ba-dật-đề.

24. Tỳ-kheo-ni nào xin y mỏng chỉ nên nhận thứ kém giá trị, ngang với hai đại tiền rưỡi, nếu nhận y quí giá, Ni-tát-kỳ ba-dật-đề.

25. Tỳ-kheo-ni nào vì Tăng đến một cư sĩ xin phương tiện làm việc này, mà dùng làm việc khác, Ni-tát-kỳ ba-dật-đề.

26. Tỳ-kheo-ni nào vì Tăng đến nhiều nhà cư sĩ xin phương tiện làm việc này, mà dùng làm việc khác, Ni-tát-kỳ ba-dật-đề.

27. Tỳ-kheo-ni nào tự mình đến một cư sĩ xin phương tiện làm việc này, mà dùng làm việc khác, Ni-tát-kỳ ba-dật-đề.

28. Tỳ-kheo-ni nào tự mình đến nhiều nhà cư sĩ xin phương tiện làm việc này, mà dùng làm việc khác, Ni-tát-kỳ ba-dật-đề.

29. Tỳ-kheo-ni nào tích chứa vật dụng, Ni-tát-kỳ ba-dật-đề.

30. Tỳ-kheo-ni nào dồn chứa nhiều bát, Ni-tát-kỳ ba-dật-đề.

(Xong ba mươi việc)

Các đại tỷ! Tôi đã tụng xong ba mươi pháp Ni-tát-kỳ ba-dật-đề. Nay hỏi, các đại tỷ trong đây có thanh tịnh không? *(Lần thứ hai, lần thứ ba cũng hỏi như vậy)*

Các đại tỷ trong đây thanh tịnh vì im lặng. Việc này tôi ghi nhận như vậy.

CHƯƠNG BỐN:
BA-DẬT-ĐỀ

Các đại tỷ, đây là hai trăm mười pháp Ba-dật-đề[1] trong Giới kinh, mỗi nửa tháng tụng một lần.

1. Tỳ-kheo-ni nào cố ý nói dối, Ba-dật-đề.

2. Tỳ-kheo-ni nào hủy báng tỳ-kheo-ni, Ba-dật-đề.

3. Tỳ-kheo-ni nào nói hai lưỡi khiến tỳ-kheo-ni loạn đấu, Ba-dật-đề.

4. Tỳ-kheo-ni nào nói pháp cho người nam quá năm, sáu lời, trừ có người nữ biết phân biệt lời thiện ác, Ba-dật-đề.

5. Tỳ-kheo-ni nào biết sự việc Tăng xử đoán như pháp rồi, mà phát khởi lại, Ba-dật-đề.

6. Tỳ-kheo-ni nào dạy người nữ chưa thọ Cụ túc giới học kinh và cùng tụng, Ba-dật-đề.

7. Tỳ-kheo-ni nào cùng người nữ chưa thọ Cụ túc giới ngủ một nhà, quá hai đêm, Ba-dật-đề.

8. Tỳ-kheo-ni nào đối diện người nữ chưa thọ Cụ túc giới, tự nói đắc pháp siêu việt con người, như nói tôi biết như vậy, tôi thấy như vậy; dù là sự thật, Ba-dật-đề.

9. Tỳ-kheo-ni nào biết tỳ-kheo-ni khác phạm tội thô ác, đem nói với người nữ chưa thọ Cụ túc giới, trừ Tăng yết-ma, Ba-dật-đề.

10. Tỳ-kheo-ni nào nói **[0209c01]** như vầy: "Tụng đọc những giới linh tinh ấy làm gì, khi tụng giới này khiến cho người lo rầu." Chê bai

---

[1] Trong quảng luật *Ngũ phần* chỉ có 207 điều; ở đây 210 điều.

giới như vậy, Ba-dật-đề.

(Xong mười việc)

11. Tỳ-kheo-ni nào tự mình chặt phá mầm sống thực vật, hoặc sai người, nói: "Chặt cây này", Ba-dật-đề.

12. Tỳ-kheo-ni nào cố ý không trả lời theo câu hỏi, Ba-dật-đề.

13. Tỳ-kheo-ni nào nói xấu người được Tăng sai, Ba-dật-đề.

14. Tỳ-kheo-ni nào nơi đất trống, tự mình trải tọa cụ của Tăng, hoặc sai người trải, hoặc người khác trải mà mình nằm, ngồi; khi đi không cất, không bảo người cất, không dặn người cất, Ba-dật-đề.

15. Tỳ-kheo-ni nào trong phòng của Tăng, tự trải ngọa cụ của Tăng, hoặc sai người trải, hoặc người khác trải mà mình nằm, ngồi; khi đi không cất, không bảo người cất, không dặn người cất, Ba-dật-đề.

16. Tỳ-kheo-ni nào sân hận, không vui, lôi tỳ-kheo-ni ra khỏi phòng Tăng, hoặc tự lôi, hoặc sai người lôi, nói như vầy: "Cô đi ra, biến đi, đừng có ở trong đây!" Ba-dật-đề.

17. Tỳ-kheo-ni nào biết người khác trước đã trải ngọa cụ, đến sau ngang ngược tự mình trải, hay sai người trải, với ý nghĩ: "Nếu người kia không thích, tự sẽ đi chỗ khác," Ba-dật-đề.

18. Tỳ-kheo-ni nào trên tầng gác của Tăng, ngồi hay nằm mạnh bạo trên giường dây, giường gỗ có chân nhọn, Ba-dật-đề.

19. Tỳ-kheo-ni nào biết nước có trùng, dùng rưới lên bùn hoặc ăn uống và làm các việc khác, Ba-dật-đề.

20. Tỳ-kheo-ni nào ăn nhiều lần, trừ nhân duyên, Ba-dật-đề. Nhân duyên là khi bệnh, khi may y, khi thí y. Đó gọi là nhân duyên.

(Xong hai mươi việc)

21. Tỳ-kheo-ni nào nhận mời ăn biệt chúng, trừ nhân duyên, Ba-dật-đề. Nhân duyên là khi bệnh, khi thí y, khi may y, khi đi đường, khi đi thuyền, khi đại hội. Đó gọi là nhân duyên.

22. Tỳ-kheo-ni nào không bệnh, ở nơi thí một bữa, mà nhận quá một bữa, Ba-dật-đề.

23. Tỳ-kheo-ni nào đến nhà bạch y, được mời tùy ý nhận nhiều đồ ăn thức uống như bánh, lương khô, nếu không ở tại nhà đó ăn, cần thì nên nhận hai, ba bát đem về, nên chia cho các tỳ-kheo-ni khác cùng ăn. Nếu không có bệnh mà nhận quá mức đó và, không chia cho các tỳ-kheo-ni khác cùng ăn, Ba-dật-đề.

24. Tỳ-kheo-ni nào ăn rồi, không làm pháp tàn thực mà ăn, Ba-dật-đề.

25. Tỳ-kheo-ni nào biết tỳ-kheo-ni đã ăn rồi, không làm pháp tàn thực, cố sức nài nỉ khiến ăn, vì muốn cho người kia phạm tội, Ba-dật-đề.

26. Tỳ-kheo-ni nào chưa được mời ăn mà để thức ăn vào miệng, trừ nếm, tăm xỉa răng và nước uống, Ba-dật-đề.

27. Tỳ-kheo-ni nào ăn phi thời, Ba-dật-đề.

28. Tỳ-kheo-ni nào ăn thức ăn **[0210a01]** cách đêm, Ba-dật-đề.

29. Tỳ-kheo-ni nào trong nhà đang ăn, cùng ngồi với người nam, Ba-dật-đề.

30. Tỳ-kheo-ni nào xem quân ra trận, Ba-dật-đề.

(Xong ba mươi việc)

31. Tỳ-kheo-ni nào có nhân duyên đến ở trong quân đội, cho đến hai, ba đêm, nếu quá, Ba-dật-đề.

32. Tỳ-kheo-ni nào có nhân duyên đến ở trong quân đội hai, ba đêm để xem quân trận hợp chiến, Ba-dật-đề.

33. Tỳ-kheo-ni nào nói như vầy: "Như chỗ tôi hiểu, những gì Phật dạy là pháp chướng đạo thì thật sự không phải chướng đạo." Các tỳ-kheo-ni nên nói với tỳ-kheo-ni này: "Cô đừng nói như vậy, đừng hủy báng Phật, đừng xuyên tạc Phật. Đức Phật nói pháp chướng ngại đạo thật sự là chướng ngại đạo. Cô nên bỏ ác tà kiến đó đi." Can gián như vậy mà kiên trì không bỏ, nên can gián lần thứ hai, lần thứ ba. Lần thứ hai, lần thứ ba can gián, bỏ việc này thì tốt, không bỏ, Ba-dật-đề.

34. Tỳ-kheo-ni nào biết tỳ-kheo-ni này không như pháp sám hối, không bỏ ác tà kiến mà cùng chuyện vãn, cùng ngồi, cùng ngủ, cùng

làm việc, Ba-dật-đề.

35. Nếu biết sa-di-ni nói như vầy: "Như chỗ tôi hiểu, những lời đức Phật đã dạy, thụ hưởng năm dục không hề chướng ngại đạo." Các tỳ-kheo-ni nói với sa-di-ni này: "Cô đừng nói như vậy, chớ hủy báng Phật, chớ vu khống Phật. Đức Phật dạy thụ hưởng năm dục thật sự chướng ngại đạo. Này sa-di-ni! Cô nên bỏ ác tà kiến đó đi." Khi dạy như vậy sa-di-ni kiên trì không bỏ, nên dạy lần thứ hai, lần thứ ba. Lần thứ hai, lần thứ ba dạy bảo, sa-di-ni bỏ việc này thì tốt; nếu không bỏ, các tỳ-kheo-ni nên nói với sa-di-ni ấy: "Cô đi khỏi chỗ này, từ nay cô đừng nói đức Phật là thầy của tôi nữa; cô đừng đi sau các tỳ-kheo-ni. Như các sa-di-ni khác, được phép cùng phòng với các tỳ-kheo-ni ngủ hai đêm, còn cô sẽ không được việc đó. Cô là người ngu si. Hãy đi khỏi chỗ này, đừng ở đây nữa." Tỳ-kheo-ni nào, biết sa-di-ni đã bị diệt tẫn như vậy mà đem về nuôi dưỡng, sai làm việc, cùng ở, cùng nói chuyện, Ba-dật-đề.

36. Tỳ-kheo-ni nào cố ý đoạn mạng súc sanh, Ba-dật-đề.

37. Tỳ-kheo-ni nào cố tình làm cho tỳ-kheo-ni khác sanh nghi hối, với ý nghĩ: "Khiến cho tỳ-kheo-ni kia sầu não, dù chỉ trong chốc lát", Ba-dật-đề.

38. Tỳ-kheo-ni nào khi Tăng đoán sự, không dữ dục mà đứng dậy bỏ đi, Ba-dật-đề.

39. Tỳ-kheo-ni nào thọc lét tỳ-kheo-ni khác, Ba-dật-đề.

40. Tỳ-kheo-ni nào giỡn trong nước, Ba-dật-đề.

(Xong bốn mươi việc)

41. Tỳ-kheo-ni nào ngủ chung phòng cùng người nam, Ba-dật-đề.

42. Tỳ-kheo-ni nào uống rượu, Ba-dật-đề.

43. Tỳ-kheo-ni nào khinh thầy, Ba-dật-đề.

44. Tỳ-kheo-ni nào tự tay đào đất, hoặc sai người đào, nói: "Đào chỗ này," **[0210b01]** Ba-dật-đề.

45. Tỳ-kheo-ni nào tranh cãi nhau rồi, lén nghe [điều người kia nói], nghĩ như vầy: "Những gì các tỳ-kheo-ni đã nói, ta sẽ ghi nhớ,"

Ba-dật-đề.

46. Tỳ-kheo-ni nào nhận thỉnh tùy ý thuốc bốn tháng, nếu nhận quá mức, Ba-dật-đề, trừ thỉnh thêm, tự đem đến và thỉnh lâu dài.

47. Tỳ-kheo-ni nào thường xuyên phạm tội, các tỳ-kheo-ni như pháp can gián, lại nói như vầy: "Tôi không học giới này, tôi sẽ hỏi tỳ-kheo-ni trì pháp, trì luật khác," Ba-dật-đề.

48. Tỳ-kheo-ni nào, khi tụng giới, nói như vầy: "Nay tôi mới biết pháp này mỗi nửa tháng Bố-tát, nói ra từ trong Giới kinh." Các tỳ-kheo-ni biết tỳ-kheo-ni này đã hai, ba lần có ngồi nghe khi tụng giới. Tỳ-kheo-ni này không vì cớ không biết mà thoát tội. Tùy theo chỗ phạm tội như pháp xử trị và nên khiển trách sự không biết kia, nói: "Điều cô đã làm không tốt, khi thuyết giới, không một lòng lắng nghe, không lưu tâm để ý," Ba-dật-đề.

49. Tỳ-kheo-ni nào hẹn cướp cùng đi chung đường, từ tụ lạc này đến tụ lạc kia, Ba-dật-đề.

50. Tỳ-kheo-ni nào hẹn cùng người nam đi chung đường, từ tụ lạc này đến tụ lạc kia, Ba-dật-đề.

(Xong năm mươi việc)

51. Tỳ-kheo-ni nào không bệnh mà vì sưởi ấm, tự mình đốt lửa, hoặc sai người đốt, Ba-dật-đề.

52. Tỳ-kheo-ni nào tự mình cầm nắm hay sai người cầm nắm vật báu hoặc được xem là vật báu, trừ trong Tăng phường hay chỗ nghỉ đêm, Ba-dật-đề.

53. Tỳ-kheo-ni nào tắm trong vòng nửa tháng, trừ nhân duyên, Ba-dật-đề. Nhân duyên là khi bệnh, khi làm việc, khi đi đường, khi mưa gió, khi nóng bức. Đó gọi là nhân duyên.

54. Tỳ-kheo-ni nào vì nóng giận đánh tỳ-kheo-ni khác, Ba-dật-đề.

55. Tỳ-kheo-ni nào vì nóng giận dùng tay dọa đánh tỳ-kheo-ni khác, Ba-dật-đề.

56. Tỳ-kheo-ni nào cố ý khủng bố tỳ-kheo-ni khác, Ba-dật-đề.

57. Tỳ-kheo-ni nào vu khống tỳ-kheo-ni khác bằng pháp Tăng-già-bà-thi-sa không căn cứ, Ba-dật-đề.

58. Tỳ-kheo-ni nào nói với tỳ-kheo-ni khác, cùng tôi đến các gia đình, sẽ cho cô nhiều thức ăn ngon; đã đến mà không cho, lại nói như vầy: "Cô đi đi, cùng cô ngồi hay nói chuyện không vui, để tôi ngồi một mình, nói chuyện một mình vui hơn," vì muốn gây rối người kia, Ba-dật-đề.

59. Tỳ-kheo-ni nào được y mới, nên dùng ba loại màu, hoặc xanh hoặc đen hoặc mộc lan để làm dấu; nếu không dùng ba loại màu này làm dấu, Ba-dật-đề.

60. Tỳ-kheo-ni nào vì cố ý vui đùa, giấu **[0210c01]** y, bát, tọa cụ, ống đựng kim của tỳ-kheo-ni khác, tất cả những tư cụ sinh hoạt hàng ngày như vậy, hoặc sai người giấu, Ba-dật-đề.

(Xong sáu mươi việc)

61. Tỳ-kheo-ni nào khi Tăng đoán sự, như pháp dữ dục rồi, sau lại chỉ trích, Ba-dật-đề.

62. Tỳ-kheo-ni nào, nói như vầy: "Các tỳ-kheo-ni xoay vật của Tăng cho người quen biết," Ba-dật-đề.

63. Tỳ-kheo-ni nào đã tịnh thí y cho tỳ-kheo, tỳ-kheo-ni, thức-xoa-ma-na, sa-di, sa-di-ni rồi, cưỡng đoạt lấy lại, Ba-dật-đề.

64. Tỳ-kheo-ni nào nhận lời mời của người, trước bữa ăn, sau bữa ăn đi đến nhà khác mà không bạch cho tỳ-kheo-ni khác ở gần, trừ nhân duyên, Ba-dật-đề. Nhân duyên là thời của y. Đó gọi là nhân duyên.

65. Tỳ-kheo-ni nào dùng bông đâu-la để nhồi vào dụng cụ ngồi, nằm, Ba-dật-đề.

66. Tỳ-kheo-ni nào tự mình làm vật dụng nằm, ngồi, giường dây, giường gỗ, chân nên cao bằng tám ngón tay của Tu-già-đà, trừ phần vào lỗ mộng, nếu quá, Ba-dật-đề.

67. Tỳ-kheo-ni nào dùng xương, răng, sừng làm ống đựng kim, Ba-dật-đề.

68. Tỳ-kheo-ni nào may y của mình bằng hay hơn y của Tu-già-đà, Ba-dật-đề. Lượng y của Tu-già-đà là chiều dài bằng chín gang tay, chiều rộng bằng sáu gang tay của Tu-già-đà. Đó gọi là lượng y của Tu-già-đà.

69. Tỳ-kheo-ni nào biết đàn-việt muốn cúng vật cho Tăng mà xoay về cho người khác, Ba-dật-đề.

70. Tỳ-kheo-ni nào, ăn tỏi, Ba-dật-đề.

(Xong bảy mươi việc)

71. Tỳ-kheo-ni nào, dùng tay vỗ nữ căn, Ba-dật-đề.

72. Tỳ-kheo-ni nào làm nam căn để vào trong nữ căn, Ba-dật-đề.

73. Tỳ-kheo-ni nào dùng nước rửa nữ căn, chỉ nên dùng hai ngón tay, đưa vào ngang bằng một đốt để rửa; nếu quá, Ba-dật-đề.

74. Tỳ-kheo-ni nào cạo lông nách và chỗ kín, Ba-dật-đề.

75. Tỳ-kheo-ni nào cùng tỳ-kheo, một mình ở chỗ khuất cùng đứng, cùng nói chuyện, Ba-dật-đề.

76. Tỳ-kheo-ni nào cùng bạch y hay ngoại đạo, một mình ở chỗ khuất cùng đứng, cùng nói chuyện, Ba-dật-đề.

77. Tỳ-kheo-ni nào cùng tỳ-kheo, một mình ở chỗ trống cùng đứng, cùng nói chuyện, Ba-dật-đề.

78. Tỳ-kheo-ni nào cùng bạch y hay ngoại đạo, một mình ở chỗ trống cùng đứng, cùng nói chuyện, Ba-dật-đề.

79. Tỳ-kheo-ni nào cùng tỳ-kheo, một mình đứng nơi ngã tư, đường hẻm, nói vừa đủ nghe, bảo tỳ-kheo-ni bạn tránh ra xa, Ba-dật-đề.

80. Tỳ-kheo-ni nào cùng bạch y hay ngoại đạo, một mình đi trong đường hẻm, nói vừa đủ nghe, bảo tỳ-kheo-ni bạn tránh ra xa, Ba-dật-đề.

(Xong tám mươi việc)

81. Tỳ-kheo-ni nào lõa hình tắm rửa, Ba-dật-đề.

82. Tỳ-kheo-ni nào đi tắm không mang theo áo tắm, Ba-dật-đề.

83. Tỳ-kheo-ni nào trước đó, nhận được **[0211a01]** y mới của tỳ-kheo-ni đem tượng trưng cúng dường liền mặc mà không hoàn lại, Ba-dật-đề.

84. Tỳ-kheo-ni nào ngăn cản Tăng chia y, Ba-dật-đề.

85. Tỳ-kheo-ni nào tháo y của tỳ-kheo-ni khác rồi, không bệnh, quá bốn, năm ngày mà may lại không thành, Ba-dật-đề.

86. Tỳ-kheo-ni nào không mặc năm y mà đi ra đường, Ba-dật-đề.

87. Tỳ-kheo-ni nào dùng y tỳ-kheo-ni cho bạch y hay ngoại đạo nữ, Ba-dật-đề.

88. Tỳ-kheo-ni nào ngăn vật thí cho cá nhân chuyển về cho Tăng, Ba-dật-đề.

89. Tỳ-kheo-ni nào bảo hộ mà lẫn tiếc nhà người, Ba-dật-đề.

90. Tỳ-kheo-ni nào không an cư, Ba-dật-đề.

(Xong chín mươi việc)

91. Tỳ-kheo-ni nào không nương theo chúng tỳ-kheo an cư, Ba-dật-đề.

92. Tỳ-kheo-ni nào đang trong an cư mà du hành, Ba-dật-đề.

93. Tỳ-kheo-ni nào an cư xong, không đến trong Tỳ-kheo Tăng thỉnh tội thấy, nghe, nghi, Ba-dật-đề.

94. Tỳ-kheo-ni nào theo lời mời đến an cư rồi, ở lại không đi dù chỉ một đêm, Ba-dật-đề.

95. Tỳ-kheo-ni nào ở trong nước, chỗ có sự khủng bố, không có người để nương nhờ, mà đi một mình, Ba-dật-đề.

96. Tỳ-kheo-ni nào ra khỏi biên giới đất nước, nơi có sự khủng bố, không có người để nương nhờ, đi một mình, Ba-dật-đề.

97. Tỳ-kheo-ni nào an cư xong, bỏ đi mà không giao gởi tinh xá cho ai, Ba-dật-đề.

98. Tỳ-kheo-ni nào an cư xong, không trả tinh xá lại cho chủ, bỏ đi, Ba-dật-đề.

99. Tỳ-kheo-ni nào đi dạo xem đủ mọi thứ, Ba-dật-đề.

100. Tỳ-kheo-ni nào nửa tháng không đến trong Tăng cầu thỉnh thầy giáo giới, Ba-dật-đề.

(Xong một trăm việc)

101. Tỳ-kheo-ni nào vào trú xứ có tỳ-kheo, thấy tỳ-kheo mà không bạch, trừ lúc gặp nạn gấp, Ba-dật-đề.

102. Tỳ-kheo-ni nào chưa đủ mười hai tuổi hạ mà nuôi đệ tử, Ba-dật-đề.

103. Tỳ-kheo-ni nào đủ mười hai tuổi, Tăng không cho pháp yết-ma nuôi chúng mà vẫn nuôi, Ba-dật-đề.

104. Tỳ-kheo-ni nào cho người nữ đã có chồng, chưa đủ mười hai tuổi, thọ Cụ túc giới, Ba-dật-đề.

105. Tỳ-kheo-ni nào cho người nữ đã có chồng, đủ mười hai tuổi, thọ Cụ túc giới mà không được Tăng tác pháp yết-ma cho phép, Ba-dật-đề.

106. Tỳ-kheo-ni nào cho đồng nữ chưa đủ mười tám tuổi thọ học giới, Ba-dật-đề.

107. Tỳ-kheo-ni nào tuy đồng nữ đủ mười tám tuổi, Tăng không tác yết-ma mà vẫn cho thọ học giới, Ba-dật-đề.

108. Tỳ-kheo-ni nào nói với phụ nữ bạch y: "Cho tôi y trước, tôi mới độ cô," Ba-dật-đề.

109. Tỳ-kheo-ni nào được các tỳ-kheo-ni nói: "Như lời Phật dạy, nên cho tác yết-ma nuôi chúng có điều kiện **[0211b01]** nhưng cô sẽ không được việc này," liền chê trách các tỳ-kheo-ni, Ba-dật-đề.

110. Tỳ-kheo-ni nào khi giáo giới và yết-ma không đến nghe, Ba-dật-đề.

(Xong một trăm mười việc)

111. Tỳ-kheo-ni nào đối với thức-xoa-ma-na đủ hai năm học giới không có gì trở ngại mà không cho thọ giới Cụ túc, lại nói: "Cô cần học thêm giới này," Ba-dật-đề.

112. Tỳ-kheo-ni nào độ dâm nữ, Ba-dật-đề.

113. Tỳ-kheo-ni nào cho Ni chưa đủ hai năm học giới, thọ Cụ túc giới, Ba-dật-đề.

114. Tỳ-kheo-ni nào, Ni đã đủ hai năm học giới, nhưng Tăng không tác yết-ma mà cho thọ Cụ túc giới, Ba-dật-đề.

115. Tỳ-kheo-ni nào, Ni đủ hai năm học giới nhưng không học giới mà cho thọ Cụ túc giới, Ba-dật-đề.

116. Tỳ-kheo-ni nào cho người nữ có thai thọ giới Cụ túc, Ba-dật-đề.

117. Tỳ-kheo-ni nào cho phụ nữ mới sanh thọ giới Cụ túc, Ba-dật-đề.

118. Tỳ-kheo-ni nào hằng năm đều cho đệ tử thọ giới Cụ túc, Ba-dật-đề.

119. Tỳ-kheo-ni nào để cách đêm mới cho đệ tử thọ giới Cụ túc, Ba-dật-đề.

120. Tỳ-kheo-ni nào mới thọ giới Cụ túc, không nương thừa Hòa thượng sáu năm, hoặc sai người nương thừa, Ba-dật-đề.

(Xong một trăm hai mươi việc)

121. Tỳ-kheo-ni nào nuôi đệ tử trong sáu năm, không tự mình chăm sóc, không nhờ người chăm sóc, Ba-dật-đề.

122. Tỳ-kheo-ni nào nuôi đệ tử mà tự mình không đưa đi, không nhờ người khác đưa đi cách xa chỗ ở cũ năm, sáu do-tuần, Ba-dật-đề.

123. Tỳ-kheo-ni nào, người đồng học bị bệnh, không tự mình chăm sóc, không sai người chăm sóc, Ba-dật-đề.

124. Tỳ-kheo-ni nào độ người nữ thuộc về người khác, Ba-dật-đề.

125. Tỳ-kheo-ni nào độ người nữ có bệnh trầm kha, Ba-dật-đề.

126. Tỳ-kheo-ni nào độ phụ nữ thuộc quyền chồng, Ba-dật-đề.

127. Tỳ-kheo-ni nào độ người nữ có mắc nợ, Ba-dật-đề.

128. Tỳ-kheo-ni nào với người nam cùng đứng, cùng nói chuyện ở chỗ tối, Ba-dật-đề.

129. Tỳ-kheo-ni nào không nói với người chủ mà vội ngồi giường của họ, Ba-dật-đề.

130. Tỳ-kheo-ni nào tự tay cho bạch y và ngoại đạo người nam thức ăn, Ba-dật-đề.

(Xong một trăm ba mươi việc)

131. Tỳ-kheo-ni nào đến nhà bạch y nói lỗi của các tỳ-kheo, Ba-dật-đề.

132. Tỳ-kheo-ni nào sau khi cùng người khác tranh cãi rồi tự đánh mình khóc la, Ba-dật-đề.

133. Tỳ-kheo-ni nào không nghe rõ lời nói của họ mà vọng sân người ta, Ba-dật-đề.

134. Tỳ-kheo-ni nào tự thề thốt, mà thật ra là nhằm nguyền rủa người khác, Ba-dật-đề.

135. Tỳ-kheo-ni nào quăng phân, nước tiểu ra ngoài tường rào, hay sai người quăng, Ba-dật-đề.

136. Tỳ-kheo-ni nào quăng rác rưởi, **[0211c01]** thức ăn dư ra ngoài tường rào, hay sai người quăng, Ba-dật-đề.

137. Tỳ-kheo-ni nào đại tiểu tiện trên cỏ tươi, Ba-dật-đề.

138. Tỳ-kheo-ni nào quăng rác rưởi, thức ăn dư trên cỏ tươi, Ba-dật-đề.

139. Tỳ-kheo-ni nào ngủ nơi nhà 'có thức ăn,' Ba-dật-đề.

140. Tỳ-kheo-ni nào, nếu được tỳ-kheo hỏi như pháp mà không trả lời, Ba-dật-đề.

(Xong một trăm bốn mươi việc)

141. Tỳ-kheo-ni nào ngồi các loại xe đi lại, Ba-dật-đề.

142. Tỳ-kheo-ni nào mang dép da, cầm dù đi lại, Ba-dật-đề.

143. Tỳ-kheo-ni nào cầm bình nước và quạt đứng trước tỳ-kheo hoặc mời nước hay quạt hầu, Ba-dật-đề.

144. Tỳ-kheo-ni nào đọc tụng kinh về cách trị bệnh, Ba-dật-đề.

145. Tỳ-kheo-ni nào dạy người khác đọc tụng kinh về cách trị bệnh, Ba-dật-đề.

146. Tỳ-kheo-ni nào vì người trị bệnh để làm kế sinh nhai, Ba-dật-đề.

147. Tỳ-kheo-ni nào dạy người khác trị bệnh để làm kế sinh nhai, Ba-dật-đề.

148. Tỳ-kheo-ni nào vì ăn uống nên làm việc cho nhà bạch y, Ba-dật-đề.

149. Tỳ-kheo-ni nào cùng nằm với phụ nữ bạch y hay ngoại đạo, đắp chung chăn, Ba-dật-đề.

150. Tỳ-kheo-ni nào cùng nằm với tỳ-kheo-ni, thức-xoa-ma-na, sa-di-ni, đắp chung chăn, Ba-dật-đề.

(Xong một trăm năm mươi việc)

151. Tỳ-kheo-ni nào cùng nằm với phụ nữ bạch y hay ngoại đạo phủ kín chăn lại, Ba-dật-đề.

152. Tỳ-kheo-ni nào cùng nằm với tỳ-kheo-ni, thức-xoa-ma-na, sa-di-ni, phủ kín chăn lại, Ba-dật-đề.

153. Tỳ-kheo-ni nào dùng hương thơm thoa vào thân, Ba-dật-đề.

154. Tỳ-kheo-ni nào không bệnh, dùng cây khô ngâm nước cọ xát vào thân, Ba-dật-đề.

155. Tỳ-kheo-ni nào cất giữ hoặc đeo tràng hoa, Ba-dật-đề.

156. Tỳ-kheo-ni nào đeo vật báu quanh eo, Ba-dật-đề.

157. Tỳ-kheo-ni nào mặc áo bó sát thân, Ba-dật-đề.

158. Tỳ-kheo-ni nào cất chứa các thứ trang điểm thân hình, Ba-dật-đề.

159. Tỳ-kheo-ni nào cất chứa đầu tóc giả, Ba-dật-đề.

160. Tỳ-kheo-ni nào để tóc dài, Ba-dật-đề.

(Xong một trăm sáu mươi việc)

161. Tỳ-kheo-ni nào đeo đồ trang sức thân, Ba-dật-đề.

162. Tỳ-kheo-ni nào làm đồ trang sức thân cho người khác, Ba-dật-đề.

163. Tỳ-kheo-ni nào kéo tơ, Ba-dật-đề.

164. Tỳ-kheo-ni nào không hỏi bạch y mà tự tiện trải ngọa cụ trong nhà người ta nằm, Ba-dật-đề.

165. Tỳ-kheo-ni nào đến nhà bạch y trải tọa, ngọa cụ của họ, hoặc sai người trải, khi đi không tự dọn, không nhờ người dọn, Ba-dật-đề.

166. Tỳ-kheo-ni nào tự nấu vật sống làm thức ăn, Ba-dật-đề.

167. Tỳ-kheo-ni nào **[0212a01]** trước cho người ở, rồi sau lại nóng giận mắng chửi, Ba-dật-đề.

168. Tỳ-kheo-ni nào không bạch Tăng mà vội nhờ người nam trị bệnh, Ba-dật-đề.

169. Tỳ-kheo-ni nào ban đêm tự mở toang cửa ra ngoài không dặn tỳ-kheo-ni khác đóng lại, Ba-dật-đề.

170. Tỳ-kheo-ni nào không được bạch y mời mà vào nhà họ phi thời, Ba-dật-đề.

(Xong một trăm bảy mươi việc)

171. Tỳ-kheo-ni nào nhận lời mời, người chủ chưa xướng 'tùy ý thực' mà ăn, Ba-dật-đề.

172. Tỳ-kheo-ni nào bị yết-ma khu xuất mà không đi, Ba-dật-đề.

173. Tỳ-kheo-ni nào Tăng như pháp tập hợp mà không đến liền, Ba-dật-đề.

174. Tỳ-kheo-ni nào xem ca múa kỹ nhạc, Ba-dật-đề.

175. Tỳ-kheo-ni nào đến chỗ biên địa, Ba-dật-đề.

176. Tỳ-kheo-ni nào độ người hai căn, Ba-dật-đề.

177. Tỳ-kheo-ni nào độ người nữ hai đường hiệp một, Ba-dật-đề.

178. Tỳ-kheo-ni nào độ người nữ thường bị nguyệt thủy, Ba-dật-đề.

179. Tỳ-kheo-ni nào thấy tỳ-kheo, không đứng dậy, không kính lễ, không mời ngồi, Ba-dật-đề.

180. Tỳ-kheo-ni nào đốt lông chỗ kín, Ba-dật-đề.

(Xong một trăm tám mươi việc)

181. Tỳ-kheo-ni nào không mặc Tăng-kỳ-chi mà vào nhà bạch y, Ba-dật-đề.

182. Tỳ-kheo-ni nào cùng bạch y ngồi đối nhau, thân gần kề nhau mà nói pháp, Ba-dật-đề.

183. Tỳ-kheo-ni nào tự mình ca múa, Ba-dật-đề.

184. Tỳ-kheo-ni nào ngăn thọ y ca-thi-na, Ba-dật-đề.

185. Tỳ-kheo-ni nào ngăn xả y ca-thi-na, Ba-dật-đề.

186. Tỳ-kheo-ni nào không bạch tỳ-kheo mà vội hỏi nghĩa kinh, Ba-dật-đề.

187. Tỳ-kheo-ni nào lấy bất tịnh của người nam tự đặt vào căn của mình, Ba-dật-đề.

188. Tỳ-kheo-ni nào đốt lửa, làm pháp thờ lửa của ngoại đạo, Ba-dật-đề.

189. Tỳ-kheo-ni nào tắm chỗ có người, Ba-dật-đề.

190. Tỳ-kheo-ni nào tụng chú thuật ngoại đạo, hoặc dạy người tụng, Ba-dật-đề.

(Xong một trăm chín mươi việc)

191. Tỳ-kheo-ni nào trong một nhóm tự trao giới Cụ túc, Ba-dật-đề.

192. Tỳ-kheo-ni nào tự tác yết-ma nuôi chúng, Ba-dật-đề.

193. Tỳ-kheo-ni nào tự tác pháp yết-ma hai năm học giới, Ba-dật-đề.

194. Tỳ-kheo-ni nào tự thọ hai năm học giới, Ba-dật-đề.

195. Tỳ-kheo-ni nào tác yết-ma hai năm học giới rồi, để cách đêm mới trao giới Cụ túc, Ba-dật-đề.

196. Tỳ-kheo-ni nào tác yết-ma hai năm học giới rồi, để cách đêm

mới trao học giới, Ba-dật-đề.

197. Tỳ-kheo-ni nào tự dệt vải may y cho mình, Ba-dật-đề.

198. Tỳ-kheo-ni **[0212b01]** nào du hành trong nước nơi có khủng bố, Ba-dật-đề.

199. Tỳ-kheo-ni nào tự tạc tượng mình, hoặc sai người tạc, Ba-dật-đề.

200. Tỳ-kheo-ni nào trang điểm cho người nữ, Ba-dật-đề.

(Xong hai trăm việc)

201. Tỳ-kheo-ni nào ở trong nước mà lội ngược dòng, Ba-dật-đề.

202. Tỳ-kheo-ni nào nằm ngửa cho nước nhỏ xuống chỗ kín, Ba-dật-đề.

203. Tỳ-kheo-ni nào chăm sóc eo cho thon gọn, Ba-dật-đề.

204. Tỳ-kheo-ni nào trau chuốt thân thể bằng nhiều cách, Ba-dật-đề.

205. Tỳ-kheo-ni nào mặc y theo kiểu kỹ nữ, Ba-dật-đề.

206. Tỳ-kheo-ni nào mặc y theo kiểu phụ nữ bạch y, Ba-dật-đề.

207. Tỳ-kheo-ni nào vì tâm dục tự ngắm thân thể mình, Ba-dật-đề.

208. Tỳ-kheo-ni nào soi gương (rồi sanh tâm), Ba-dật-đề.

209. Tỳ-kheo-ni nào tự mình bói toán, hoặc đến người bói toán, Ba-dật-đề.

210. Tỳ-kheo-ni nào luận bàn theo thế tục, Ba-dật-đề.

(Xong hai trăm mười việc)

Các đại tỷ! Tôi đã tụng xong hai trăm mười pháp Ba-dật-đề. Nay hỏi, các đại tỷ trong đây có thanh tịnh không? *(Lần thứ hai, lần thứ ba cũng hỏi như vậy)*

Các đại tỷ trong đây thanh tịnh vì im lặng. Việc này tôi ghi nhận như vậy.

CHƯƠNG NĂM:
BA-LA-ĐỀ ĐỀ-XÁ-NI

Các đại tỷ, đây là tám pháp Ba-la-đề đề-xá-ni trong Giới kinh, mỗi nửa tháng tụng một lần.

1. Tỳ-kheo-ni nào không bệnh mà vì mình xin bơ để ăn, tỳ-kheo-ni ấy nên đến bên các tỳ-kheo-ni ăn năn: "Tôi đã rơi vào pháp đáng trách, nay hướng đến các đại tỷ xin hối lỗi." Đây gọi là pháp hối quá.

2. Tỳ-kheo-ni nào không bệnh mà vì mình xin dầu để ăn, tỳ-kheo-ni ấy nên đến bên các tỳ-kheo-ni ăn năn: "Tôi đã rơi vào pháp đáng trách, nay hướng đến các đại tỷ xin hối lỗi." Đây gọi là pháp hối quá.

3. Tỳ-kheo-ni nào không bệnh mà vì mình xin mật để ăn, tỳ-kheo-ni ấy nên đến bên các tỳ-kheo-ni ăn năn: "Tôi đã rơi vào pháp đáng trách, nay hướng đến các đại tỷ xin hối lỗi." Đây gọi là pháp hối quá.

4. Tỳ-kheo-ni nào không bệnh mà vì mình xin đường phèn để ăn, tỳ-kheo-ni ấy nên đến bên các tỳ-kheo-ni ăn năn: "Tôi đã rơi vào pháp đáng trách, nay hướng đến các đại tỷ xin hối lỗi." Đây gọi là pháp hối quá.

5. Tỳ-kheo-ni nào không bệnh mà vì mình xin sữa để ăn, tỳ-kheo-ni ấy nên đến bên các tỳ-kheo-ni ăn năn: "Tôi đã rơi vào pháp đáng trách, nay hướng đến các đại tỷ xin hối lỗi." Đây gọi là pháp hối quá.

6. Tỳ-kheo-ni nào không bệnh mà vì mình xin phó mát để ăn, tỳ-kheo-ni ấy nên đến bên các tỳ-kheo-ni ăn năn: "Tôi đã rơi vào pháp đáng trách, nay hướng đến các đại tỷ xin hối lỗi." Đây gọi là

pháp hối quá.

7. Tỳ-kheo-ni nào không **[0212c01]** bệnh mà vì mình xin cá để ăn, tỳ-kheo-ni ấy nên đến bên các tỳ-kheo-ni ăn năn: "Tôi đã rơi vào pháp đáng trách, nay hướng đến các đại tỷ xin hối lỗi." Đây gọi là pháp hối quá.

8. Tỳ-kheo-ni nào không bệnh mà vì mình xin thịt để ăn, tỳ-kheo-ni ấy nên đến bên các tỳ-kheo-ni ăn năn: "Tôi đã rơi vào pháp đáng trách, nay hướng đến các đại tỷ xin hối lỗi." Đây gọi là pháp hối quá.

Các đại tỷ! Tôi đã tụng xong tám pháp Ba-la-đề đề-xá-ni. Nay hỏi, các đại tỷ trong đây có thanh tịnh không? *(Lần thứ hai, lần thứ ba cũng hỏi như vậy)*

Các đại tỷ trong đây thanh tịnh vì im lặng. Việc này tôi ghi nhận như vậy.

CHƯƠNG SÁU:
PHÁP CHÚNG HỌC

Các đại tỷ, đây là pháp Chúng học trong Giới kinh, mỗi nửa tháng tụng một lần.

1.   Mặc hạ y không cao, cần phải học.

2.   Mặc hạ y không thấp, cần phải học.

3.   Mặc hạ y không so le, cần phải học.

4.   Mặc hạ y không như lá cây đa-la, cần phải học.

5.   Mặc hạ y không như vòi voi, cần phải học.

6.   Mặc hạ y không như viên nại, cần phải học.

7.   Mặc hạ y không xếp thành lằn nhỏ, cần phải học.

8.   Mặc y không cao, cần phải học.

9.   Mặc y không thấp, cần phải học.

10.   Mặc y không so le, cần phải học.

   (Xong mười việc)

11.   Khéo che thân khi vào nhà bạch y, cần phải học.

12.   Khéo che thân khi ngồi trong nhà bạch y, cần phải học.

13.   Không lật ngược y lên vai bên trái khi vào nhà bạch y, cần phải học.

14.   Không lật ngược y lên vai bên trái khi ngồi trong nhà bạch y, cần phải học.

15.   Không lật ngược y lên vai bên phải khi vào nhà bạch y, cần phải học.

16. Không lật ngược y lên vai bên phải khi ngồi trong nhà bạch y, cần phải học.

17. Không lật ngược y lên cả hai vai khi vào nhà bạch y, cần phải học.

18. Không lật ngược y lên cả hai vai khi ngồi trong nhà bạch y, cần phải học.

19. Không lắc thân khi vào nhà bạch y, cần phải học.

20. Không lắc thân khi ngồi trong nhà bạch y, cần phải học.

(Xong hai mươi việc)

21. Không lắc đầu khi vào nhà bạch y, cần phải học.

22. Không lắc đầu khi ngồi trong nhà bạch y, cần phải học.

23. Không nhún vai khi vào nhà bạch y, cần phải học.

24. Không nhún vai khi ngồi trong nhà bạch y, cần phải học.

25. Không dắt tay nhau khi vào nhà bạch y, cần phải học.

26. Không dắt tay nhau khi ngồi trong nhà bạch y, cần phải học.

27. Không trùm kín người khi vào nhà bạch y, cần phải học.

28. Không trùm kín người khi ngồi trong nhà bạch y, cần phải học.

29. Không chống nạnh khi vào nhà bạch y, cần phải học.

30. Không chống nạnh khi ngồi trong nhà bạch y, cần phải học.

(Xong ba mươi việc)

31. Không chống cằm khi vào nhà **[0213a01]** bạch y, cần phải học.

32. Không chống cằm khi ngồi trong nhà bạch y, cần phải học.

33. Không vung cánh tay khi vào nhà bạch y, cần phải học.

34. Không vung cánh tay khi ngồi trong nhà bạch y, cần phải học.

35. Không nhìn lên cao khi vào nhà bạch y, cần phải học.

36. Không nhìn lên cao khi ngồi trong nhà bạch y, cần phải học.

37. Không quay nhìn hai bên khi vào nhà bạch y, cần phải học.

38. Không quay nhìn hai bên khi ngồi trong nhà bạch y, cần phải học.

39. Không đi xoạc chân khi vào nhà bạch y, cần phải học.

40. Không ngồi xoạc chân trong nhà bạch y, cần phải học.

(Xong bốn mươi việc)

41. Không đi khập khiễng chân khi vào nhà bạch y, cần phải học.

42. Không đi khập khiễng chân khi ngồi trong nhà bạch y, cần phải học.

43. Không trùm đầu khi vào nhà bạch y, cần phải học.

44. Không trùm đầu khi ngồi trong nhà bạch y, cần phải học.

45. Không giỡn cười khi vào nhà bạch y, cần phải học.

46. Không giỡn cười khi ngồi trong nhà bạch y, cần phải học.

47. Không nói lớn tiếng khi vào nhà bạch y, cần phải học.

48. Không nói lớn tiếng khi ngồi trong nhà bạch y, cần phải học.

49. Nên ý tứ khi vào nhà bạch y, cần phải học.

50. Nên ý tứ khi ngồi trong nhà bạch y, cần phải học.

(Xong năm mươi việc)

51. Nhận thức ăn nên chú tâm, cần phải học.

52. Không nhận thức ăn đầy bát, cần phải học.

53. Ăn canh và cơm đồng đều, cần phải học.

54. Không moi khắp trong bát để lấy thức ăn, cần phải học.

55. Không khoét giữa bát để ăn, cần phải học.

56. Không cong ngón tay để vét thức ăn trong bát, cần phải học.

57. Không ngửi thức ăn khi ăn, cần phải học.

58. Nhìn kỹ vào bát khi ăn, cần phải học.

59. Không bỏ thừa thức ăn, cần phải học.

60. Không dùng tay đang bốc thức ăn cầm đồ đựng nước sạch, cần

phải học.

(Xong sáu mươi việc)

61.   Không húp thức ăn khi ăn, cần phải học.

62.   Không nhai thức ăn có tiếng, cần phải học.

63.   Không dùng lưỡi lấy thức ăn, cần phải học.

64.   Không bốc thức ăn đầy tay, cần phải học.

65.   Không hả miệng quá lớn để ăn, cần phải học.

66.   Cơm chưa đến không nên hả miệng lớn để chờ, cần phải học.

67.   Không phùng má để ăn, cần phải học.

68.   Không cắn phân nửa thức ăn, cần phải học.

69.   Không hỉ mũi khi ăn, cần phải học.

70.   Không ngậm thức ăn mà nói, cần phải học.

(Xong bảy mươi việc)

71.   Không rướn cánh tay lấy thức ăn, cần phải học.

72.   Không rảy tay để ăn, cần phải học.

73.   Không liếm thức ăn đã nhổ ra, cần phải học.

74.   Không nuốt trộng thức ăn, cần phải học.

75.   Không vò cơm từ xa ném vào miệng, cần phải học.

76.   Không đem nước rửa bát có thức ăn đổ trong nhà bạch y, cần phải học.

77.   Không dùng cơm phủ canh với hy vọng được thêm canh, cần phải học.

78.   Không hiềm chê thức ăn, cần phải học.

79.   Không vì mình đòi thêm thức ăn, cần phải học.

80.   Không nhìn vào bát vị ngồi gần với tâm hiềm ty, cần phải học.

(Xong tám mươi việc)

81. Không đứng đại tiểu tiện, trừ bệnh, cần phải học.

82. Không đại tiểu tiện trong nước sạch, **[0213b01]** trừ bệnh, cần phải học.

83. Không đại tiểu tiện trên rau, cỏ tươi, trừ bệnh, cần phải học.

84. Không nên nói pháp cho người mang guốc, trừ bệnh, cần phải học.

85. Không nên nói pháp cho người mang giày, dép, trừ bệnh, cần phải học.

86. Không nên nói pháp cho người để trống ngực, trừ bệnh, cần phải học.

87. Không nên nói pháp cho người ngồi, tỳ-kheo-ni đứng, trừ bệnh, cần phải học.

88. Không nên nói pháp cho người ngồi chỗ cao, tỳ-kheo-ni ngồi chỗ thấp, trừ bệnh, cần phải học.

89. Không nên nói pháp cho người nằm, tỳ-kheo-ni ngồi, trừ bệnh, cần phải học.

90. Không nên nói pháp cho người ở trước, tỳ-kheo-ni ở sau, trừ bệnh, cần phải học.

(Xong chín mươi việc)

91. Không nên nói pháp cho người ở giữa đường, tỳ-kheo-ni ở bên đường, trừ bệnh, cần phải học.

92. Không nên nói pháp cho người trùm đầu, trừ bệnh, cần phải học.

93. Không nên nói pháp cho người lật ngược y, trừ bệnh, cần phải học.

94. Không nên nói pháp cho người lật ngược y lên hai vai, trừ bệnh, cần phải học.

95. Không nên nói pháp cho người cầm dù che thân, trừ bệnh, cần phải học.

96. Không nên nói pháp cho người cưỡi ngựa, trừ bệnh, cần phải học.

97. Không nên nói pháp cho người cầm gậy, trừ bệnh, cần phải học.

98. Không nên nói pháp cho người cầm dao, trừ bệnh, cần phải học.

99. Không nên nói pháp cho người cầm cung tên, trừ bệnh, cần phải học.

100. Cây cao quá đầu người không được leo lên, trừ có trường hợp đặc biệt, cần nên học. Trường hợp đặc biệt là có ác thú hay các nạn, gọi là trường hợp đặc biệt.

(Xong một trăm việc)

Các đại tỷ! Tôi đã tụng xong pháp Chúng học. Nay hỏi, các đại tỷ trong đây có thanh tịnh không? *(Lần thứ hai, lần thứ ba cũng hỏi như vậy)*

Các đại tỷ trong đây thanh tịnh vì im lặng. Việc này tôi ghi nhận như vậy.

CHƯƠNG KẾT:

I. KẾT GIỚI

Các đại tỷ! Tôi đã tụng xong tựa Giới kinh, đã tụng tám pháp Ba-la-di, đã tụng mười ba pháp Tăng-già-bà-thi-sa, đã tụng ba mươi pháp Ni-tát-kỳ ba-dật-đề, đã tụng hai trăm mười pháp Ba-dật-đề, đã tụng tám pháp Ba-la-đề đề-xá-ni, đã tụng giới pháp Chúng học. Những pháp này nằm trong Giới kinh của Phật, thuyết trong Ba-la-đề-mộc-xoa mỗi nửa tháng và còn các giới pháp tùy Đạo khác. Trong đây, các đại tỷ nhất tâm hòa hợp, hoan hỷ, không tranh, như nước hòa với sữa, sống an lạc, cần phải học tập.

II. THẤT PHẬT GIỚI KINH

Đức Tỳ-ba-thi Như Lai, Ứng cúng, Chánh biến tri, vì chúng Tăng tịch tĩnh, lược thuyết Ba-la-đề-mộc-xoa như vầy:

[0213c01] *"Nhẫn là đạo bậc nhất*
Niết-bàn, Phật nói nhất;
Xuất gia não hại người
Không xứng danh sa-môn."

Đức Thi-khí Như Lai, Ứng cúng, Chánh biến tri, vì chúng Tăng tịch tĩnh, lược thuyết Ba-la-đề-mộc-xoa như vầy:

"Cũng như người mắt sáng
Tránh khỏi lối hiểm nghèo
Bậc có trí trong đời
Tránh xa các xấu ác."

Đức Tỳ-diếp-ba Như Lai, Ứng cúng, Chánh biến tri, vì chúng Tăng tịch tĩnh, lược thuyết Ba-la-đề-mộc-xoa như vầy:

"Không gây não, nói lỗi
Vâng hành các học giới
Ăn uống biết vừa đủ
Thường ưa chỗ nhàn tịnh
Tâm định, vui tinh tấn
Là lời chư Phật dạy."

Đức Câu-lưu-tôn Như Lai, Ứng cúng, Chánh biến tri, vì chúng Tăng tịch tĩnh, lược thuyết Ba-la-đề-mộc-xoa như vầy:

"Như ong đến tìm hoa
Không hại sắc và hương,
Chỉ hút nhụy rồi đi;
Vậy tỳ-kheo vào xóm
Không phá hoại việc người,
Người làm hay không làm
Chỉ tự quán thân hành
Thấy rõ thiện, bất thiện."

Đức Câu-na-hàm-mâu-ni Như Lai, Ứng cúng, Chánh biến tri, vì chúng Tăng tịch tĩnh, lược thuyết Ba-la-đề-mộc-xoa như vầy:

"Muốn được tâm tốt, chớ phóng dật
Nên siêng học thiện pháp Thánh nhân,
Nếu người có nhất tâm tri tịch
Như vậy không còn ưu, sầu, hoạn."

Đức Ca-diếp Như Lai, Ứng cúng, Chánh biến tri, vì chúng Tăng tịch tĩnh, lược thuyết Ba-la-đề-mộc-xoa như vầy:

"Hết thảy ác chớ làm
Nên hành đủ thiện pháp,
Tự lóng sạch ý chí
Là lời chư Phật dạy."

Đức Thích-ca-mâu-ni Như Lai, Ứng cúng, Chánh biến tri, vì chúng Tăng tịch tĩnh, lược thuyết Ba-la-đề-mộc-xoa như vầy:

"Lành thay phòng hộ thân
Lành thay phòng hộ miệng

Lành thay phòng hộ ý
Lành thay hộ tất cả;
[0214a01] Tỳ-kheo hộ tất cả
Liền được lìa các khổ.

Tỳ-kheo không làm ác
Thủ hộ thân, miệng, ý
Ba nghiệp đạo này tịnh
Được đạo Thánh sở đắc."

III. KHUYẾN GIỚI

"Nếu người đánh mắng, không đáp trả
Trong tâm không hận người ghét mình
Tâm thường thanh tịnh với người sân
Thấy người làm ác, mình không làm.

Thất Phật là Thế Tôn
Năng cứu hộ thế gian
Giới kinh các Ngài thuyết
Tôi đã tụng lại xong.
Chư Phật và đệ tử
Cung kính Giới kinh này,
Cung kính Giới kinh rồi
Thảy đều cung kính nhau,
Tàm quý, được Cụ túc
Chứng đắc đạo vô vi."

Các đại tỷ! Tôi đã tụng xong Ba-la-đề-mộc-xoa, chúng Tăng nhất tâm Bố-tát thành.

彌沙塞羯磨本
No. 1424 [cf. No. 1421]
大開業寺沙門愛同錄五分羯磨

DI-SA-TẮC YẾT-MA BẢN

Sa-môn Ái Đồng, chùa Đại Khai Nghiệp,
trích lục Ngũ phần Yết-ma

ఴ✿ఴ

Dịch Việt:
Tỳ-kheo Thích Nguyên An, Tỳ-kheo Thích Nguyên Thịnh
Hiệu chú: **Tỳ-kheo Thích Tuệ Sỹ**

DI-SA-TẮC YẾT-MA BẢN[1]

Tiêu đề được ghi trong Tạng Đại chánh, cho biết đây không phải là bản Hán dịch từ nguyên bản Phạn, mà là một bản sao lục từ *Ngũ phần Yết-ma* do Sa-môn Ái Đồng chùa Đại Khai nghiệp. *Ngũ phần yết-ma* nói đây, Đại chánh cho biết có số hiệu *No. 1421*, tức 彌沙塞部和醯 五分律 *Di-sa-tắc bộ hòa-hê Ngũ phần luật*, 30 quyển, Hán dịch bởi Tam tạng Phật-đà-thập (*Buddhajīva*) người Kế-tân (*Kaśmira*) và Trúc Đạo Sinh đồng dịch vào đời Tống. Tuy nói vậy, nhưng một số pháp thức trong bộ Luật Yết-ma này không được nói đến trong *Ngũ phần luật*. Đại thể, do soạn giả thêm vào theo sự hiểu biết về luật Yết-ma của mình.

Bộ *Ngũ phần Yết-ma* này chỉ thấy được ký tải trong *Khai nguyên thích giáo lục*, quyển 20, T55n2154_p0719b20, theo đây, *Ngũ phần Yết-ma*, 1 quyển, nguyên đề *Di-sa-tắc Yết-ma bản*, gồm 31 tờ, do Sa-môn Ái Đồng, đời Đường, soạn tập theo *Tứ phần Tạp yết-ma*, 1 quyển (五分羯磨一卷(題云彌沙塞羯磨本三十一紙)唐沙門愛同集出四分 雜羯磨一卷(題云曇無德律部雜羯磨以結戒場為首二十四紙僧鎧譯). Tiêu đề đầy đủ của bản Yết-ma này là *Đàm-vô-đức bộ Tạp yết-ma*, bắt đầu từ pháp thức kết giới trường, gồm 24 tờ, do Khang Tăng-khải dịch. Tuy vậy, qua đối chiếu, một số pháp thức được nêu trong *Ngũ phần Yết-ma* của Ái Đồng không thấy có trong bản Hán dịch *Tứ phần Yết-ma* của Khang Tăng-khải.

Sa-môn Ái Đồng, được nói là người soạn tập, hay sao lục, của Ngũ phần luật chỉ thấy được nêu danh trong *Khai nguyên lục*, không thấy ở đâu nhắc trong kho sử liệu Hán tạng hiện hành. Bản Kinh lục này cũng chỉ cho biết Sư người đời Đường, tức đồng thời với tác giả *Khai nguyên lục* Thích Trí Thăng (khoảng Tl.730). Cho đến đời Minh mới thấy danh hiệu Ái Đồng một lần nữa được nhắc đến bới Trí Húc trong *Trùng trị Tì-ni sự nghĩa tập yếu* (Tl.1368~1644): 五分律羯磨 本(一卷)大唐開業寺沙門愛同錄 *Ngũ phần luật Yết-ma bản*, 1 quyển, Đại Đường, chùa Khai Nghiệp, Sa-môn Ái Đồng sao lục. Chùa Khai

MỞ ĐẦU²

[0214a20] Yết-ma là quy tắc của Chúng (Tăng), phổ quát cho cả Thánh phàm; bẩm bạch xướng rõ, được gọi là biện sự³. Sự đã vô số thì pháp đâu thể hạn cục, khuôn phép bao la, há có thể nói hết. Tuy vậy, ở đây mở ra mười pháp để tóm thâu các sự vụ (của Tăng). Mỗi pháp căn cứ phần vị mà trình bày đủ các nghi quỹ.

Thứ nhất, duyên khởi tác pháp.

Thứ hai, kết và giải các cương giới.

Thứ ba, thọ và xả các giới.

Thứ tư, thọ trì và tác tịnh y, dược.

Nghiệp, vị trí trong phường Phong lạc, thành Trường an, được lập từ đời Tùy, gọi là chùa Thắng quang. Cho đến đời Đường, vua Cao tông, niên hiệu Nghi phụng 2 (Tl. 677), đặt tên lại là chùa Khai nghiệp. Ngoài các thông tin cực kỳ thiếu sót này, không thấy có thêm thông tin nào để biết rõ thân thế và sự nghiệp, cũng như công phu chuyên trách nghiên cứu Luật tạng của Sa-môn Ái Đồng.

Tuy nói là *Ngũ phần luật Yết ma*, nhưng nội dung phần lớn dẫn các Luật bộ khác, đặc biệt có thể thấy khá nhiều đoạn dẫn có thể dẫn các Luật sớ, Luật sao của các Luật sư thời Đường như Đạo Tuyên, Pháp Lệ, v.v... Vì hiện chưa tìm thấy bản văn chính thức của Luật ngũ phần, trong Hán tạng cũng như trong các nguồn văn hiến khác, hay thủ bản Phạn được phát hiện, do đó không thể xác định đặc điểm của Yết-ma Ngũ phần so với các Luật bộ khác.

² Tiêu đề do người biên tập đặt.

³ 辦事, tức 作法辦事 *tác pháp biện sự*. *Huyền ưng âm nghĩa 14*: «Yết-ma, Hán dịch tác pháp biện sự.» Cũng gọi là *tác pháp*, pháp thức bố cáo Tăng sự và nghị quyết của Tăng.

Thứ năm, nghi quỹ bố-tát.

Thứ sáu, pháp tắc an cư.

Thứ bảy, thanh tịnh tự tứ.

Thứ tám, thọ thí, chia y.

Thứ chín, sám hối các tội.

Thứ mười, tạp pháp trụ trì.

CHƯƠNG I: DUYÊN KHỞI TÁC PHÁP

Phải hội đủ bảy điều kiện, yết-ma mới thành. Nếu không đủ thì khai chế vậy.

I. XÉT SỰ NHƯ PHÁP HAY PHI PHÁP

Yết-ma đã được gọi là *biện sự*[4], thì Tăng sự được giải quyết cần phải như pháp; trái với giáo pháp, thiếu sót đối với giới là điều mà Thánh không cho phép. Sự tuy nhiều nhưng phân loại tổng quát có ba:

1. *Tình*[5], như thọ **[0214b01]** giới[6].

2. *Phi tình*[7], như kết giới.

3. *Cả hai*, (gồm cả tình và phi tình) như chỉ định nơi chốn.

Hoặc cũng phân loại ba[8]: nhân, pháp và sự.

1. *Nhân*, tức là người, đối tượng trong các tác pháp yết-ma như thọ giới, v.v...

2. *Pháp*, đối tượng thuộc về pháp, như các pháp tự tứ, v.v...

3. *Sự*, đối tượng các cương giới được ấn định.[9]

Hai cách phân loại về ba vấn đề (*sự*) này, cần được cân nhắc như pháp: hoặc gồm ba hoặc riêng lẻ, tách ra hay gom lại đều không có

---

[4] xem cht. 3 trên.

[5] *Tình*, thuộc về hữu tình; đây chỉ các vấn đề thuộc về con người.

[6] Phân loại theo ý xứ, sở y (cũng gọi là chủ thể) của các tác pháp yết-ma.

[7] *Phi tình*, không thuộc phạm vi hữu tình, tức thế giới tự nhiên.

[8] Phân lại theo đối tượng yết-ma.

[9] Đạo Tuyên *Tứ phần luật san phồn bổ khuyết hành sự sao 1*, T40n1804, tr. 11b04: Cân nhắc vấn đề trước khi tác pháp, phân làm ba mục: nhân, pháp và sự.

tiêu chuẩn. Do đó, cần phải hợp với giáo pháp, không trái với giới luật mới không phạm. Những giới hạn này nếu khuyết thì pháp nhất định không thành. Các pháp rơi vào phi pháp cũng dựa theo đây.

II. PHÁP KHỞI NƯƠNG VÀO XỨ

Luật *Tăng-kỳ* nói: "*Đất chưa được yết-ma thì không được làm các Tăng sự và nhận dục.*"[10] Luật *Tứ-phần* nói: "*Nếu muốn làm các yết-ma, trước phải kết giới. Tuy nhiên, giới có hai loại: giới tự nhiên*[11] *và giới tác pháp. Nếu giới tự nhiên, chỉ duy nhất pháp yết-ma kết giới là không làm, ngoài ra các pháp yết-ma khác của Tăng đều làm như trong giới tác pháp.*"[12] Hai pháp đối thú và *tâm niệm được phép* làm ở trong cả hai loại giới trên.[13]

III. GIỚI HẠN TẬP TĂNG

Pháp phát khởi nhờ dựa vào xứ, y cứ cương giới mà tập họp Tăng. Giới có hai loại: giới tự nhiên và giới tác pháp. Riêng giới tác pháp có hai loại: là đại giới và giới trường.

Trong *Tứ phần* có thêm *tiểu giới* nữa là ba. Luật này khi đề cập đến

---

[10] Dẫn bởi Đạo Tuyên, *Tứ phần luật san phồn bổ khuyết hành sự sao*, T40n1804_p0011b08.

[11] Giới tự nhiên, giới không được tác pháp. Pāli, *Mahāvagga* II, vn. i. tr.110: "Khi một cương giới chưa được thỏa thuận, chưa được ấn định, thì bất cứ một tụ lạc, một thị trấn mà tỳ-kheo nương vào đó; tụ lạc ấy là cương giới tụ lạc, thị trấn ấy là cương giới thị trấn. Trong phạm vi đó là đồng nhất trú xứ, đồng nhất thuyết giới." Đạo Tuyên, *Tứ phần hành sự sao 1*, dẫn trên: T40n1804_p0014b02: «giới tự nhiên, trước khi chưa tác pháp, [...] nơi nào mà con người có thể đi đến, đó là giới tự nhiên.»

[12] Theo *Tỳ-ni tác trì tục thích* (X41n0730_p0361b01, p0366c17): 唯除結界 羯磨一法不得作。自餘一切僧法羯磨。並同作法界中秉白無有異也: "Chỉ trừ một pháp yết-ma kết giới là *không được thuyết dục*; ngoài ra tất cả pháp yết-ma khác của Tăng đều bỉnh bạch như trong giới tác pháp, không có khác." Vì giới tự nhiên là giới không cần tác pháp mới thành.

[13] Giới tự nhiên và giới đã được yết-ma. **Xem đoạn sau.**

tiểu giới, hoặc nói có hoặc không có. Tiểu giới không tập họp tỳ-kheo bên ngoài[14], đại giới và giới trường thì tập họp toàn thể Tăng trong phạm vi các giới ấy.

Giới tự nhiên có bốn loại: giới xóm làng[15], giới lan-nhã[16], giới đường bộ[17] và giới đường thủy.[18]

---

[14] Tỳ-kheo ngoài nhóm, không cùng nhóm hòa hiệp. Tiểu giới được kết trong trường hợp có sự cố bất thường khi một nhóm tỳ-kheo cùng đi chung trong một lộ trình, cùng nhau ngồi xuống kết tiểu giới. Tiểu giới không có các tiêu tướng ngoài, mà giới hạn trong phạm vi đủ cho tỳ-kheo trong nhóm ngồi lại, lấy lưng của họ làm tiêu tướng; do đó các tỳ-kheo bên ngoài phạm vi này không được tập họp, can dự.

[15] 聚落界, ^{Pāli} *gāmasīma*; Cf. *Mahāvagga* II, vn. i. tr.110: *asammatāya bhkkhave sīmāya aṭṭha-pitāya, yaṃ gāmaṃ vā nigamaṃ vā upanissāya viharati, yā tassa vā gāmassa gāmasīmā nigamassa vā nigamasīmā, yaṃ tattha samānasaṃvāsā ekuposathā,* "Khi một cương giới chưa được thỏa thuận, chưa được ẩn định, thì bất cứ một tụ lạc, một thị trấn mà tỳ-kheo nương vào đó; tụ lạc ấy là cương giới tụ lạc, thị trấn ấy là cương giới thị trấn. Trong phạm vi đó là đồng nhất trú xứ, đồng nhất thuyết giới."

[16] ^{Skt} *araṇya-sīma*; ^{Pāli} *arañña-sīma*; Hán: *a-lan-nhã* 阿蘭若界, *nhàn tĩnh xứ* 閑靜處, *vô sự xứ* 無事處, *không nhàn* 空閑. Cf. *Ma-đắc-lặc-già 3* (Đại 23, tr.580b3): "Giới a-lan-nhã, trong phạm vi 1 câu-lô-xá." *Hành sự sao 1* (Đại 40, tr.7a23): "Về giới a-lan-nhã, các bộ không nhất định. Phần lớn tính là 1 câu-lô-xá."

[17] 道行界: Theo *Hành sự sao 1* (Đại 40, tr.7a19), dẫn *Tát-bà-đa*: "Tỳ-kheo khi du hành, tùy chỗ trú xứ, trong phạm vi một câu-lô-xá là giới khi đi đường (đạo hành)." Dẫn thêm *Thập tụng*: "600 bộ làm một câu-lô-xá."

[18] 水界; ^{Pāli} *udakukkepa-sīmā*; *Thiện kiến luật 17* (Đại 24, tr.794b10), trích thủy giới 擲水界 Cf. Pāli, *Mahāvagga* II, Vin.i. 111: *nadiyā vā bhikkhave samudde vā jātassare vā yaṃ majjhimassa purisassa samantā udakukkhepā, ayaṃ tattha samānasaṃvāsā ekuposathā ti,* "Nơi nào có sông, biển hay ao hồ, trong phạm vi mà một người trung bình hất nước đến; đó là cương giới đồng nhất trú xứ, đồng nhất thuyết giới."

Giới xóm làng có hai loại: có ranh giới rõ ràng và không có ranh giới. Nếu tụ lạc không có ranh giới, luật *Tăng-kỳ* nói trong phạm vi bảy gốc cây, cỡ sáu mươi ba bộ.[19] Với tụ lạc có ranh giới, theo *Thập tụng*, tất cả Tăng tập họp trong giới đó.

Giới lan-nhã cũng có hai: có nạn và không nạn. Nếu giới không nạn, luật này nói: "Tỳ-kheo luyện-nhã không biết đường biên của giới mình ở rộng bao nhiêu. Phật dạy: 'Giới tự nhiên tính từ thân của mình ra mỗi hướng là hai câu-lô-xá[20].'" Đa số các bộ khác đều nói là một câu-lô-xá và lớn nhỏ không nhất định. Tuy nhiên, theo kinh *Tạp bảo tạng* nói, thì năm dặm là chuẩn. Nếu chỗ có nạn, theo luận *Thiện kiến* thì bảy bàn-đà-la[21]. Một bàn-đà-la gồm hai mươi tám khuỷu tay.

---

[19] *Ma-ha Tăng-kỳ luật 8* (Đại 22, tr.298b13): "Ưu-Ba-Ly hỏi Phật, ở những nơi mà giới hạn của thành ấp, tụ lạc không thể phân biệt, thì trong khoảng phạm vi nào có thể tác yết-ma, khiến các nhóm Tăng khác trông thấy nhau nhưng yết-ma vẫn thành tựu mà không phạm lỗi biệt chúng? Phật nói: 5 khuỷu là 1 cung, 7 cung là khoảng cách để trồng 1 cây xoài, trong phạm vi 7 cây xoài có thể tác yết-ma." *Hành sự sao 1* (Đại 40, tr.7a19), trong phạm vi 7 cây tức có 6 khoảng = 21 khuỷu (= 63 bộ). Cf. Pāli, *Mahāvagga II*, Vn.i. tr.111: *agāmake ce…araññe samantā sattabbhantarā ayaṃ tattha samānasaṃvāsā ekuposathā*, "Nếu tỳ-kheo sống ở nơi không phải là tụ lạc, rừng vắng, thì trong phạm vi bảy *abbhantara* là giới hạn đồng nhất trú xứ, đồng nhất thuyết giới." Giải thích của *Mahāvagga-ṭṭhakathā* (Vn.5.v. tr.1050): *tattha ekaṃ abbhantaraṃ aṭṭhavīsatihatthappamāsaṃ hoti*, ở đây, 1 *abbhantara* bằng 28 *hattha* (tay). 1 *hattha* [Pāli] tức 1 *hasta* [Skt] = 24 *aṅgula*.

[20] 拘盧舍; [Skt] *krośa*. Có hai cách tính một câu-lô-xá: bằng 4000 khuỷu tức khoảng 1800m, hoặc bằng 8000 khuỷu tức khoảng 3600m. Đây nói theo cách tính thứ nhất.

[21] 盤陀羅; [Skt] *abhyantara*; [Pāli] *abbhantara*: nội bộ, trung gian. *Mahāvagga II*, Vn.i. tr.111: *agāmake ce…araññe samantā sattabbhantarā ayaṃ tattha samānasaṃvāsā ekuposathā*, "Nếu tỳ-kheo sống ở nơi không phải là tụ lạc, rừng vắng, thì trong phạm vi bảy *abbhantara* là giới hạn đồng nhất trú xứ, đồng nhất thuyết giới." Giải thích của *Mahāvagga-ṭṭhakathā* (Vn.5.v. tr.1050): *tattha ekaṃ abbhantaraṃ*

Tính chung lại, có năm mươi tám bộ bốn thước tám tấc.

Giới đường bộ, luật *Thập tụng* nêu dài rộng mỗi bề có sáu trăm bước.

Giới đường thủy, luật này ghi rõ là khi tác pháp trên thuyền, với sức người bình thường tạt nước hoặc lấy cát ném tới chỗ nào thì giới được tính tới đó.

Sáu trường hợp giới tự nhiên này đều lấy thân mình làm tâm điểm để định ra giới hạn các phương, Tăng ở trong phạm vi đó phải tập hợp hết. Cách thức tập Tăng các luật đều chỉ dạy rõ ràng. Tập hợp Tăng trong luật này chia làm bốn cách khác nhau:

1. Xướng ba lần. Đến giờ, sai sa-di hoặc người giữ vườn đứng ở chỗ cao xướng.

2. Đánh kiền chùy[22]. Trừ cây sơn[23] và loại cây có độc, dùng loại cây phát được âm thanh để làm.

3. Đánh trống (bảng). Trừ vàng, bạc; dùng đồng, sắt, các loại gỗ để làm.

4. Thổi ốc. Nên thổi ốc biển.

Tuy nhiên, đánh kiền chùy cũng chỉ đánh một cách. Nếu không có người thì tỳ-kheo tự đánh, nhưng không được quá ba hồi. Trong truyện *Phó pháp tạng* nói, sai người lớn đánh; trong *Tam thiên oai nghi* thì tính rõ số dùi đánh.

IV. CHỌN CHÚNG NHƯ PHÁP VÀ PHI PHÁP

Tỳ-kheo bản thể thanh tịnh như pháp mới làm người tác pháp, không thuộc giới hạn này thì phải loại trừ, do vậy, cần phải chọn lựa. Theo luật này có mười ba hạng người không được tính vào túc số Tăng: (1). Phi nhân, (2). Bạch y, (3). Diệt tẫn, (4). Bị cử, (5). Tự nói

---

aṭṭhavīsatihatthappamāsaṃ hoti, ở đây, 1 *abbhantara* bằng 28 *hattha* (khuỷu tay). 1 *hattha* [Pāli] tức 1 *hasta* [Skt] = 24 *aṅgula*.

[22] 捷搥, phiên âm Hán của từ Phạn *ghaṇṭā*, chuông, bảng, khí cụ báo giờ trong chúng.

[23] 漆樹; [Eng] varnish-tree.

phạm tội, (6). Không đồng quan điểm, (7). Điên cuồng, (8). Người tâm tán loạn, (9). Người thân tâm bệnh hoạn, (10). Tỳ-kheo-ni, (11). Thức-xoa-ma-na, (12). Sa-di, (13). Sa-di-ni.

Tuy nhiên, luật *Tứ-phần* nêu bốn trường hợp rất rõ ràng:

1. Được tính trong túc số nhưng không được ngăn, đó là bốn đối tượng bị yết-ma như: ha trách, v.v...[24]

2. Không được tính trong túc số nhưng được ngăn, là người sắp thọ đại giới.[25]

3. Không được tính trong túc số và không được ngăn, là bốn chúng gồm: tỳ-kheo-ni, v.v...[26] Những người thuộc diện mười ba chướng nạn, ba hạng bị cử[27], hai hạng bị diệt tẫn[28], hoặc biệt trú, hoặc trên giới trường, hoặc trên hư không, hoặc ẩn thân, hoặc lìa chỗ thấy nghe, hoặc người bị yết-ma. Ở đây có hai mươi tám hạng người.[29]

Bốn hạng người hành phú tàng... và hành phú tàng xong, hành bổn nhật trị xong và hành sáu đêm ý hỷ xong (nhưng chưa xuất tội); bảy hạng người kể trên cũng không được tính trong túc số.

Luật *Thập tụng* lại nói: "*Người ngủ*[30], *người nói nhiều lời nhiều chúng, người tâm không định tĩnh, người nhập định, người câm, người điếc, người câm điếc,*[31] *người điên cuồng, người tâm loạn, người thân tâm bệnh hoạn, người ở trên cây, bạch y. Mười hai hạng người này*

---

[24] 呵責等: Bị yết-ma ha trách, yết-ma tẫn xuất, yết-ma y chỉ, yết-ma cấm không cho đến nhà cư sĩ.

[25] Trong khi truyền giới Cụ túc, bạch tứ yết-ma chưa xong, Giới tử thối chí nói 'tôi không thọ Đại giới', như vậy gọi là ngăn. (*Tùy cơ yết-ma*, X41n0730_p0365b14).

[26] 尼等: Tỳ-kheo-ni, Thức-xoa-ma-na, Sa-di, Sa-di-ni.

[27] 不見舉, 不懺舉, 不捨惡見舉, bất kiến cử, bất sám cử, bất xả ác kiến cử.

[28] Người bị trục xuất và người phạm giới trọng nhưng chưa làm yết-ma trục xuất.

[29] *Tứ phần* 44, T22n1428_p0885c19. Đạo Tuyên soạn tập, Độc thể tục thích, *Tì-ni tác trì tục thích 2*, X41n0730_p0364b24.

[30] Tâm rơi vào tình trạng vô kí.

[31] Để bản bị thiếu 啞聾人.

không thành túc số Tăng khi thọ giới (và các yết-ma)."[32]

Luận *Ma-đắc-lặc-già* nói: *"Người bệnh nặng, người biên địa, người ngu độn, ba hạng người này không thành túc số chúng."*[33]

Luật *Tăng-kỳ* nói: *"Hoặc người dữ dục, hoặc bị ngăn che, hoặc bị che một nửa, duỗi tay ra mà không đụng, hoặc chúng Tăng đang tác yết-ma mà có người đứng, ngồi, nằm... đều được xem là không đủ túc số."*[34]

Trong luật này nói, người bệnh đều có thể yết-ma hay tụng giới.

Đức Phật dạy: "Trường hợp biệt chúng, như trong phần xả giới, người đô thị và biên địa không hiểu nhau khi nói... đều không phải là túc số."

Các hạng người được liệt kê ở trên đều không được tính trong túc số và không được ngăn.

4. **Được tính trong túc số và được ngăn.** Các thiện tỳ-kheo cùng ở chung trong một giới, không lìa chỗ thấy nghe, cho đến không phải đối tượng bị quở trách... Các hạng người không được tính trong túc số nói trên, nếu lấy vào cho đủ số người thì yết-ma bất thành.

V. HÒA HỢP KHÔNG BIỆT CHÚNG

Luật nói: "Người nên đến không đến, nên chúc thọ mà không chúc thọ, khi yết-ma bị người có quyền ngăn không đồng ý mà vẫn cố yết-ma gọi là biệt chúng." Trong văn này có ba biệt chúng và riêng một mục hòa. Hòa chỉ cho một pháp chúc thọ, sẽ nói đầy đủ ở phần sau.

VI. HỎI ĐÁP TÁC PHÁP

[0214c01] Người bỉnh pháp nên hỏi: "Nay Tăng hòa hợp để làm gì?" Một người trong chúng nên đáp: "Yết-ma..." Nhưng sự có chung và riêng[35], khi trả lời thì chung cả hai. Trường hợp kết giới thì không

---

[32] *Thập tụng luật 1*, T23n1435_p0002b23. Đạo Tuyên, *Tứ phần luật san phồn bổ khuyết hành sự sao.*

[33] *Tát-bà-đa bộ tì-ni ma-đắc-lặc-già 3*, T23n1441_p0580b19.

[34] *Tì-ni tác trì tục thích 2*, X41n0730_p0365c06.

[35] *Sự chung:* cùng một sự như thọ cụ túc, trong đó có nhiều yết-ma, như trong vấn đáp tiền phương tiện, hỏi: «Tăng nay hòa hiệp để làm gì?»

được trả lời gộp chung.

VII. YẾT-MA NHƯ PHÁP

Đủ sáu điều kiện ở trên cùng hòa hợp tác pháp yết-ma. Pháp yết-ma lại có như pháp và phi pháp. Phải hoàn toàn lìa các phi pháp mới gọi là biện sự. Do vậy, lược nêu các tướng phi pháp và như pháp.

Văn yết-ma Tăng pháp có sáu điều phi pháp: Trong văn, bàn về phi pháp hoặc nêu một, bốn hay năm điều, theo tổng luận thì không quá sáu loại. Nếu theo văn luật khác và Tứ phần thì có thêm phần ngăn nhưng không dừng yết-ma là phi pháp, thành bảy loại.

1. Yết-ma pháp khác, luật khác[36]: Tăng, pháp, xứ hay sự,[37] tùy theo một trong những loại đó không như pháp thì làm các yết-ma đều không thành tựu. Do không phải chánh quỹ tắc, chánh điều phục[38] nên gọi là khác. Ở đây chỉ nói tóm tắt, dưới sẽ nói rõ từng phần.

2. Yết-ma phi pháp biệt chúng: Thêm bớt câu, từ, [văn yết-ma] không theo Thánh giáo. Ngược lại phi pháp là như pháp, kiểm tra trong văn sẽ thấy rõ. Biệt chúng có ba trường hợp, ngược với ba tướng hòa hợp đã trình bày ở trên, gọi là biệt chúng.

3. Yết-ma phi pháp hòa hợp: Người tuy hòa hợp nhưng pháp lại rơi vào phi pháp.

4. Yết-ma như pháp biệt chúng: Yết-ma tuy như pháp nhưng chúng không nhóm họp đúng pháp.

5. Yết-ma tợ pháp biệt chúng: Yết-ma từ cú đảo lộn, biệt chúng như trên.

Đáp: «Truyền thọ cụ túc yết-ma.» Trong yết-ma này gồm cả bạch nhị yết-ma Tăng sai Giáo thọ và bạch tứ yết-ma truyền thọ cụ túc. *Sự riêng*, như kết tiểu giới và đại giới, tác tiền phương tiện riêng cho mỗi trường hợp.

[36] 餘法餘律羯磨, trong các văn luật khác nói là phi pháp phi tì-ni.

[37] *Tăng*: túc số hòa hiệp. *Pháp*: pháp thức bạch yết-ma. *Xứ và sự*, xem giải thích trên kia.

[38] *Chánh quỹ tắc*, chỉ như pháp. *Chánh điều phục*, chỉ như luật hay tì-ni.

6. Yết-ma tợ pháp hòa hợp: Tợ pháp giống như trên, hòa hợp là khác biệt chúng. Theo văn còn có các loại: không có sự lại tác pháp, sự phi pháp, giới không hiện tiền, thực hiện ở ngoài giới, bản thể tác pháp chưa thành, Tăng không nên giải... Tất cả các việc này làm trong cương giới của Tăng đều không hợp với Thánh giáo, thuộc việc làm phi pháp thứ nhất nên không cần trình bày riêng.

CHƯƠNG II: PHÁP KẾT VÀ GIẢI CÁC GIỚI

Giới[39] có ba loại: 1. *Nhiếp Tăng giới*: thâu nhiếp người[40] để cùng hành pháp, khiến cho không mắc lỗi biệt chúng. 2. *Nhiếp y giới*: thâu nhiếp y[41] để gắn liền y với người, khiến cho không bị lỗi lìa y cách đêm. 3. *Nhiếp thực giới*: thâu nhiếp thực để che chắn Tăng,[42] khiến cho không mắc hai lỗi.[43] Nay dựa trên ba loại này sẽ lần lượt giải thích.

I. PHÁP KẾT VÀ GIẢI CÁC CƯƠNG GIỚI CỦA TĂNG

Luật nói: "Gặp lúc đói kém, các Tỳ-kheo ở nơi khác tập trung về thành Xá-vệ, Tăng phường bỏ trống, không người trông coi."[44] Do vậy, Phật cho phép giải các giới cũ, rồi kết chung một giới. Sau khi sung túc trở lại, giải giới chung kia và kết lại các giới cũ.

Lại nữa, do vì lúc đầu, trong giới không được nhóm chúng riêng để thọ giới, nên phải ra bên ngoài đại giới kết tiểu giới để thọ.[45] Gọi đó là giới đàn. Nếu thọ giới bên ngoài xong cần phải giải tiểu giới này, (trừ) tác pháp thọ giới ở trong Tăng phường.

Lại nữa, Tỳ-kheo dẫn người thọ giới đến giới đàn, giữa đường bị

---

[39] Giới, ~~SKT/Pali~~ *sīmā*: cương giới, biên giới, giới hạn; làn ranh.

[40] Tập họp nhân số trong một phạm vi được quy định.

[41] Y và người thọ y trong cùng một cương giới quy định.

[42] Giới hạn nơi chứa thức ăn và giới trú xứ Tăng.

[43] Nhị nội quá 二內過: Lỗi dùng thức ăn qua đêm và nấu thức ăn trong cùng cương giới trú xứ Tăng.

[44] *Luật Ngũ phần 18*, T22n1421_p0123c12.

[45] *Luật Ngũ phần 16*, T22n1421_p0111c21: «Bấy giờ, một số tỳ-kheo ở trong giới tác pháp biệt chúng thọ giới. Sự việc này được bạch lên Đức Phật. Phật dạy: Nên ra ngoài giới, bạch nhị yết-ma kết tiểu giới thọ giới.»

giặc giết chết, do vậy, Phật cho phép ở trong Tăng phường làm giới trường thọ giới. Trước tiên, cần phải giải giới của Tăng phường, rồi sau mới kết giới trường của giới (Tăng phường). Xướng tiêu tướng, trừ phần đất bên trong, rồi kết giới Tăng phường. Theo nguyên tắc này, trước phải kết giới trường, sau mới kết đại giới. Trước đây, kết giới bên ngoài, là do có nạn mới kết tiểu giới, không phải là giới trường. Nếu là giới trường thì sao phải giải?

Xưa nay đều cho rằng: *Ngũ phần* nói nhân duyên đầu tiên là đặt giới trường ở bên ngoài giới, căn cứ theo văn luật thì không phải vậy.[46] Ở đây theo thứ tự thì có hai vị trí: một là giới trường, hai là đại giới. Nay dựa vào thứ tự này sẽ nói đầy đủ cách kết và giải giới.

1. Pháp kết giới trường

Khi muốn kết giới trường, theo như trước, nhóm họp Tăng. *Luật Tứ-phần* nói: *"Không được thuyết dục."* Ở đây không có minh văn nhưng theo lý cũng cùng ý như Tứ phần. Tập hợp Tăng, vấn hòa với đầy đủ tiền phương tiện rồi, trước hết xướng tướng bốn phương của giới, sau mới bạch nhị để kết.

a. Pháp xướng tướng bốn phương của giới

[0215a01] Luật nói[47], trước tiên mời một tỳ-kheo xướng tướng bốn phương của giới. Nếu không xướng tướng thì kết giới không thành, phạm đột-kiết-la. Không được lấy chúng sanh hay khói lửa làm tướng, không được hai giới dính liền nhau hoặc trùm lên nhau. Tất cả đều không thành kết giới, phạm đột-kiết-la. Luật *Tứ phần* nói: *"Nên khiến tỳ-kheo cựu trú xướng tướng."*[48] Ý là chọn người biết tướng của giới rõ ràng. Dù không phải cựu trú, chỉ cần biết rõ các phương sở thì cũng được mời xướng tướng. Người xướng tướng nên đầy đủ oai nghi, trải ni-sư-đàn, cởi giày dép, lễ chúng Tăng xong, chắp tay bạch như sau:

---

[46] *Ngũ phần*, dẫn trên: 佛言：「應出界外，白二羯磨作小界授戒。」

[47] *Ngũ phần luật 16*, T22n1421_p0111c23.

[48] Không tìm thấy nguyên văn trong *Tứ phần*. Cf. *Tứ phần luật 35*, T22n1428_p0819b17.

"Đại đức Tăng xin lắng nghe! Tôi tỳ-kheo... vì Tăng xướng tướng bốn phương của giới trường. Từ góc Đông nam này lấy... làm tiêu tướng, từ đây đến góc Tây nam lấy... làm tiêu tướng, từ đây đến góc Tây bắc lấy... làm tiêu tướng, từ đây đến góc Đông bắc lấy... làm tiêu tướng. Từ đây vòng trở lại góc Đông nam lấy... làm tiêu tướng. Đây là một vòng tiêu tướng của giới trường."

(Xướng ba lần)

Nếu có bao nhiêu chỗ quanh co hay cửa cổng, cần có điệp văn đầy đủ để trình bày sự việc cho rõ ràng. Vật được làm tiêu tướng phải thật rõ ràng, dễ thấy. Nếu nhầm lẫn, thiếu sót, sai lệch, ngược với văn hay xướng tướng không đúng thì kết giới không thành. Đây đã không thành thì sau tác các pháp khác cũng không thành tựu. Đây là nền tảng căn bản cho các Tăng sự, cần phải biết rõ tường tận.

b. Pháp chính thức kết giới trường

"Đại đức Tăng xin lắng nghe! Như tướng của giới mà tỳ-kheo... đã xướng. Nay Tăng kết làm giới đàn, cùng chung sống, cùng bố-tát, cùng nhận phẩm vật cúng dường. Nếu thời gian thích hợp đối với Tăng, Tăng đồng ý. Đây là lời tác bạch.

Đại đức Tăng xin lắng nghe! Như tướng của giới mà tỳ-kheo... đã xướng. Nay Tăng kết làm giới đàn, cùng chung sống, cùng bố-tát, cùng nhận phẩm vật cúng dường. Các trưởng lão nào đồng ý thì im lặng, vị nào không đồng ý xin nói.

Tăng đã kết tướng của giới mà tỳ-kheo... đã xướng làm giới đàn, cùng chung sống, cùng bố-tát, cùng nhận phẩm vật cúng dường rồi. Tăng đồng ý vì im lặng. Việc này tôi ghi nhận như vậy."

So với luật *Tứ phần*, thì hai bản không đồng nhau; ở đây nêu ba sự cùng, khác với tông kia.[49]

---

49 共住，共布薩，共得施: cùng chung sống, cùng bố-tát, cùng nhận phẩm vật cúng dường. *Tứ phần luật 35*, T22n1428_p0819b24: 僧今於此四方相內結大界，同一住處同一說戒.

c. Pháp giải giới trường

Các tỳ-kheo đã kết giới trường rồi, xong việc không giải mà bỏ đi, Phật dạy: "Nên bạch nhị yết-ma giải giới." Tiền phương tiện như trước.

"Đại đức Tăng xin lắng nghe! Chỗ kết giới này nay Tăng giải giới ấy. Nếu thời gian thích hợp đối với Tăng, Tăng đồng ý. Đây là lời tác bạch.

Đại đức Tăng xin lắng nghe! Chỗ kết giới này nay Tăng giải giới ấy. Các trưởng lão nào đồng ý thì im lặng. Vị nào không đồng ý xin nói.

Tăng đã giải giới này rồi. Tăng đồng ý vì im lặng. Việc này tôi ghi nhận như vậy."

Văn không có ba việc cùng[50] là vì không phải kết giới.

2. Pháp kết đại giới

Luật nói: "Kết giới đàn xong, lại phải kết đại giới của Tăng phường. Sai một tỳ-kheo xướng tướng bốn phương của giới và trừ phần đất bên trong. Căn cứ vào văn này, nên thiết lập hai lớp tiêu tướng gồm: 1. Tướng bên ngoài đại giới, 2. Tướng bên trong đại giới.

Tướng bên ngoài đại giới có hình dạng vuông tròn, xéo thẳng, lớn nhỏ của trú xứ, kích thước không nhất định. Do vậy, trong các luận, địa hình của giới có năm hoặc mười bảy loại..., tùy vào địa hình vốn có trước đây lấy làm tiêu tướng, kể mặt ngoài của nội tiêu tùy ý ấn định tướng của đại giới.

Tướng bên trong của đại giới, tiêu tướng chuẩn như trên, phần đất được trừ ra lớn hay nhỏ tùy vào sự rộng, hẹp của trú xứ. Hai giới riêng biệt rõ ràng, không được dính liền hay trùm lên nhau. Người xưa cho là cách một khủy tay, thật là câu nệ. Phương tiện tác pháp và cách thức xướng tướng hoàn toàn chuẩn theo như trên.

---

[50] Xem cht. 48.

a. Pháp xướng tướng

Tỳ-kheo oai nghi như trên, bạch:

"Đại đức Tăng xin lắng nghe! Tôi tỳ-kheo... vì Tăng xướng tướng bốn phương bên trong và bên ngoài của đại giới. Tướng bên ngoài là: Từ góc Đông nam này lấy... làm tiêu tướng *cho đến* **vòng trở lại góc Đông nam lấy... làm tiêu tướng. Đây là một vòng tướng bên ngoài của đại giới."** *(Xướng ba lần)*

Tướng bên trong cũng **[0215b01]** theo văn này, chỉ khác là xưng tướng bên trong. Xướng ba lần cho mỗi giới xong, sau đó xướng chung: 'Kia là tướng bên ngoài, đây là tướng bên trong, đây là ba vòng tướng bên trong và bên ngoài của đại giới đã xong.'[51]

b. Pháp chính thức kết đại giới

"Đại đức Tăng xin lắng nghe! Tỳ-kheo... này đã xướng tướng bốn phương của giới và trừ phần đất bên trong. Nay Tăng kết làm đại giới của Tăng, cùng chung sống, cùng bố-tát, cùng nhận phẩm vật cúng dường. Nếu thời gian thích hợp đối với Tăng, Tăng đồng ý. Đây là lời tác bạch.

Đại đức Tăng xin lắng nghe! Tỳ-kheo... này đã xướng tướng bốn phương của giới và trừ phần đất bên trong. Nay Tăng kết làm đại giới của Tăng, cùng chung sống, cùng bố-tát, cùng nhận phẩm vật cúng dường. Các trưởng lão nào đồng ý thì im lặng, vị nào không đồng ý xin nói.

Tăng đã kết tướng bốn phương của giới và trừ phần đất bên trong do tỳ-kheo... xướng làm đại giới của Tăng, cùng chung sống, cùng bố-tát, cùng nhận phẩm vật cúng dường rồi. Tăng đồng ý vì im lặng. Việc này tôi ghi nhận như vậy."

Nếu không có giới trường thì không trừ phần đất bên trong, chỉ

---

[51] Đoạn văn này chỉ thấy trong Đường Định Tân, *Tứ phần luật sức tông nghĩa ký 8*; Đường Hoài Tố, *Tứ phần luật khai tông ký 6*; Hậu Đường Cảnh Tiêu, *Tứ phần luật hành sự sao giản chánh ký 6*; không thấy minh văn trong các Luật.

khác một câu là 'trừ phần đất bên trong'.

c. Pháp giải đại giới

Tiền phương tiện như trước.

"Đại đức Tăng xin lắng nghe! Đồng nhất trú xứ này, Tăng chung sống, chung bố-tát, chung nhận phẩm vật cúng dường. Trước kết giới này nay xả. Nếu thời gian thích hợp đối với Tăng, Tăng đồng ý. Đây là lời tác bạch.

Đại đức Tăng xin lắng nghe! Đồng nhất trú xứ này, Tăng chung sống, chung bố-tát, chung nhận phẩm vật cúng dường. Trước kết giới này nay giải. Các trưởng lão nào đồng ý thì im lặng. Vị nào không đồng ý xin nói.

Tăng đã giải giới trước đây kết rồi. Tăng đồng ý vì im lặng. Việc này tôi ghi nhận như vậy."

Văn giải đại giới này có ba việc chung để nói lên sự khác nhau với văn giải giới trường và tiểu giới.

II. PHÁP KẾT VÀ GIẢI GIỚI KHÔNG MẤT Y

1. Pháp kết y giới

Nhân vì ngài Kiều-trần-như trì y phấn tảo, do nặng, đi trên đường rất mệt nhọc nên đức Phật khai pháp này. Nếu đại giới lớn mà già-lam nhỏ thì kết giới này, già-lam lớn hoặc bằng đại giới thì không cần kết.

"Đại đức Tăng xin lắng nghe! Chỗ kết giới này ở trong tụ lạc *(phần bên trong hào, rào, dậu của thành),* **hoặc ranh giới của tụ lạc** *(chỗ đi lại của mọi người ở bên ngoài hào, dậu...của thành và chỗ đại tiểu tiện của người có tàm quý. Hai chỗ này, Tứ-phần và Thập-tụng đều trừ ra, nhưng ở đây không trừ vì tính đặc thù của tông phái)* **cùng chung sống, cùng bố-tát, cùng nhận phẩm vật cúng dường, nay kết làm giới không mất y. Nếu thời gian thích hợp đối với Tăng, Tăng đồng ý. Đây là lời tác bạch.**

Đại đức Tăng xin lắng nghe! Chỗ kết giới này ở trong giới tụ lạc, cùng chung sống, cùng bố-tát, cùng nhận phẩm vật cúng dường, nay kết làm giới không mất y. Các trưởng lão nào đồng ý

thì im lặng. Vị nào không đồng ý xin nói.

Tăng đã kết làm giới không mất y rồi. Tăng đồng ý vì im lặng. Việc này tôi ghi nhận như vậy."

2. Pháp giải y giới

"Đại đức Tăng xin lắng nghe! Chỗ kết giới này ở trong tụ lạc, hoặc ranh giới của tụ lạc, trước đã kết làm giới không mất y, nay Tăng giải giới ấy. Nếu thời gian thích hợp đối với Tăng, [0215c01] Tăng đồng ý. Đây là lời tác bạch.

Đại đức Tăng xin lắng nghe! Chỗ kết giới này trong tụ lạc, hoặc ranh giới của tụ lạc, trước đã kết làm giới không mất y, nay Tăng giải giới ấy. Các trưởng lão nào đồng ý thì im lặng. Vị nào không đồng ý xin nói.

Tăng đã giải giới không mất y rồi. Tăng đồng ý vì im lặng. Việc này tôi ghi nhận như vậy."

Đầu tiên thì kết giới của Tăng trước, nhưng khi giải thì giải giới của Tăng sau.

III. PHÁP KẾT THỰC GIỚI[52]

Tịnh có ba loại[53], trong văn nêu đầy đủ.

1. Tha xử tịnh: Có một thợ dệt dựng nhà bên đường đi, tỳ-kheo muốn để thức ăn trong nhà đó. Đức Phật dạy: "Cho phép trong nhà bạch y làm nhà tịnh."[54] Sau đem nhà đó cúng cho Tăng thì cũng được

---

[52] 食界 thực giới: trong giới hạn tỳ-kheo được phép nấu hay cất thức ăn qua đêm.

[53] Định Tân, *Tứ phần luật sức tông nghĩa ký 8*, X42n0733_p0273c02: bốn trường hợp tịnh: 1. Xử phân tịnh. 2. Tha xử tịnh. 3. Rào dậu không kín tịnh. 4. Yết-ma tịnh. Đạo Tuyên, *Tứ phần luật san phồn bổ khuyết hành sự sao 3*, T40n1804_p0119b15: Tịnh có bốn: 1. Rào dậu không kín. 2. Đàn-việt tịnh. 3. Xử phân tịnh. 4. Bạch nhị kết.

[54] 淨屋. [Pali] kappiyakuṭi. Ngũ phần luật 22, T22n1421_p0150a18: "Có một người thợ dệt, trong khoảng giữa lộ trình, dựng nhà để dệt. Bấy giờ ông gặp các tỳ-kheo vào tụ lạc phi thời, bèn nói: 'Các vị có việc

phép làm nhà tịnh.

2. Xử phân tịnh: Phật dạy: "Nếu làm trú xứ mới, trước cần phải chỉ chỗ nào đó làm tịnh địa[55], để đặt thức ăn. Nếu chưa yết-ma, tỳ-kheo không được vào trong đó cho đến lúc minh tướng xuất hiện."[56] Có chỗ nói, chưa yết-ma nghĩa là yết-ma tịnh địa đơn giản. Ở đây xử phân (chỉ định nơi chốn) chính là yết-ma.

3. Yết-ma tịnh: Các tỳ-kheo để thức ăn trong nhà tịnh bị người lấy trộm. Phật dạy: "Nên yết-ma lấy trong phòng làm tịnh xứ." Các tỳ-kheo muốn yết-ma lấy phần trong vách ngăn của một phòng, hoặc chỗ trống trước hiên nhà, hoặc sân giữa, hoặc một góc phòng, hoặc nửa phòng… làm tịnh địa, Phật dạy: "Cho phép làm, nên kết ở ngoài Tăng viện." Tuy trong luật không có văn nhưng cần phải có lời xướng tướng. **"Đại đức Tăng xin lắng nghe! Tôi tỳ-kheo… vì Tăng xướng tịnh xứ cất thức ăn. Trong gian nhà ngang phía đông tăng-già-lam này kết làm tịnh địa."** *(Xướng ba lần)*

Nếu trong sân, bên trong phòng, hoặc dưới các loại cây ăn trái, tùy theo nơi đó mà xướng. **"Đại đức Tăng xin lắng nghe! Nay lấy phòng… làm tịnh xứ cất thức ăn cho Tăng. Nếu thời gian thích hợp đối với Tăng, Tăng đồng ý. Đây là lời tác bạch.**

Đại đức Tăng xin lắng nghe! Nay lấy phòng… làm tịnh xứ cất thức ăn cho Tăng. Các trưởng lão nào đồng ý thì im lặng. Vị nào không đồng ý xin nói.

Tăng đã lấy phòng… làm tịnh xứ cất thức ăn cho Tăng rồi. Tăng đồng ý nên im lặng. Việc này tôi ghi nhận như vậy."

------

cần làm có thể làm ở đây. Muốn ở lại đây cũng có thể ở lại.› Họ ở lại khiến làm rộn thợ dệt. Thợ dệt nghĩ: 'Mình làm ở đây để dệt, nay không thể dệt được. Vậy hãy cúng cho Tăng làm nhà tịnh.' Bèn hiến cho Tăng. Các tỳ-kheo cho rằng đây là nhà của Tăng nên không dám nấu ăn ăn, hay chế thuốc trong đó. Bèn bạch Phật. Phật dạy: Cho phép được nấu trong nhà tịnh."

[55] 淨地 tịnh địa. 巴利 *kappiyabhūmi*.
[56] *Ngũ phần luật 22* dẫn trên.

Pháp giải thực giới:

Trong luật không có văn giải, chỉ đảo ngược văn kết làm văn giải.

"Đại đức Tăng xin lắng nghe! Phòng... kia trước làm tịnh xứ cất thức ăn cho Tăng. Nay Tăng giải nơi ấy. Nếu thời gian thích hợp đối với Tăng, Tăng đồng ý. Đây là lời tác bạch.

Đại đức Tăng xin lắng nghe! Phòng... kia trước làm tịnh xứ cất thức ăn cho Tăng. Nay Tăng giải nơi ấy. Các trưởng lão nào đồng ý thì im lặng. Vị nào không đồng ý xin nói.

Tăng đã giải phòng... kia trước làm tịnh xứ cất thức ăn cho Tăng rồi. Tăng đồng ý vì im lặng. Việc này tôi ghi nhận như vậy."

Nếu có nhiều chỗ khác nhau, nêu tên cùng một lần, giải hay kết đều được. Nếu là xứ phần tịnh thì lấy lại xứ phần đó để giải.

Pháp kết thông Tăng phường làm tịnh địa:

Có tỳ-kheo trong phạm vi thông tăng phường muốn tác yết-ma làm tịnh địa, đức Phật cho phép.[57]

"Đại đức Tăng xin lắng nghe! Một trú xứ này, chung sống, chung bố-tát, chung nhận phẩm vật cúng dường. Tăng nay kết làm tịnh địa, trừ chỗ... *(Có chỗ nói, trừ chỗ... tức là trừ tịnh địa, cho nên biết rằng, đây là pháp tịnh địa giản lược. Ở đây nói trừ tức là chỉ cho trú xứ Tăng, vì kết thông cho nên nói trừ. Đây là văn kết, chẳng phải pháp giản lược.)* **[0216a01] Nếu thời gian thích hợp đối với**

---

[57] *Ngũ phần luật 22*, T22n1421_p0150b19. *Thông Tăng phường*: Tống Doãn Kham, *Tứ phần tùy cơ yết-ma số chánh nguyên ký 4*, X40n0726_p0838b01: Thí chủ lập Tăng phường thông cho cả bảy chúng. Vì tịnh địa (trong chúng tỳ-kheo và tỳ-kheo-ni) rải rác trong nhiều nơi, mà trú xứ của Tăng thì có giới hạn, do đó gọi là *thông*. Đạo Tuyên (Tống Nguyên Chiếu thuật), *Tứ phần luật san bổ tùy cơ yết-ma sơ tế duyên ký 2*, X41n0728_p0174c07: " [...] văn nói *"thông Tăng phường tác* (yết-ma), trừ trú xứ Tăng, vì trong phạm vi trú xứ Tăng cây ăn trái có quả sắp chín nhưng lâu chín, nếu không kết thông (thông Tăng phường) e rằng có thể phạm *nội túc* (ngủ qua đêm chung với trái cây rụng).”

Tăng, Tăng đồng ý. Đây là lời tác bạch.

Đại đức Tăng xin lắng nghe! Một trú xứ này, chung sống, chung bố-tát, chung nhận phẩm vật cúng dường. Tăng nay kết làm tịnh địa trừ chỗ... Các trưởng lão nào đồng ý thì im lặng. Vị nào không đồng ý xin nói.

Tăng đã kết làm tịnh địa rồi. Tăng đồng ý vì im lặng. Việc này tôi ghi nhận như vậy."

Pháp giải thông Tăng phường làm tịnh địa:

"Đại đức Tăng xin lắng nghe! Một trú xứ này, trước đã kết làm tịnh địa, nay Tăng giải chỗ này. Nếu thời gian thích hợp đối với Tăng, Tăng đồng ý. Đây là lời tác bạch.

Đại đức Tăng xin lắng nghe! Một trú xứ này, trước đã kết làm tịnh địa, nay Tăng giải chỗ này. Các trưởng lão nào đồng ý thì im lặng. Vị nào không đồng ý xin nói.

Tăng đã giải tịnh địa này rồi. Tăng đồng ý vì im lặng. Việc này tôi ghi nhận như vậy."

Sở dĩ kết làm tịnh địa để ngăn hai việc: nấu thức ăn và ăn thức ăn qua đêm. Luật gọi là bất tịnh vì do ăn thức ăn này mà nghiệp cấu càng thêm nặng. Để giữ cho thanh tịnh, các luật đều dạy rõ ràng, ăn vì giữ mạng sống, phàm Thánh đều phải nương vào. Tin giáo thì đạo còn, do vậy cần phải cân nhắc kĩ lưỡng.

CHƯƠNG III: THỌ VÀ XẢ CÁC GIỚI

Ý nghĩa của sự thọ giới có hai: (1). Ngăn chặn điều sai trái và đoạn trừ các hoặc nghiệp; (2). Sanh phước đức để chứng ngộ pháp thân. Cho nên, trong Giới kinh dạy rằng: *"Giới làm cho thân thanh tịnh, định làm cho tâm trong sáng, tuệ làm cho tâm sạch phiền não. Nếu không có tuệ sáng suốt thì không thể trừ phiền não. Nếu không có chánh định thì minh tuệ không phát sanh. Nếu không có giới cấm thì chánh định không thành."*

Do vậy, các bậc Thánh nhân tuy hoặc nghiệp đã tận nhưng vẫn thọ trì giới cấm vững chắc như kim cang. Ba giáo đều hiển bày công đức của giới, lời nói chân thành này không chỉ có một. Tuy nhiên, phần cấm thì thông cả thế tục; phần giới thì chia ra nhiều phẩm, trước ít sau nhiều, chia thành năm mục: (1). Ba quy y, (2). Năm giới, (3). Tám giới, (4). Mười giới, (5). Cụ túc giới. Người thọ giới có bảy bậc, tức bảy chúng, được nêu đầy đủ rõ ràng như dưới đây.

I. PHÁP THỌ BA QUY Y

Phật-Pháp-Tăng là nơi chốn quy y chân chánh, từ đó phát sanh phước trí, thường được che chở, bảo hộ; là nơi nương tựa, vượt thoát bốn cảnh giới ma[58]. Đa luận[59] nói: *"Vì nương tựa Tam bảo nên được cứu hộ, phiền não không thể quấy nhiễu."* Kinh Niết-bàn nói: *"Ba bước nhảy[60], chỉ rõ là vượt qua ách nạn. Bước khởi đầu vượt qua nẻo tà, nên*

---

[58] Tứ ma 四魔; catvāro mārāḥ; cattāro mārā: phiền não ma, ngũ uẩn (ấm) ma, tử ma, thiên ma.

[59] 多論, viết tắt của *Tát-bà-đa tì-ni tì-bà-sa*, quyển 1, T23n1440_p0505a22.

[60] 三跳, *tam khiêu*, *Đại Niết-bàn kinh* quyển 5, T12n0374_p0395c11: "Thí dụ như bầy nai do sợ thợ săn, nếu nhảy được một bước là thoát khỏi ách nạn một bước; đây dụ cho *một quy*. Cũng vậy, nhảy ba bước ví dụ cho *ba quy*."

nói là đầu. Phật là Pháp thân thanh tịnh, hiển chứng hai trí, thành tựu năm phần (pháp thân). Pháp là Diệt đế. Tăng là đệ nhất nghĩa Tăng."[61] Trong lúc thọ Tam quy, thành tâm hết lòng tôn trọng Tăng, hướng về nhận lãnh quy giới mà không hoài nghi, hai thầy[62] hỗ trợ truyền trao Tam quy một cách rõ ràng thì mới thành tựu."

Con tên là... suốt đời quy y Phật, quy y Pháp, quy y tỳ-kheo Tăng." (Nói ba lần)

"Con tên là... suốt đời quy y Phật rồi, quy y Pháp rồi, quy y tỳ-kheo Tăng rồi." *(Nói ba lần)*

II. PHÁP THỌ NĂM GIỚI

Kinh Hy hữu giảo lượng công đức[63] nói: "*Phật bảo A-nan: 'Giả sử đức Như-lai đầy khắp cả ba ngàn đại thiên thế giới nhiều như lúa, mè, tre, lau, có người đem tứ sự cúng dường đầy đủ hết hai vạn năm; sau khi các đức Phật diệt độ, người này đều xây bảo tháp thờ xá-lợi, lại đem các loại hương hoa cúng dường. Phước đó tuy nhiều nhưng không bằng công đức của người quy y Phật, Pháp, Tăng với tâm thuần tịnh; trăm phần không bằng một, ngàn phần, trăm ngàn phần cho đến tính đếm thí dụ cũng không thể bằng. Nếu lại thọ trì mười giới thiện trong khoảng khẩy móng tay, phước ấy còn trội hơn phước trước. Thọ trì tám giới một ngày một đêm, hoặc suốt đời thọ trì năm giới, hoặc giới Sa-di, giới Sa-di-ni, hoặc giới Thức-xoa-ma-na, giới Tỳ-kheo-ni, hoặc giới Tỳ-kheo, phước ấy hơn cả phước trước, không thể thí dụ.*"

Tuy nhiên, khi thọ giới, trước cần phải hỏi cặn kẽ các chướng nạn,

---

[61] Đệ nhất nghĩa Tăng, hay thắng nghĩa Tăng, ᴿᴷᵉ *paramārthasaṅgha* (ᴾᵃˡⁱ *paramatthasaṅgha*), chỉ Thánh Tăng, từ Sơ quả trở lên.

[62] 二師授資順, "Hai thầy tư trợ trao truyền." Hai thầy: chỉ Hòa thượng và A-xà-lê. Nguyên thủy, như được thấy trong các kinh A-hàm, Nikāya, tại gia thọ Tam quy Ngũ giới, hoặc trực tiếp từ đức Thế Tôn, hoặc từ một tỳ-kheo hay tỳ-kheo-ni. Trong lịch sử phát triển về sau, như đoạn dẫn trên đây được nói là từ kinh *Thiện Sanh* (*Ưu-bà-tắc giới kinh 3*, T24n1488_p1047c15) trước khi truyền giới, có nghi thức vấn đáp già nạn. Do đây mà nói cần đến «hai thầy tư trợ truyền trao."

[63] 佛說希有校量功德經, T16n0690_p0784c25.

nên kinh *Thiện sinh* nói: *"Người có lấy trộm vật của hiện tiền Tăng không? Đối với lục thân, tỳ-kheo, tỳ-kheo-ni, người có hành hạnh bất tịnh không? Có bỏ đi khi cha mẹ, sư trưởng ốm đau không? Phát tâm bồ-đề, có sát hại chúng sanh không?"* Hỏi đầy đủ như vậy rồi, nếu trả lời không thì nên thuyết pháp khai đạo cho nhớ, khiến cho sanh lòng tin ưa. Trong luận *Đại trí độ*[64] nói: '*Hạn cuộc thời gian suốt đời mà quyết định thọ số giới: một phần, ít phần, nhiều phần, mãn phần và* **[0216b01]** *đoạn dâm.'* Trong luận *Câu xá* nói: '*Có năm hạn định không phát khởi luật nghi'.*[65] Giáo pháp đã đạt tới chỗ tinh yếu rồi, vậy tùy theo thời mà áp dụng. Kinh *A-hàm* nói: '*Trước khi thọ giới, phải sám hối tội lỗi, sau mới cho thọ.'*[66]

(Dạy giới tử nói:)

"Con tên là... quy y Phật, quy y Pháp, quy y Tăng, suốt đời làm ưu-bà-tắc. Đức Như lai, Chí chân, Đẳng chánh giác là Thế tôn của con." *(Nói ba lần)*

"Con tên là... quy y Phật rồi, quy y Pháp rồi, quy y Tăng rồi, suốt đời làm ưu-bà-tắc. Đức Như lai, Chí chân, Đẳng chánh giác là Thế tôn của con." *(Nói ba lần)*

---

[64] 大智度論 T25n1509_p0158c22: "Thọ năm giới có năm hạng, gọi là năm hạng ưu-bà-tắc: 1. Ưu-bà-tắc hành một phần; 2. ưu-bà-tắc-tắc hành ít phần; 3. ưu-bà-tắc hành nhiều phần; 4. ưu-bà-tắc hành mãn phần; 5. ưu-bà-tắc đoạn dâm."

[65] *Luận Câu-xá 15*, T29n1558_p0078b04: Năm hạn định không đắc giới: hữu tình, chi, không gian hay *xứ*, thời gian và cơ hội hay *duyên*. (1) *Hạn định hữu tình*. Rằng, "Tôi chỉ lìa bỏ sự giết hại một số hữu tình này." (2) *Hạn định chi*. "Tôi chỉ thọ trì một số chi này." (3) *Hạn định xứ*. "Tôi chỉ tránh xa sát sanh trong một số địa phương này." (4) *Hạn định thời*. "Tôi chỉ thọ trì trong tháng này." (5) *Hạn định duyên*. "Tôi lìa bỏ sát hại, trừ khi chiến đấu."»

[66] Không rõ trong *A-hàm* nào. Sám hối trước khi thọ giới, đây chỉ trường hợp thọ cụ túc, như được quy định trong *Thập tụng luật 56*, T23n1435_p0410b07; *Căn bản thuyết nhất thiết hữu bộ tì-nại-da xuất gia sự 2*, T23n1444_p1030b28.

Như vậy là đã đắc giới, sau đó hãy nói giới tướng cho người thọ.

Suốt đời không sát sanh là giới của ưu-bà-tắc, *có thể giữ được không?*

Đáp: Có thể giữ được.[67]

Suốt đời không trộm cắp là giới của ưu-bà-tắc, *có thể giữ được không?*

Đáp: Có thể giữ được.

Suốt đời không tà dâm là giới của ưu-bà-tắc, *có thể giữ được không?*

Đáp: Có thể giữ được.

Suốt đời không nói dối là giới của ưu-bà-tắc, *có thể giữ được không?*

Đáp: Có thể giữ được.

Suốt đời không uống rượu là giới của ưu-bà-tắc, *có thể giữ được không?*

Đáp: Có thể giữ được.

Bốn giới trọng đầu và các giới khinh cũng đồng với giới Cụ túc.[68] Điều này nói rộng trong các kinh, như Ưu-bà-tắc ngũ giới tướng kinh, sáu giới trọng và hai mươi tám giới khinh (của Bồ-tát tại gia) trong kinh *Thiện sanh*.[69] Nhưng cần phải phát nguyện khiến cho hành được tăng trưởng, nên có Kinh nói[70], giả sử có trì giới mà không phát nguyện thì được phước rất ít. Ở đây dẫn lời cổ Đức để minh chứng.

---

[67] Vấn đáp trong nghi thức thọ năm giới chỉ thấy thực hành tại Trung hoa, không thấy nói trong các *A-hàm* và trong các Luật bộ Pāli và Phạn hiện hành.

[68] Năm giới tại gia không phân biệt khinh trọng vì không có các trị phạt nên không thể nói đồng với giới Cụ túc. Duy chỉ các giới Bồ-tát tại gia mới có phân biệt khinh trọng, nhưng cũng không thể nói ý nghĩa đồng với giới Cụ túc Thanh văn.

[69] Tên gọi khác của Ưu-bà-tắc giới kinh, 7 quyển, T1488.

[70] Không rõ Kinh. Dẫn theo *Tì-ni tác trì tục thích*.

III. PHÁP THỌ TÁM GIỚI

Kinh *Thiện sinh*[71] và *Tăng-nhất-a-hàm*[72] ghi: *"Phật bảo Ưu-bà-tắc: 'Vào ngày mùng tám, ngày mười lăm, đến chỗ Tỳ-kheo trưởng lão để thọ tám giới.'"* Trong luận nói chung, cho phép thọ với năm chúng[73]; nếu khi không có người thì tự thọ cũng được. Trong luận *Thành thật* nói: *"Năm giới, tám giới đều chung cho thời gian thọ dài hay ngắn, hoặc một năm, một tháng, nửa ngày, nửa đêm, thọ lại hay giảm bớt đều đắc giới pháp."*[74]

"Con tên là... quy y Phật, quy y Pháp, quy y Tăng *(một ngày một đêm, tùy theo dài hay ngắn mà nói)*, làm ưu-bà-tắc tịnh hạnh."[75] *(Nói ba lần)*

"Con tên là... quy y Phật rồi, quy y Pháp rồi, quy y Tăng rồi *(một ngày một đêm, tùy theo dài hay ngắn mà nói)*, làm ưu-bà-tắc tịnh hạnh." *(Nói ba lần)*

---

[71] Kinh Thiện sanh = *Ưu-bà-tắc giới kinh*, quyển 5, phẩm Bát giới trai, T24n1488_p1063a08.

[72] *Tăng nhất A-hàm 16*, T02n0125_p0624b20: "Phật bảo các tỳ-kheo, trong 15 ngày (nửa tháng) có ba ngày trai pháp: mồng 8, 14, 15..."

[73] Tỳ-kheo, Tỳ-kheo-ni, Thức-xoa-ma-na, Sa-di, Sa-di-ni.

[74] *Thành thật luận 8*, T32n1646_p0303a29: Luật nghi giới có hai loại: 1. Giới suốt đời, cho tỳ-kheo, ưu-bà-tắc. Xuất gia và tại gia ngũ giới nếu phát nguyện chỉ thọ 1 tháng hay 1 năm, thảy đều không đắc giới.
2. Giới 1 ngày 1 đêm thì không nhất định: hoặc 1 ngày 1 đêm, hoặc chỉ 1 ngày, hoặc chỉ 1 đêm, hoặc nửa ngày, hoặc nửa đêm. *Luận Câu-xá 14*, T29n1558_p0074c19: Nhưng sau một ngày đêm, cái gì cản trở luật nghi cận trụ khiến nó không phát sinh trong năm ngày hay mười ngày?
Tất nhiên có pháp ngăn cản. Vì trong Khế kinh, Đức Thế Tôn đã nói rằng, luật nghi cận trụ duy chỉ một ngày đêm... vì không có Kinh nào nói cận trụ thệ thọ quá một ngày đêm. (So sánh cẩn thận điều này với dẫn chứng của Ái Đồng nói trên).

[75] Không nơi nào, Kinh-Luật-Luận, thấy nói thệ nguyện thọ tam quy chỉ một ngày một đêm, ngay cả trong chương thọ tám giới.

"Như chư Phật suốt đời[76] không sát sanh, các vị một ngày một đêm không sát sanh, *có thể giữ được không?*"[77]

Đáp: Có thể giữ được.

Như vậy, không trộm cắp; không dâm dục; không nói dối; không uống rượu; lìa xa hoa hương, anh lạc, dầu thơm xoa thân; lìa xa giường tòa cao đẹp, rộng lớn; lìa xa ca hát âm nhạc hoặc cố ý xem nghe và lìa xa ăn phi thời."[78]

---

[76] "Như Chư Phật suốt đời…", văn thọ tám giới này được thấy trong *Đại trí độ luận 13*, T25n1509_p0159b26, không tìm thấy trong các kinh A-hàm và các Luật bộ, chỉ thấy trong các luận giải, sớ thích Kinh, Luật của các vị nghiên cứu Luật Trung hoa. Tham khảo, *Trung A-hàm 55*, kinh 202 kinh Trì trai, T01n0026_p0770a17. *Phật thuyết A-tì-đàm kinh xuất gia phẩm*, Chân Đế dịch, T24n1482_p0968b15: «Như A-la-hán cho đến trọn đời từ bỏ sát sanh…" Pāli, A. VIII 43, *Visākhāsuttaṃ*.

[77] Nghi thọ tám giới trong các Kinh Luận dẫn trên không có vấn đáp này.

[78] Nói «tám giới trước, một sau», điều này thành 9 giới. Có thể soạn giả hiểu 10 giới Sa-di trừ giới cầm nắm tiền bạc, còn lại 9 giới. Điều này hiểu nhằm bản thể của thế giới. *Câu-xá 14*, T29n1558_p0075c02: "Có vị cho rằng chính chi tránh xa ăn phi thời là thể của cận trụ. Tám chi còn lại là những chi phần của cận trụ; trong đó ca múa nhạc kịch, và trang sức hương thơm tràng hoa phân làm hai." Thế Thân bác bỏ giải thích này: "Nếu nói vậy, không phù hợp với Kinh được đọc tụng." Giải thích *Câu-xá* về ý nghĩa của tám: «Trong tám chi, bốn chi đầu là chi giới; đó là lìa bỏ sát sanh cho đến lìa bỏ sự nói dối. Chi tiếp theo là chi không buông lung; đó là không uống rượu. Người tuy thọ giới, nhưng nếu uống các thứ rượu, sẽ thành buông lung. Sau cùng, ba chi cấm chế cho đến không ăn phi thời; vì tùy thuận tâm yếm ly.» Văn thọ tám giới cận trụ phỏng theo kinh Trì trai, *Trung A-hàm 55*, kinh số 202: "(1) A-la-hán trọn đời tránh xa sát sanh … con nay trừ sạch tâm sát sanh… (2) A-la-hán trọn đời không lấy của không được cho … (3) … trọn đời tránh xa phi phạm hành … (4) … trọn đời tránh xa nói dối … (5) … trọn đời tránh xa buông lung uống rượu … (6) … trọn đời không nằm ngồi giường cao rộng lớn … (7) … trọn đời tránh xa các thứ tràng hoa, chuỗi ngọc, hương thoa, son phấn,

Tất cả đều hỏi đáp như trên. Có chỗ lấy tám điều trên gọi là giới, một điều lìa xa ăn phi thời gọi là trai. Hoặc lấy giới thứ bảy và thứ tám gom thành giới thứ bảy, lìa xa ăn phi thời làm giới thứ tám.

IV. PHÁP THỌ MƯỜI GIỚI

Ba phẩm dưới đây là giới của hàng xuất gia. Lợi ích của sự xuất gia khó diễn tả bằng lời. Kinh *Công đức xuất gia* nói: *"Công đức xuất gia cao hơn núi Tu-di, sâu hơn biển lớn, rộng hơn hư không, vô lượng vô biên, vượt hơn mắt sáng của ngàn người, trội hơn mắt cứu hộ của ngàn người."*[79] Luật *Tăng-kỳ* nói: *"Một ngày xuất gia tu phạm hạnh diệt được khổ ác đạo trong hai mươi kiếp."*[80] Kinh *Đại bi* nói: *"Nếu đem bốn tấc ca-sa mặc vào thân thì sẽ được năm loại công đức, ngay trong kiếp Hiền này sẽ chứng quả Thánh ba thừa. Nếu ngăn cản người xuất gia thì tội ấy cực kỳ sâu nặng."* Trong giáo có đủ, đâu cần thuật nhiều.

ca múa, xướng kỹ và đi xem nghe ... (8) ... trọn đời không ăn phi thời ... Pali, *Uposathasuttaṃ*, A VIII 41, PTS. A. iv. 249: (1) *yāvajīvaṃ arahanto pāṇipātaṃ pahāya ... viharanti. ahaṃ pajja imañca rattiṃ imañca divasaṃ pāṇātipātaṃ pahāya ...viharāmi*: Chư A-la-hán sống trọn đời đoạn trừ sát sanh ... Con nay một ngày một đêm đoạn trừ sát sanh. (2) *yāvajīvaṃ arahanto adinnādānam pahāya ...* đoạn trừ lấy của không được cho... (3) ... *abrahmacariyaṃ pahāya ... đoạn trừ phi phạm hành ...* (4) *yāvajīvaṃ arahanto musāvādaṃ pahāya...* đoạn trừ nói dối ... (5) ... *surāmerayamajjapamādaṭṭhānaṃ pahāya* ... đoạn trừ các thứ rượu dẫn đến các trường hợp buông lung ... (6) ... *ekabhattikā rattūparatā viratā vikālabhojanā* ... không ăn phi thời, chỉ ăn một bữa, không ăn vào lúc chiều tối ... (7) ... *nacca-gāta-vādita-visūkadassana-mālā-gandha-vilepana-dhāraṇa-maṇḍana-vibhūsanaṭṭhānaṃ pahāya* ... từ bỏ nghe và xem ca vũ xướng hát và không trang sức các thứ tràng hoa, hương thơm, hương thoa ... (8) ... *uccāsayanamahāsayanaṃ pahāya* ... không nằm ngồi giường cao rộng lớn ...

[79] Đoạn văn dẫn không tìm thấy trong *Xuất gia công đức kinh* T16n0707_p0813c08, nhưng tìm thấy trong kinh *Hiền ngu* quyển 4, T04n0202_p0376b27.

[80] Không tìm thấy đoạn dẫn này trong *Ma-ha tăng kỳ luật.*

[0216c01] Trước tiên, nói rõ về pháp nuôi chúng:

Chuẩn theo pháp thọ giới, nếu trao giới Cụ túc cho người, hoặc độ sa-di, hoặc làm y chỉ, người cho đều phải có đủ các loại công đức như: giới thành tựu, oai nghi thành tựu, sợ hãi lỗi nhỏ, đa văn, có khả năng thọ trì các pháp Phật dạy, khéo tụng và phân biệt nghĩa lý của hai bộ luật, có khả năng dạy giới tăng thượng, tâm tăng thượng, tuệ tăng thượng cho đệ tử, có thể trừ nghi cho đệ tử hoặc sai người trừ cho đệ tử, biết trị bệnh cho đệ tử hoặc sai người trị, có khả năng dạy đệ tử từ bỏ ác tà kiến hoặc khiến người khác dạy cho từ bỏ, có khả năng cảnh tỉnh đệ tử trở về quốc độ hay bảo người khác làm cho trở về, hoặc đủ mười tuổi hạ trở lên... Ngược với các điều này phạm đột-kiết-la. Trong giới của Ni nói: Tỳ-kheo-ni tuy đủ mười hai tuổi hạ nhưng mang nhiều bệnh, không hiểu biết gì mà nuôi đệ tử. Do không dạy dỗ nên đệ tử ngu ám vô tri, không thể học giới. Phật dạy: *"Cho phép các tỳ-kheo-ni bạch nhị yết-ma, sau mới nuôi chúng."* Tỳ-kheo cũng theo ý trên mà làm như vậy. Lại nữa, trong Tứ phần nói, khi các Tỳ-kheo tùy tiện độ người, không thể răn dạy nên đệ tử gây ra nhiều lỗi lầm. Phật dạy: *"Cho phép Tăng cho người đã thọ giới Cụ túc bằng bạch nhị yết-ma để nuôi chúng, cho sa-di y chỉ cũng vậy."* Văn dạy, nên đến trong Tăng, cởi bỏ giày dép, trần vai bên phải, quỳ xuống chắp tay thưa:

"Đại đức Tăng xin lắng nghe! Con tỳ-kheo..., đã đủ mười tuổi, nay muốn nuôi chúng. Con đến Tăng xin Tăng trao yết-ma nuôi chúng. Lành thay, Tăng tác pháp yết-ma nuôi chúng cho con." *(Thưa ba lần)*

Phật dạy: "Các tỳ-kheo nên xem xét, tìm hiểu tỳ-kheo này có khả năng nuôi chúng được không, nếu không được thì không nên tác pháp yết-ma, nếu được thì tác pháp yết-ma cho phép."

"Đại đức Tăng xin lắng nghe! Tỳ-kheo... này đã đủ mười tuổi, nay muốn nuôi... làm chúng, đến Tăng xin yết-ma nuôi chúng. Nay Tăng trao yết-ma nuôi chúng cho Tỳ-kheo... Nếu thời gian thích hợp đối với Tăng, Tăng đồng ý. Đây là lời tác bạch.

Đại đức Tăng xin lắng nghe! Tỳ-kheo... này đã đủ mười tuổi, nay muốn nuôi... làm chúng, đến Tăng xin yết-ma nuôi chúng.

Nay Tăng trao yết-ma nuôi chúng cho Tỳ-kheo... Trưởng lão nào đồng ý thì im lặng, vị nào không đồng ý xin nói.

Tăng đã trao yết-ma nuôi chúng cho Tỳ-kheo... rồi, Tăng đồng ý vì im lặng. Việc này xin ghi nhận như vậy."

1. Pháp độ sa-di đầu tiên:

Trong luật cho phép độ trẻ con bảy tuổi có khả năng đuổi qua. Tăng-kỳ ghi: "Nếu tuổi quá bảy mươi, đứng ngồi phải nhờ người thì không được độ. Nếu ai có khả năng tu tập các nghiệp đạo thì cho xuất gia và nói các sự khó nhọc cho họ nghe: một ngày chỉ ăn một lần, nghỉ một lần, ngủ một lần, thức nhiều. Họ chịu đựng được thì độ." Luật này cũng nói, nếu muốn độ người, đưa họ đến từng phòng Tăng đảnh lễ sát chân, tự nói tên mình để trong Tăng đều biết. Theo luật Tứ phần, cho làm hình đồng hay pháp đồng[81], rồi tác yết-ma đơn bạch để độ. Có ghi rõ trong nghi thức.

2. Pháp chính thức thọ mười giới:

"Con tên là... quy y Phật, quy y Pháp, quy y tỳ-kheo Tăng. Nay con ở trong pháp của đức Thích-ca mâu-ni Như lai, Ứng cúng, Đẳng chánh giác, xuất gia làm sa-di, Hòa thượng hiệu là..." *(Nói ba lần)*

"Con tên là... quy y Phật rồi, quy y Pháp rồi, quy y tỳ-kheo Tăng rồi. Nay con ở trong pháp của đức Thích-ca mâu-ni Như lai, Ứng cúng, Đẳng chánh giác, xuất gia làm sa-di, Hòa thượng hiệu là..." *(Nói ba lần)*

"Trọn đời không sát sanh là giới của sa-di, có thể giữ được không?

Đáp: Có thể giữ được.

Không trộm cắp; không dâm dục; không nói dối; không uống rượu; không ca múa xướng hát, kỹ nhạc, không đến xem nghe; không đeo tràng hoa, thoa đồ thơm vào người; không ngồi

---

[81] 形法二同, chỉ thế phát, chưa thọ mười giới, gọi là hình đồng sa-di; đã thọ mười giới, gọi là pháp đồng sa-di.

nằm trên giường cao rộng lớn; không nhận, cất chứa vàng bạc và tiền[82]."

Các giới này hỏi và đáp như giới thứ nhất. Theo kinh *Thỉnh Tăng phước điền*, sa-di nên biết năm đức mười số. **[0217a01]** Đây là các điều sa-di phải thực hành hằng ngày, nên đã sao chép như vậy.

V. PHÁP THỌ ĐẠI GIỚI

Giới là chiếc thuyền vượt biển sanh tử, là gốc rễ của định tuệ; ba thân bốn trí không thể không nương vào đây. Duyên và pháp[83] cần phải tương ưng, gọi là giáo cụ túc[84]. Như khuyết một điều nào (trong các duyên này) thì giới phẩm không thể sanh. Nhưng duyên thì đa dạng, kể sao cho hết ngọn nguồn! Do vậy, nay chỉ nêu đại khái năm điều chính yếu:

1. Người thọ giới như pháp. Ở đây có năm: (1). Quả báo là nhân đạo[85]; (2). Các căn đầy đủ; (3). Thân khí thanh tịnh[86]; (4). Đủ tướng xuất gia; (5). Hiểu được ít pháp.

2. Đối cảnh như pháp. Có bảy loại: (1). Kết giới trường thành tựu; (2). Tăng có khả năng bỉnh pháp; (3). Đầy đủ Tăng số; (4). Nhóm họp hết trong giới nội; (5). Yết-ma như pháp; (6). Tư duyên đầy đủ[87]; (7). Trong thời có Phật pháp.

3. Phát tâm xin giới.

4. Tâm và cảnh tương ưng.

5. Việc thành tựu rốt ráo.

Nghĩa là từ lúc thỉnh sư cho đến khi thọ giới xong, trước sau mọi việc đều không thiếu sót, mới gọi là thành tựu rốt ráo việc thọ đại

---

[82] Để bản thiếu giới không ăn phi thời.
[83] *Duyên*: điều kiện thọ giới, đắc giới. *Pháp*: pháp giáo.
[84] *Giới cụ túc* cần phù hợp với *giáo cụ túc*.
[85] Điều kiện người thọ giới phải thuộc loài người, bàng sanh các thứ không được thọ.
[86] Không bị 13 già nạn.
[87] Đủ ba y, bình bát.

giới. Chính thức thọ giới cần phải đủ chín pháp.

A. Pháp chính thức thọ đại giới

1. Pháp thỉnh hòa thượng:

Luật nói: "Các tỳ-kheo vì không có hòa thượng, a-xà-lê nên oai nghi không tề chỉnh; khi đi vào xóm làng khất thực, không buộc niệm trước mặt, không khéo hộ trì các căn, lớn tiếng nói ồn, bị chê cười. Lại có tỳ-kheo bệnh, không ai chăm sóc, do vậy mà mạng chung. Vì mười điều lợi ích, từ nay về sau Phật cho phép các tỳ-kheo có hòa thượng, hòa thượng tự nhiên sanh tâm thương yêu đệ tử như con, đệ tử sanh tâm kính trọng hòa thượng như cha, siêng giáo giới cho nhau, kính nhường khuyên bảo lẫn nhau mới có thể làm cho Phật pháp mở rộng, trụ thế lâu dài. Vị hòa thượng được thỉnh cần phải đủ các phẩm chất: thành tựu oai nghi, sợ tội lỗi, đa văn, tụng hai bộ luật, khéo dạy đệ tử giới, tâm, tuệ tăng thượng, có khả năng dứt trừ nghi ngờ, trị bệnh cho đệ tử, khiến cho bỏ tà kiến, cảnh tỉnh để về lại quốc độ và đủ mười tuổi hạ... thì cho độ sa-di; làm thầy y chỉ cũng như vậy. Những quy định này, trong luật nói nhiều, không thể ghi hết. Pháp hành này có chung và riêng, trong luật cũng đã nói rõ. Cách thức thỉnh hòa thượng là, trống vai bên phải, cởi bỏ giày dép, quỳ xuống, chắp tay thỉnh như sau:

"Con tên là... nay cầu ngài làm Hòa thượng. Ngài vì con làm Hòa thượng. Con thiết tha xin ngài làm Hòa thượng, để con được thọ giới Cụ túc.[88]**"** *(Nói ba lần)*

Hòa thượng nên trả lời: **"Được, tốt lắm."** *Hoặc nói:* **"Tôi sẽ giáo thọ ông."** *Hoặc nói:* **"Ông chớ buông lung."**

Thỉnh hai vị a-xà-lê cũng như vậy.

---

[88] Để bản thiếu một câu so với quảng luật *Ngũ phần* (T22n1421_p0111a01): 「我某甲，今求尊為和尚，尊為我作和尚，我樂尊為和尚依止，尊為和尚故，得受具足戒。」 Con tên là... nay cầu ngài làm Hòa thượng. Ngài vì con làm Hòa thượng. Con thiết tha xin ngài làm Hòa thượng y chỉ. Xin ngài làm hòa thượng để con được thọ giới Cụ túc.

2. Pháp dẫn người thọ giới:

Phật dạy: "Cho phép đem người thọ giới đến đứng bên ngoài giới đàn, chỗ mắt thấy tai không nghe."

3. Pháp sai giáo sư:

Hòa thượng nên nói với yết-ma sư:

"Trưởng lão! Nay làm yết-ma."

Lại nói với giáo thọ sư:

"Trưởng lão! Nay thọ yết-ma."

Sai như vậy xong, yết-ma sư bạch:

"Đại đức Tăng xin lắng nghe! Người tên là... cầu thọ giới Cụ túc với Tỳ-kheo ..., Tỳ-kheo... làm giáo thọ sư. Nếu thời gian thích hợp với Tăng, Tăng đồng ý. Đây là lời tác bạch."

4. Giáo thọ sư kiểm chứng:

Thứ nhất hỏi hòa thượng, thứ hai hỏi người thọ. Trước tiên hỏi hòa thượng, giáo sư nên đứng dậy đến trước hòa thượng thưa hỏi:

"Ngài đã độ người này chưa?"

Nếu nói chưa độ thì nên nói:

"Trước nên độ họ."

Nếu nói đã độ, nên hỏi:

"Vì họ làm Hòa thượng chưa?" Nếu nói chưa, nên nói:

"Nên vì họ làm Hòa thượng."

Nếu nói đã làm, thì nên đến chỗ người đệ tử, hỏi: **"Y bát đã đủ chưa?"** Nếu nói chưa đủ, thì nên nói:

"Trước hết phải đủ y bát." Nếu nói đã đủ, nên hỏi: **"Tự có hay mượn người khác?"** Nếu nói mượn của người khác, thì bảo:

"Nên xin người chủ thí xả." Nếu nói tự có, thì nên đến sát bên vỗ về người thọ giới: **"Ông chớ nên sợ sệt, trong giây lát nữa, tôi sẽ đưa ông đến chỗ cao tột thù thắng. Ông có biết cái nào là tăng-**

già-lê, cái nào là ưu-đa-la-tăng, cái nào là an-đà-hội không?"

Nếu nói không biết, nên chỉ cho biết rõ và trao cho họ ba y và bát. Nếu trước không biết nhau thì không nên chỉ dạy khi trời tối mịt, mây mù. Khi chỉ họ khoác y, nên kín đáo xem họ có trọng bệnh không. Lại nói:

[0217b01] "Ông... hãy lắng nghe! Nay là lúc cần nói sự thật! Nay tôi hỏi ông, nếu thật nói là thật, không thật nói là không thật."

Tăng-kỳ nói: *"Nếu ông trả lời không thật là lừa dối thiên, ma, phạm, sa-môn, bà-la-môn, chư thiên, loài người và cũng lừa dối cả Như lai và chúng Tăng; tự mắc tội lớn."*

"Ông không giết cha chứ? Ông không giết mẹ chứ? Ông không giết a-la-hán chứ? Ông không ác tâm làm thân Phật chảy máu chứ? Ông không phá hòa hiệp Tăng chứ? Ông không xâm phạm tỳ-kheo-ni chứ? Ông chẳng phải là phi nhân chứ? Ông chẳng phải là súc sanh chứ? Ông chẳng phải là hoàng môn chứ? Ông chẳng phải là nhị hình chứ? Ông không tự cạo tóc tự xưng là tỳ-kheo chứ? Ông chẳng phải bỏ nội, ngoại đạo chứ? Ông không từng xuất gia trì giới không đầy đủ chứ?"

Tùy theo mỗi câu hỏi mà trả lời không thì nên hỏi tiếp:

"Là người, có các bệnh như hủi, ung nhọt, mụn độc, can tiêu, điên cuồng, lậu nhiệt, phù thũng chảy nước, ông có bị không? Ông chẳng phải là người mắc nợ chứ? Không phải là người của quan chứ? Không phải đầy tớ chứ? Tuổi đủ hai mươi chưa? Y bát có đủ không? Hòa thượng nhận lời thỉnh chưa? Tên của ông là gì? Hòa thượng của ông hiệu gì? Cha mẹ cho phép chưa? Muốn thọ giới Cụ túc không?"

Hỏi đáp như thế xong, lại dạy tiếp:

"Trong Chúng lát nữa cũng sẽ hỏi ông như vậy, ông cũng nên trả lời đúng sự thật như vậy."

Mỗi việc hỏi đáp đều như pháp xong.

5. Pháp gọi vào Chúng:

Giáo sư trở vào trong đàn nói với yết-ma sư:

"Tôi đã giáo thọ... như pháp rồi."

Yết-ma sư nên bạch Tăng:

"Đại đức Tăng xin lắng nghe! Người tên... cầu thọ giới Cụ túc với Tỳ-kheo..., Tỳ-kheo... giáo thọ như pháp rồi, sẽ dẫn họ vào. Nếu thời gian thích hợp đối với Tăng, Tăng đồng ý. Đây là lời tác bạch.

6. Pháp dạy xin giới:

Giáo sư dẫn người thọ giới đến trong Tăng, theo thứ tự đảnh lễ sát chân Tăng rồi hướng về yết-ma sư, quỳ gối phải chấm đất, chắp tay. Giáo sư dạy họ xin giới:

"Đại đức Tăng xin lắng nghe! Con tên là... cầu thọ giới Cụ túc với Tỳ-kheo... Nay con theo Tăng xin thọ giới Cụ túc, cúi xin Tăng thương xót tế độ con." *(Xin ba lần)* (Giáo sư dạy xong trở về lại chỗ ngồi.)

7. Pháp giới sư vấn bạch:

Yết-ma sư nên bạch Tăng:

"Đại đức Tăng xin lắng nghe! Người này tên là... cầu thọ giới Cụ túc với Tỳ-kheo.... Nay theo Tăng xin thọ giới Cụ túc. Nay tôi sẽ hỏi các nạn sự và tác yết-ma thọ giới Cụ túc. Nếu thời gian thích hợp đối với Tăng, Tăng đồng ý. Đây là lời tác bạch."

8. Pháp yết-ma sư hỏi nạn sự:

Nên hỏi người thọ giới:

"Đây là lúc cần nói thật, *cho đến câu* muốn thọ giới Cụ túc không?" Mỗi mỗi đều giống như pháp giáo thọ sư đã hỏi ở phần trên.

9. Pháp chính thức trao giới:

Tát-bà-đa luận ghi: "Phàm muốn trao giới pháp, trước cần phải thuyết pháp khai đạo mở lòng, khiến cho phát khởi tâm từ bi đối với tất cả hữu tình, thệ cứu độ tất cả chúng sanh, làm cho thoát khỏi năm đường, chứng quả tam thừa, không vì tự độ mà thọ trì giới cấm. Khi phát khởi tâm tăng thượng này sẽ đắc giới tăng thượng. Lại nữa, giới là gốc rễ của các thiện căn, là chánh nhân của bồ-đề, chỉ có loài người không có các chướng nạn mới có thể thọ được giới này. Nay ông được làm người, thân không có chướng nạn, thọ được giới Cụ túc, quả thật hy hữu. Hãy một lòng chuyên chú, nương vào chúng Tăng cần cầu giới pháp này, như người bệnh nhớ thầy thuốc, như [0217c01] *đói cần ăn. Sự thần nghiệm của yết-ma, uy lực to lớn của chúng Tăng, trong khoảnh khắc có thể đem cả công đức khắp pháp giới đặt vào thân ông. Vậy, ông hãy vui mừng, nhất tâm lãnh thọ."*

Giáo giới như vậy xong, nên tác bạch:

"Đại đức Tăng xin lắng nghe! Người này tên... cầu thọ giới Cụ túc với Tỳ-kheo... làm Hòa thượng. Người này tự nói thanh tịnh, không có các nạn sự, đủ cả ba y và bát, đã nhận Hòa thượng, cha mẹ đã cho phép, đã theo Tăng xin thọ giới Cụ túc. Nay Tăng cho người tên... thọ giới Cụ túc với Tỳ-kheo... làm Hòa thượng. Nếu thời gian thích hợp đối với Tăng, Tăng đồng ý. Đây là lời tác bạch."

Luật *Tăng-kỳ* ghi: *"Tác bạch xong, kế đến hỏi Tăng, bạch như thế có thành không? Cho đến yết-ma lần thứ nhất, lần thứ hai, lần thứ ba cũng hỏi như vậy. Hỏi xong nên đáp thành hoặc không thành."* Thập tụng ghi: *"Trong lúc yết-ma, nên một lòng lắng nghe, chớ để ý việc khác hay suy nghĩ việc gì khác. Kính trọng, chánh tư duy, tâm luôn ghi nhớ để phân biệt rõ ràng. Nếu làm trái thì phạm đột-kiết-la."*

"Đại đức Tăng xin lắng nghe! Người này tên... cầu thọ giới Cụ túc với Tỳ-kheo... làm Hòa thượng. Người này tự nói thanh tịnh, không có các nạn sự, đủ cả ba y và bát, đã nhận Hòa thượng, cha mẹ đã cho phép, đã theo Tăng xin thọ giới Cụ túc. Nay Tăng cho người tên... thọ giới Cụ túc với Tỳ-kheo... làm Hòa thượng. Các Trưởng lão nào đồng ý thì im lặng, vị nào không đồng ý xin nói. *(Nói ba lần)*

Tăng đã cho... thọ giới Cụ túc với Tỳ-kheo... làm Hòa thượng rồi. Tăng đã đồng ý vì im lặng. Việc này tôi ghi nhận như vậy."

Kế đến nói về tướng đọa. Khi các tỳ-kheo thọ giới Cụ túc rồi, trở về lại trú xứ; những vị mới thọ giới này phạm giới trọng, Phật dạy: "Thọ Cụ túc xong nên nói cho họ mười hai pháp: bốn đọa pháp, bốn dụ pháp và bốn y pháp."

a. Bốn đọa pháp:

"Ông... hãy lắng nghe! Đức Thế Tôn, Ứng Cúng, Đẳng Chánh Giác nói bốn đọa pháp này, nếu Tỳ-kheo phạm một pháp nào thì chẳng phải con dòng họ Thích:

(1). Ông trọn đời không được dâm dục cho đến nhìn người nữ với tâm dục nhiễm. Nếu Tỳ-kheo hành pháp dâm dục cho đến cùng với loài súc sanh, thì chẳng phải sa-môn, chẳng phải con dòng họ Thích. Trọn đời, ông không được phạm. Ông có giữ được không?

Đáp: Giữ được.

(2). Ông trọn đời không được lấy vật không cho, cho đến lá cây cọng cỏ. Nếu Tỳ-kheo trộm lấy năm tiền hay vật đáng giá năm tiền, thì chẳng phải sa-môn, chẳng phải con dòng họ Thích. Trọn đời, ông không được phạm. Ông có giữ được không?

Đáp: Giữ được.

(3). Ông trọn đời không được sát sanh cho đến giết loài nhỏ như kiến. Nếu Tỳ-kheo tự tay giết người, hoặc tương tợ người; hoặc bảo người giết, hoặc đưa dao để giết, hoặc chỉ cách chết hay khích lệ cho chết, nói: 'Ôi chao trượng phu, ích gì đời sống xấu xa ấy! Thà chết còn tốt hơn sống'; thì Tỳ-kheo ấy chẳng phải sa-môn, chẳng phải con dòng họ Thích. Trọn đời, ông không được phạm. Ông có giữ được không?

Đáp: Giữ được.

(4). Ông trọn đời không được nói dối cho đến nói để chơi. Nếu Tỳ-kheo thật sự không có pháp siêu việt con người, mà tự xưng là được pháp siêu việt con người[89], như đắc các thiền, giải thoát,

---

[89] 過人法 quá nhân pháp. *Tứ phần*, 上人法 thượng nhân pháp.

tam-muội chánh thọ và các đạo quả, thì chẳng phải sa-môn, chẳng phải con dòng họ Thích. Trọn đời, ông không được phạm. Ông có giữ được không?

Đáp: Giữ được."

b. Bốn pháp thí dụ:

Chư Phật Thế Tôn khéo nói các thí dụ để tỏ rõ các việc, cũng như người chết, quyết không thể làm cho thân đó sống lại; như kim sứt lỗ, **[0218a01]** vĩnh viễn không thể dùng may vá được; như cây đa-la bị đứt lõi, không thể sống, không thể lớn thêm được; như đá bị vỡ đôi không thể dính lại được. Nếu Tỳ-kheo phạm bất kỳ một pháp đọa nào mà vẫn còn pháp Tỳ-kheo thì điều đó không có.

c. Thọ bốn y pháp:

Nên nói lời như sau:

"Ông... hãy lắng nghe! Đức Thế Tôn, Ứng Cúng, Đẳng Chánh Giác nói bốn pháp y chỉ này:

(1) Đã xuất gia thọ giới Cụ túc, Tỳ-kheo trọn đời nương vào y phấn tảo để sống. Ông có giữ được không?

Đáp: Giữ được.

Nếu sau này có được y, như y kiếp-bối, y khâm-bà-la, y câu-xá-da, y tha gia, đều được nhận thêm.

(2) Đã xuất gia thọ giới Cụ túc, Tỳ-kheo trọn đời nương vào sự khất thực để sống. Ông có giữ được không?

Đáp: Giữ được.

Nếu sau này có được các bữa ăn, như bữa ăn trước, bữa ăn sau của Tăng, bữa ăn được mời, đều được nhận thêm.

(3) Đã xuất gia và thọ giới Cụ túc, Tỳ-kheo trọn đời nương nơi gốc cây để sống. Ông có giữ được không?

Đáp: Giữ được.

Nếu sau này có được các chỗ ở, như nhà lớn, nhà nhỏ, nhà gác, đều được nhận thêm.

(4) Đã xuất gia thọ giới Cụ túc, Tỳ-kheo trọn đời nương vào thuốc rẻ tiền để sống. Ông có giữ được không?

Đáp: Giữ được.

Nếu sau này có được thuốc, như tô, du, mật, thạch mật, đều được nhận thêm."

Lại nên nói tiếp:

"Ông... hãy lắng nghe! Ông đã được bạch tứ yết-ma thọ giới Cụ túc như pháp rồi. Chư thiên, long, quỷ thần đều phát nguyện: "Khi nào ta được làm người, ta sẽ xuất gia thọ giới Cụ túc trong chánh pháp luật!" Nay ông đã được thân người. Như người được vương vị, ông thọ pháp Tỳ-kheo cũng như vậy. Ông nên kham nhẫn, vui vẻ nhận sự chỉ dạy, khuyên bảo. Còn các điều học khác, Hòa thượng, A-xà-lê sẽ dạy thêm cho ông. Ông sẽ sớm được học đầy đủ ba giới[90], diệt ba lửa, lìa ba cõi, không còn các uế, thành A-la-hán."

Bấy giờ, người thọ giới không biết năm tháng, không biết thời gian thọ giới. Phật dạy: "Nên dạy cho họ biết. Ông thọ giới vào ngày... tháng... năm..., trọn đời ông phải nhớ rõ việc này." Các Luật và Luận nói, Hòa thượng, A-xà-lê ghi cho biết các mùa xuân, hạ, đông,[91] tháng nào, ngày nào cho đến đo bóng mặt trời. Luật này[92] lại nói: khi ấy, các tỳ-kheo ngồi không có trên dưới, không cung kính nhau, bị người đời chê trách. Phật dạy: *"Loài súc sanh còn có tôn ty trật tự, huống chi trong chánh pháp của Ta lại không cung kính nhau. Các ông từ nay trở đi,[93] người thọ giới trước nên được ngồi chỗ thứ nhất, vật cúng thứ nhất, cung kính lễ bái thứ nhất. Phải phụng hành như vậy."* Luật *Tứ phần* ghi, nên để người thọ giới Cụ túc trước đi trước.

---

[90] 學三戒. *Tứ phần luật*, quyển 58, T22n1428_p0997b02: "Học ba giới, tăng thượng giới, tăng thượng tâm, tăng thượng tuệ học..."

[91] Ấn độ cổ, một năm chỉ có ba mùa.

[92] *Ngũ phần luật* 17, T22n1421_p0121a02.

[93] Nguyên đoạn văn này không thấy nói trong *Ngũ phần luật* dẫn trên.

d. Pháp thỉnh y chỉ sư:

Hòa thượng của các Tỳ-kheo mất, do không có Hòa thượng, A-xà-lê do đó việc khoác y trên, y dưới không như pháp, giống như trên đã nói. Phật dạy: "Từ nay, vì mười điều lợi, cho phép các Tỳ-kheo có A-xà-lê." A-xà-lê tự nhiên sanh tâm thương yêu đệ tử như con, đệ tử sanh tâm kính trọng A-xà-lê như cha; việc này như trong pháp thỉnh Hòa thượng ở trên đã nói. Văn chép, đến chỗ A-xà-lê, trống vai bên phải, cởi bỏ giày dép, quỳ xuống, chắp tay thỉnh như sau:

"Đại đức nhất tâm niệm, con tên là... nay cầu ngài làm y chỉ. Xin ngài vì con làm y chỉ. Con y chỉ nơi ngài để ở, ngài sẽ giáo giới con, con sẽ vâng lời dạy bảo của ngài."

Trong luật không ghi nói ba lần, chỉ một lần thỉnh là đủ. A-xà-lê đáp:

"Ông chớ phóng dật."

e. Năm loại pháp bất cộng ngữ (dứt y chỉ):

[0218b01] Bấy giờ, nhóm sáu Tỳ-kheo không kính giới, không tàm không quý, không cung kính, không thương yêu và không cúng dường thầy. Phật dạy: "Nên tác năm loại pháp không cùng nói năng." (1). Nói rằng: Ông đừng nói gì với tôi, (2). Ông làm gì đừng thưa với tôi, (3). Ông đừng vào phòng tôi, (4). Ông đừng cầm y bát của tôi và giúp tôi làm mọi việc, (5). Ông đừng đến gặp tôi.

f. Đệ tử sám hối lỗi lầm:

Phật dạy: "Khi thầy tác pháp không cùng nói năng, đệ tử nên đến sám hối lỗi lầm." Cách thức như sau, để trống vai bên hữu, quỳ gối bên hữu chấm đất, lấy hai tay ôm chân thầy, cung kính hạ mình, thưa rằng:

"Con còn nhỏ dại ngu si, sau không dám tái phạm."

Nếu thầy nhận sự sám hối lỗi lầm, tội của đệ tử sẽ tiêu trừ.

B. Pháp Ni chúng trao giới

Luận *Thiện kiến* nói: "*Ni* là nữ, *ma* là mẹ, vì tôn trọng mà xưng như vậy."[94] Luận *Trí độ* ghi: "Vì Ni cũng đắc vô lượng luật nghi, xứng đáng đứng sau Tỳ-kheo, nhưng vì nghi thức bất tiện nên Phật nói sau sa-di."

1. Pháp thọ giới Sa-di-ni:

Pháp yết-ma nuôi chúng và thế phát xuất gia... mỗi pháp đều giống như trong phần Tỳ-kheo. Khác nhau ở chỗ Hòa thượng cần đủ mười hai tuổi hạ và thêm chữ Ni. Độ sa-di-ni, thức-xoa-ma-na, đại tỳ-kheo-ni thực hiện riêng biệt với yết-ma nuôi chúng, do vì độ đệ tử từng năm một là phạm tội, hoặc do xả pháp nuôi chúng.[95] Các pháp xin và cho nuôi chúng, thế phát... đều theo pháp Tỳ-kheo để biết, không cần phải thuật lại.

2. Pháp thọ giới Thức-xoa-ma-na:

Luật[96] nói: "Bấy giờ các Tỳ-kheo-ni không trao cho đệ tử hai năm học giới trước mà vội cho thọ đại giới nên ngu si, không biết gì, không thể học giới. Phật dạy: 'Không được như vậy. Phạm đột-kiết-la.'" *Thập tụng* nói, độ ngay người nữ có thai nên bị đời chê trách. Phật dạy: "Nên cho yết-ma hai năm để biết có thai hay không." Do vậy, sáu pháp để thanh tịnh tâm và hai năm để thanh tịnh thân. Theo luật *Tứ phần*, mười tám tuổi đồng nữ, mười tuổi đã có chồng, mỗi người cho hai năm học giới; tuổi đủ hai mươi và mười hai rồi cho thọ giới Cụ túc.[97]

---

[94] Không tìm thấy minh văn trong *Thiện kiến luật*. Đây có thể dẫn theo *Tứ phần luật san phiền bổ khuyết hành sự sao 3*, T40n1804_p0140c25: «*A-ma* là mẹ, ni là *nữ.*» *Phiên dịch danh nghĩa tập 2*, T54n2131_p1082b29: 梵 *a-ma* (?), đây 此云 gọi là cha mẹ.

[95] Xem Đạo Tuyên, *Tứ phần tỳ-kheo-ni sao*, X40n0724_p0716b11. Đạo Tuyên, *Tứ phần luật sức tông nghĩa ký*, X42n0733_p0236b18: "*Xả nuôi chúng*: Hòa thượng (ni) ưa tịch tĩnh, tự phát thệ nguyện, từ nay trở đi sẽ không còn nhận giáo thọ môn nhân nữa."

[96] *Ngũ phần luật 29*, T22n1421_p0186b14.

[97] 十八童女、十歲曾嫁，各二歲學戒，滿二十、十二已，受具足戒。*Tứ phần luật 27*, T22n1428_p0755c05：自今已去聽年十八童女二歲學戒，年滿二十得受具足戒. T22n1428_p0759a18：自今已去聽度十歲曾嫁女人與二歲學戒，年滿十二與授具足戒。

Theo luật này, hoặc có thể hiểu như vầy, vì đồng nữ mười tám tuổi, chưa trải qua lao khổ, chí tiết chưa thành nên cho pháp hai năm. Có chồng mười hai tuổi, vì đã trải qua lao khổ, tháo hạnh đã thành nên có thể cho thọ Cụ túc, *không cần học giới*, mà chỉ tác pháp bạch tứ yết-ma, để chư Ni xem xét họ có khả năng hay không. Do đó, giới của Ni có nói: Người nữ đã lấy chồng đủ mười hai tuổi mà bị điếc, câm, mang nhiều loại bệnh, các Tỳ-kheo-ni vẫn cho thọ giới Cụ túc, nhưng vì ngu si vô trí nên họ không thể học giới. Phật dạy: «Từ nay cho phép Tỳ-kheo-ni bạch tứ yết-ma cho người nữ đã có chồng, đủ mười hai tuổi thọ giới cụ túc.»[98] Người muốn thọ giới nên đến trong Tỳ-kheo-ni Tăng tác bạch như sau: 'A-di Tăng xin lắng nghe! Con tên là... đã từng có chồng, tuổi đủ mười hai, cầu thọ giới Cụ túc với Hòa thượng (Ni)... Nay con theo Tăng xin thọ giới Cụ túc. Lành thay, cúi xin Tăng cho con thọ giới cụ túc, xin lân mẫn con.'" Xin như vậy ba lần. Các tỳ-kheo-ni nên trù lượng có nên cho thọ hay không cho thọ. Rồi sai một Tỳ-kheo-ni yết-ma dựa theo lời thưa trên. Nghĩa là như trong phần pháp cho nuôi chúng đã nói, có thể làm yết-ma, nói câu cú như trong văn xin ở phần trên, không nên có câu cú yết-ma khác. Có các bậc cổ đức nói: Văn này là văn thọ giới cụ túc. Nay theo nhiều nghĩa [ngữ cảnh] nên biết chẳng phải thọ cụ túc, chỉ là thỉnh Tăng trù lượng có nên cho hay không, chứ không phải thỉnh người bỉnh pháp, rõ biết nó vốn vậy.

2.1. Pháp xin hai năm học giới:

Phật dạy: "Người muốn thọ học giới, đến trong Tỳ-kheo-ni Tăng xin ba lần, oai nghi đầy đủ, bày vai bên phải, cởi bỏ giày dép, lễ dưới chân Tăng, quỳ gối, chắp tay bạch:

"A-di Tăng xin lắng nghe! Con tên là... nay theo Tăng xin

---

[98] *Ngũ phần luật* 13, [0091a22] 爾時諸比丘尼，雖滿十二歲已嫁女，而女聾啞種種諸病，與受具足戒，愚癡無知不能學戒。諸長老比丘尼見，種種訶責，乃至「今聽諸比丘尼白四羯磨，與滿十二歲已嫁女受具足戒。Theo văn mạch, tuy 12 tuổi đã có chồng, nhưng câm điếc các thứ bệnh mà cho thọ cụ túc, các tỳ-kheo-ni chê trách..., câu văn «Nay cho các tỳ-kheo-ni bạch tứ yết-ma cho người nữ 12 tuổi đã có chồng thọ cụ túc» không nên hiểu tuy câm điếc vẫn cho thọ cụ túc.

[0218c01] học giới hai năm, với Hòa thượng... Lành thay, cúi xin a-di Tăng cho con học giới hai năm, xin lân mẫn con."

(Bạch như vậy ba lần rồi, sa-di-ni nên đứng ở chỗ mắt thấy tai không nghe.)

2.2. Pháp trao học giới hai năm:

Luật ghi: Các tỳ-kheo-ni nên trù lượng thật kỹ nên cho hay không; rồi tiến hành bạch nhị yết-ma.

"A-di Tăng xin lắng nghe! Sa-di-ni này tên là... nay theo Tăng xin học giới hai năm, với Hòa thượng... Nay Tăng trao cho sa-di-ni... học giới hai năm, với Hòa thượng... Nếu thời gian thích hợp đối với Tăng, Tăng đồng ý. Đây là lời tác bạch.

A-di Tăng xin lắng nghe! Sa-di-ni này tên là... nay theo Tăng xin học giới hai năm, với Hòa thượng... Các trưởng lão nào đồng ý thì im lặng, vị nào không đồng ý xin nói.

Tăng đã trao cho sa-di-ni tên là... học giới hai năm, với Hòa thượng... rồi. Tăng đồng ý vì im lặng. Việc này tôi ghi nhận như vậy."

Kế đến, nói pháp tướng của giới. (Phật dạy: "Nên nói cho nghe về tên của sáu pháp").

"Giới tử... hãy lắng nghe! Đức Như lai, Ứng cúng, Đẳng chánh giác nói sáu pháp không được phạm:

(1) Tuyệt đối không được dâm dục cho đến nhìn người nam bằng tâm nhiễm trước. Nếu Thức-xoa-ma-na hành pháp dâm dục cho đến cùng với loài súc sanh, thì chẳng phải Thức-xoa-ma-na, chẳng phải con gái dòng họ Thích. Trong giới này, trọn đời không được phạm. Vậy cô có giữ được không?

Đáp: Giữ được.

(2) Tuyệt đối không được trộm cắp cho đến lá cây cọng cỏ. Nếu Thức-xoa-ma-na ở trong xóm làng, hoặc nơi đất trống, lấy vật người khác thủ hộ, trộm lấy năm tiền, thì chẳng phải Thức-xoa-ma-na, chẳng phải con gái dòng họ Thích. Trong giới này,

trọn đời không được phạm. Vậy cô có giữ được không?

Đáp: Giữ được.

(3) Tuyệt đối không được sát sanh cho đến nhỏ như loài kiến. Nếu Thức-xoa-ma-na tự tay đoạn mạng người, cầm dao đưa người để giết, bảo người giết, chỉ dạy cách chết, khen ngợi sự chết, thì chẳng phải Thức-xoa-ma-na, chẳng phải con gái dòng họ Thích. Trong giới này, trọn đời không được phạm. Vậy cô có giữ được không?

Đáp: Giữ được.

(4) Tuyệt đối không được nói dối cho đến nói chỉ để vui đùa. Nếu Thức-xoa-ma-na tự mình không có pháp siêu việt con người mà nói có các thiền, giải thoát, tam-muội chánh thọ cho đến các đạo quả, thì chẳng phải Thức-xoa-ma-na, chẳng phải con gái dòng họ Thích. Trong giới này, trọn đời không được phạm. Vậy cô có giữ được không?

Đáp: Giữ được.

(5) Không được uống rượu. Nếu Thức-xoa-ma-na uống rượu, thì chẳng phải Thức-xoa-ma-na, chẳng phải con gái dòng họ Thích. Trong giới này, trọn đời không được phạm. Vậy cô có giữ được không?

Đáp: Giữ được.

(6) Không được ăn phi thời. Nếu Thức-xoa-ma-na ăn phi thời, thì chẳng phải Thức-xoa-ma-na, chẳng phải con gái dòng họ Thích. Trong giới này, trọn đời không được phạm. Vậy cô có giữ được không?

Đáp: Giữ được.

Bốn giới trước là giới căn bản, hai giới sau là tùy thuận hành, nên mới có pháp thọ hai năm tu học riêng biệt này. Nếu phạm bốn giới đầu sẽ phải bị trục xuất, nếu phạm hai giới sau, theo luật Tứ phần, phải cho thọ giới lại. Tuy nhiên, trong Tứ phần, hai giới sau cùng với bốn giới trước là phương tiện của bốn trọng; đó là xúc chạm với thân người nam, trộm dưới năm tiền, đoạn mạng súc sanh và tiểu vọng ngữ. **[0219a01]** Nếu phạm bốn giới này phải thọ giới lại. Tất cả giới pháp Ni đều cần phải học, trừ tự tay lấy thức ăn và đưa thức ăn cho người khác. Theo Tăng-kỳ, nói Thức-xoa-ma-na tùy thuận thực hành mười tám sự. Nếu tính hết ngày và tháng vẫn chưa đủ hai năm thì không nên cho thọ giới Cụ túc. Vì thế, Tứ phần nói rằng một năm có mười hai tháng.

3. Pháp thọ giới Tỳ-kheo-ni:

Theo tông này, pháp thọ giới của Ni có sáu trường hợp: (1). Tám kính, (2). Chúng mười một, (3). Chúng hai mươi[99], (4). Thọ từ xa[100], (5). Thập nhị tằng giá, (6). Biên địa mười người. Trường hợp một, người duy nhất là di mẫu Ba-xà[101]. Trường hợp hai là năm trăm Thích nữ[102], còn lại tất cả phải thọ thông qua bạch tứ yết-ma.

3.1. Trước, thuyết minh bốn pháp: Cần phải đủ tám duyên.[103]

3.1.1. Pháp thỉnh Hòa thượng:

Ý nghĩa phải thỉnh sư, trong phần Tỳ-kheo đã giải thích. Người muốn thọ nên bày vai phải, cởi bỏ giày dép, quỳ gối, chắp tay thỉnh như sau:

"Con là... nay cầu ngài làm Hòa thượng. Ngài vì con làm Hòa thượng. Con thiết tha xin ngài làm Hòa thượng y chỉ. Xin ngài làm Hòa thượng để con được thọ giới Cụ túc. *(Nói ba lần)*

Hòa thượng nên trả lời:

---

[99] Túc số 10 tỳ-kheo-ni tác Bản bộ yết-ma; sau đó đến giữa Tăng túc số 10 vị tác Chánh pháp yết-ma.

[100] *Ma-ha-tăng-kì luật 30*, T22n1425_p0474a08: Tỳ-kheo-ni Pháp Dự có đệ tử cần được thọ cụ túc, nhưng ra khỏi tinh xá sẽ gặp nạn, Phật cho phép thọ từ xa, tức cử người thọ thay đến giữa Tăng tác Chánh pháp yết-ma...

[101] Phật Di mẫu Ma-ha-ba-xà-bà-đề (*Mahāprajāpatī*: Đại Sanh Chủ), đắc giới chỉ bằng tiếp thọ tám kỉnh pháp.

[102] Đắc giới với túc số Tăng 11 vị, trong đó có 10 tỳ-kheo và 1 Hòa thượng ni.

[103] Theo trong bản văn thì có chín duyên (bước).

"Được, tốt lắm." *(Hoặc nói:)* **"Tôi sẽ giáo giới cô."** *(Hoặc nói:)* **"Cô chớ buông lung."**

3.1.2. Pháp dẫn người thọ giới:

Luật ghi, đệ tử các Tỳ-kheo-ni học giới hai năm, dù không hợp ý vẫn cho thọ giới cụ túc. Phật dạy: "Không nên như vậy, phạm đột-kiết-la. Từ nay bắt buộc phải hợp ý Hòa thượng, A-xà-lê, mới nhóm chúng mười người, dẫn người thọ giới đến đứng chỗ mắt thấy tai không nghe."

3.1.3. Pháp sai giáo thọ sư:

Hòa thượng nên nói với yết-ma sư:

"Trưởng lão! Nay thọ yết-ma."

Sai như vậy rồi,[104] yết-ma sư tác bạch:

"A-di Tăng xin lắng nghe! Người tên là... cầu thọ giới Cụ túc, với Tỳ-kheo-ni... làm Hòa thượng..., Tỳ-kheo-ni... làm giáo thọ sư. Nếu thời gian thích hợp với Tăng, Tăng đồng ý. Đây là lời tác bạch."

3.1.4. Giáo thọ sư hỏi kiểm chứng:

Thứ nhất hỏi Hòa thượng, thứ hai hỏi người thọ. Trước tiên, giáo thọ sư nên đứng dậy đến trước Hòa thượng thưa hỏi:

"Ngài đã độ người này chưa?"

Nếu nói: **'Chưa độ'** thì nói: **'Trước nên độ họ'**. Nếu nói: **'Đã độ'**, nên hỏi: **"Vì họ làm Hòa thượng chưa?"** Nếu nói: **'chưa'**, thì nói: **'Nên vì họ làm Hòa thượng'**. Nếu nói đã vì họ làm hòa thượng, thì hỏi:

"Người muốn thọ giới này học giới hai năm, đủ số ngày chưa? Y bát có đủ không?"

Nếu nói không đủ, nên bảo:

'Phải đủ.'

---

[104] So với phần thọ giới Tỳ-kheo, ở đây thiếu phần thỉnh giáo thọ sư:
"Trưởng lão! Nay thọ yết-ma."

Nếu nói: '**Đủ**', thì nên hỏi:

"**Bát của mình hay là mượn?**"[105]

Nếu nói: '**mượn**', thì bảo: '**Nên nói người chủ thí xả cho**'.

Sau đó đến chỗ người muốn thọ giới khuyên nhủ:

"**Cô chớ nên sợ sệt, trong giây lát nữa tôi sẽ đưa cô đến chỗ cao tột thù thắng.**"

Đáp:

"**Dạ vâng.**"

Nếu trước không biết rõ người thọ giới thế nào thì khéo bảo họ thử đắp y, rồi quan sát. Thấy không trở ngại cho pháp thọ giới thì nên hỏi:

"**Cái nào là y tăng-già-lê, ưu-đa-la-tăng, an-đà-hội, y phú kiên, y tắm rửa?**"

Nếu đương sự không biết thì nên chỉ cho biết, tiếp theo trao cho y và bát. Lại nên nói:

[0219b01] "**Cô... hãy lắng nghe! Nay là lúc cần nói sự thật! Nay tôi hỏi cô, nếu có nên nói có, nếu không có nên nói không.**

Cô không giết cha chứ? Cô không giết mẹ chứ? Cô không giết a-la-hán chứ? Cô không ác tâm làm thân Phật chảy máu chứ? Cô không phá hòa hiệp Tăng chứ? Cô không xâm phạm tịnh hạnh Tỳ-kheo chứ? Cô chẳng phải là phi nhân chứ? Cô chẳng phải là súc sanh chứ? Cô chẳng phải là hoàng môn chứ? Cô chẳng phải là nhị hình chứ? Cô không tự cạo tóc tự xưng là Tỳ-kheo-ni chứ? Cô chẳng phải xả nội, ngoại đạo chứ? Cô không từng xuất gia trì giới không đầy đủ chứ?"

Tùy theo mỗi câu hỏi mà trả lời đều không thì nên hỏi tiếp:

"**Người nữ có những bệnh: bệnh hủi, bệnh hủi trắng, bệnh can**

---

[105] Trong phần thọ giới Tỳ-kheo, hỏi bát là hỏi người thọ giới, chứ không hỏi Hòa thượng.

tiêu, bệnh lác, bệnh cuồng, bệnh lậu, bệnh chảy mỡ, các trọng bệnh như vậy, cô có hay không? Cô không có mắc nợ chứ? Chẳng phải vợ của người khác chứ? Phu chủ có cho phép cô tu không?

Tùy theo đương sự nếu có thì mới hỏi.

Cô không thuộc hạng quan chức chứ? Cô không phải là tớ gái chứ? Cô là người chứ? Cô là người nữ chứ? Nữ căn của cô có đầy đủ không? Cô không phải là huỳnh môn chứ? Cô không phải là thạch nữ chứ? Cô không bị hai đường hiệp lại chứ? Bệnh nguyệt thủy có thường ra không? Cô học giới hai năm đã đủ số ngày chưa? Đã cầu thỉnh Hòa thượng chưa? Cha mẹ có cho phép cô tu không? Cô muốn thọ giới Cụ túc không?"

Mỗi câu hỏi đều trả lời như pháp thì nên dạy tiếp:

"Như những gì tôi hỏi lúc này, sau đây trong Tăng cũng hỏi cô như vậy. Cô cũng nên đáp như vậy."

3.1.5. Dẫn vào trong chúng Tăng:

Giáo giới sư kia quay trở lại trong Tăng, đứng bạch:

"Tôi đã hỏi xong."

Yết-ma sư tác bạch:

"A-di Tăng xin lắng nghe! Người tên... cầu xin thọ giới Cụ túc, với Tỳ-kheo-ni... làm Hòa thượng, Tỳ-kheo-ni... đã hỏi xong, nay cho phép dẫn vào. Nếu thời gian thích hợp đối với Tăng, Tăng đồng ý. Đây là lời tác bạch."

Giáo giới sư ra dẫn họ vào, hướng dẫn đảnh lễ chúng Tăng.

3.1.6. Pháp dạy xin giới:

Đảnh lễ sát chân Tăng rồi, dẫn đến chỗ yết-ma sư, quỳ xuống chắp tay bạch yết-ma sư, theo Tăng xin giới Cụ túc. Dạy họ xin:

"Con là... cầu xin thọ giới Cụ túc, với Tỳ-kheo-ni... làm Hòa thượng. Nay theo Tăng xin thọ giới Cụ túc, Hòa thượng hiệu là... Xin Tăng tế độ con, lân mẫn con."

Xin như vậy ba lần. Xong việc này, thầy giáo giới trở về chỗ ngồi.

3.1.7. Yết-ma sư bạch Tăng:

"A-di Tăng xin lắng nghe! Người này tên... cầu xin thọ giới Cụ túc, với Tỳ-kheo-ni... làm Hòa thượng. Nay theo Tăng xin thọ giới Cụ túc, Hòa thượng hiệu... Nay tôi ở giữa Tăng hỏi các nạn sự và làm yết-ma thọ giới Cụ túc. Nếu thời gian thích hợp đối với Tăng, Tăng đồng ý. Đây là lời tác bạch."

3.1.8. Pháp yết-ma sư hỏi:

Nên nói: "Cô... hãy lắng nghe! Đây là lúc cần nói thật, *cho đến câu*: Cô muốn thọ giới Cụ túc không?"

Mỗi mỗi pháp đều giống giáo thọ sư hỏi ở trên, người thọ giới trả lời đầy đủ rồi thì tác yết-ma.

3.1.9. Chính thức trao bốn pháp:

[0219c01] Yết-ma sư tùy theo căn cơ mà khai thị hướng dẫn, khiến cho họ phát tâm cao thượng. Đã đủ phần bốn pháp rồi, nên tác bạch:

"A-di Tăng lắng nghe! Người này tên là... cầu xin thọ Cụ túc giới, với Tỳ-kheo Ni... làm Hòa thượng. Người này nay theo Tăng xin thọ giới Cụ túc, tự nói thanh tịnh, không có các chướng nạn, học giới hai năm đã đủ; năm y, bình bát đầy đủ, đã cầu thỉnh Hòa thượng, cha mẹ đã cho phép, muốn thọ Cụ túc giới. Lành thay! Nay Tăng trao cho... này giới Cụ túc, với Hòa thượng hiệu... Nếu thời gian thích hợp đối với Tăng, Tăng đồng ý. Đây là lời tác bạch.

A-di Tăng lắng nghe! Người này tên là... cầu xin thọ Cụ túc giới, với Tỳ-kheo Ni... làm Hòa thượng. Người này nay theo Tăng xin thọ giới Cụ túc, tự nói thanh tịnh, không có các chướng nạn, học giới hai năm đã đủ; năm y, bình bát đầy đủ, đã cầu thỉnh Hòa thượng, cha mẹ đã cho phép, muốn thọ Cụ túc giới. Lành thay! Nay Tăng trao cho... này giới Cụ túc, với Hòa thượng hiệu... Các A-di nào đồng ý thì im lặng, vị nào không đồng ý xin nói. *(Hỏi như vậy ba lần)*

Tăng đã cho... thọ giới Cụ túc, với Hòa thượng hiệu... rồi. Tăng đồng ý vì im lặng. Việc này tôi ghi nhận như vậy."

3.2. Bổn pháp xong, Ni đến trong đại Tăng thọ giới:

Luật ghi: Hòa thượng, A-xà-lê kia nên tập hợp mười Tỳ-kheo-ni Tăng, dẫn người thọ giới đến trong Tỳ-kheo Tăng. Nghi chuẩn theo Ni Tăng, phải kết đại giới để không mắc lỗi biệt chúng.

3.2.1. Pháp thỉnh yết-ma sư:

Trong luật không có chánh văn nên nương theo cách thọ giới của Tỳ-kheo mà thêm phần thỉnh, nên dạy họ bạch:

"Con tên là..., nay thỉnh Đại đức làm yết-ma A-xà-lê, nguyện Đại đức vì con làm yết-ma a-xà-lê, con nương theo Đại đức được thọ đại giới. Cúi xin thương xót con. (*Thỉnh ba lần*)

Vị được thỉnh nên đáp: **"Được, tốt lắm."**

3.2.2. Pháp xin thọ đại giới:

Luật ghi, nên ở nơi cách Tỳ-kheo yết-ma sư một chút, quỳ hai gối sát đất, xin thọ giới Cụ túc. Yết-ma sư Ni dạy họ thỉnh:

"Con tên là... cầu thọ giới Cụ túc, với Hòa thượng hiệu..., đã ở trong chúng Ni thọ giới Cụ túc rồi, thanh tịnh, không có các nạn sự, đã học giới hai năm đủ, y bát đầy đủ, đã cầu thỉnh Hòa thượng, cha mẹ cho phép, không phạm tội thô ác, muốn thọ giới Cụ túc. Nay theo Tăng xin thọ giới Cụ túc, với Hòa thượng hiệu... Xin Tăng tế độ con, dũ lòng thương xót con. (*Xin ba lần*)

3.2.3. Pháp yết-ma sư hỏi:

Luật ghi, riêng phần pháp cật vấn, trong lúc xin giới đã nói thanh tịnh khi hỏi, nhưng trong các bộ thì pháp cật vấn được kèm chung, nếu yết-ma sư muốn cho cặn kẽ hơn, sau khi vấn hòa xong nên tác bạch như sau:

"Đại đức Tăng xin lắng nghe! Người này tên là... cầu thọ giới Cụ túc, với Hòa thượng... Người này nay theo Tăng xin thọ giới Cụ túc. Nay tôi sẽ hỏi các nạn sự và tác yết-ma

thọ giới Cụ túc. Nếu thời gian thích hợp đối với Tăng, Tăng đồng ý. Đây là lời tác bạch."

3.2.4. Pháp chính thức hỏi già nạn:

[0220a01] Trước tiên cần vỗ về người thọ giới như phần trên đã nói. Lại nên hỏi rằng: "**Đây là lúc cần nói thật**, *cho đến câu*: **Cô muốn thọ giới Cụ túc không?**" Mỗi mỗi đều giống như pháp giới sư hỏi xét ở trên.

3.2.5. Pháp chính thức thọ giới thể:

Sau khi thuyết pháp khai đạo, khuyên dạy, khiến cho họ chuyên tâm thọ nhận giới pháp, như trước đã nói. Tác bạch:

"**Đại đức Tăng xin lắng nghe! Người này tên là... cầu thọ giới Cụ túc, với Hòa thượng hiệu..., đã ở trong một chúng thọ giới Cụ túc rồi, thanh tịnh, không có các nạn sự, đã học giới hai năm đủ, những việc cần làm đã làm, y bát đầy đủ, đã cầu thỉnh Hòa thượng, cha mẹ đã cho phép, không phạm tội thô ác, muốn thọ giới Cụ túc. Nay theo Tăng xin thọ giới Cụ túc, với Hòa thượng hiệu... Lành thay! Nay Tăng trao giới Cụ túc cho..., với Hòa thượng hiệu... Nếu thời gian thích hợp đối với Tăng, Tăng đồng ý. Đây là lời tác bạch.**

Đại đức Tăng xin lắng nghe! Người này tên là... cầu thọ giới Cụ túc, với Hòa thượng hiệu..., đã ở trong một chúng thọ giới Cụ túc rồi, thanh tịnh, không có các nạn sự, đã học giới hai năm đủ, những việc cần làm đã làm, y bát đầy đủ, đã cầu thỉnh Hòa thượng, cha mẹ đã cho phép, không phạm tội thô ác, muốn thọ giới Cụ túc. Nay theo Tăng xin thọ giới Cụ túc, với Hòa thượng hiệu... Lành thay! Nay Tăng trao giới Cụ túc cho..., với Hòa thượng hiệu... Các trưởng lão nào đồng ý thì im lặng, vị nào không đồng ý xin nói. (Yết-ma ba lần)

Tăng đã đồng ý trao giới Cụ túc cho..., với Hòa thượng hiệu... rồi. Tăng đồng ý vì im lặng. Việc này tôi ghi nhận như vậy.

a. Pháp nói về tướng đọa:

Giới sư dạy:

"Cô... hãy lắng nghe! Đức Như lai, Ứng cúng, Đẳng chánh giác nói các pháp đọa, nếu Tỳ-kheo-ni phạm bất cứ một pháp nào, thì chẳng phải là Tỳ-kheo-ni, chẳng phải con gái dòng họ Thích:

(1). Tuyệt đối không được dâm dục cho đến nhìn người nam với tâm nhiễm trước. Nếu Tỳ-kheo-ni hành pháp dâm dục cho đến cùng với loài súc sanh, thì chẳng phải Tỳ-kheo-ni, chẳng phải con gái dòng họ Thích. Đây là điều trọn đời không được phạm. Cô có giữ được không?

Đáp: Giữ được.

(2). Tuyệt đối không được trộm cắp cho đến lá cây cọng cỏ. Nếu Tỳ-kheo-ni, hoặc nơi xóm làng hay nơi đất trống, lấy vật có người thủ hộ, trộm lấy năm tiền hay hơn năm tiền, thì chẳng phải Tỳ-kheo-ni, chẳng phải con gái dòng họ Thích. Đây là điều trọn đời không được phạm. Cô có giữ được không?

Đáp: Giữ được.

(3). Tuyệt đối không được sát sanh, cho đến loài nhỏ như kiến, nếu Tỳ-kheo-ni tự tay mình đoạn mạng người, hay tương tợ người; hoặc đưa dao cho người khác giết, hoặc bảo người giết, chỉ dạy cách chết, khen ngợi sự chết, thì chẳng phải tỳ-kheo-ni, chẳng phải con gái dòng họ Thích. Đây là điều trọn đời không được phạm. Cô có giữ được không?

Đáp: Giữ được.

(4). Tuyệt đối không được nói dối, cho đến nói để vui đùa, nếu Tỳ-kheo-ni tự mình không đắc pháp siêu việt con người, [mà nói mình đắc pháp siêu việt con người], hoặc nói có các thiền, giải thoát, tam muội chánh thọ, các đạo quả, thì chẳng phải Tỳ-kheo-ni, chẳng phải con gái dòng họ Thích. Đây là điều trọn đời [0220b01] không được phạm. Cô có giữ được không?

Đáp: Giữ được.

5. Tuyệt đối không được thân cận người nam, nếu Tỳ-kheo-ni dục hẫy hừng biến tâm, xúc chạm thân thể người nam, từ tóc trở xuống[106], đầu gối trở lên, hoặc để người nam làm những hành động xúc chạm như vậy; hoặc đè, hoặc ép vào, hoặc bồng lên hoặc để xuống, hoặc nắm, hoặc kéo, thì chẳng phải Tỳ-kheo-ni, chẳng phải con gái dòng họ Thích. Đây là điều trọn đời không được phạm. Cô có giữ được không?

Đáp: Giữ được.

6. Tuyệt đối không được một mình với nam tử cùng đứng, cùng nói chuyện, nếu Tỳ-kheo-ni dục hẫy hừng biến tâm, chấp nhận người nam hoặc nắm tay, nắm y, hẹn cùng đi, hoặc một mình cùng đi, một mình cùng đứng, một mình cùng nói, hoặc cùng ngồi, hoặc thân sát nhau, đủ tám việc này, thì chẳng phải Tỳ-kheo-ni, chẳng phải con gái dòng họ Thích. Đây là điều trọn đời không được phạm. Cô có giữ được không?

Đáp: Giữ được.

7. Tuyệt đối không được tùy thuận nghe lời Tỳ-kheo phi pháp. Nếu tỳ-kheo-ni biết Tỳ-kheo Tăng hòa hợp như pháp cử tội Tỳ-kheo, mà tùy thuận Tỳ-kheo này. Các Tỳ-kheo-ni nói: "Này cô, Tỳ-kheo này bị Tỳ-kheo Tăng hòa hợp như pháp cử tội, cô chớ nên tùy thuận!" Can gián như vậy mà vẫn kiên trì không bỏ, nên can gián lần thứ hai, lần thứ ba. Lần thứ hai, lần thứ ba can gián bỏ thì tốt, nếu không bỏ, thì chẳng phải Tỳ-kheo-ni, chẳng phải con gái dòng họ Thích. Đây là điều trọn đời không được phạm. Cô có giữ được không?

Đáp: Giữ được.

8. Tuyệt đối không được che giấu tội thô ác của người khác. Nếu Tỳ-kheo-ni biết Tỳ-kheo-ni khác phạm tội Ba-la-di. Sau khi cô kia thôi tu hoặc chết, hoặc đi xa, hoặc bị cử, hoặc căn biến, bèn nói với các Tỳ-kheo-ni như vầy: "Trước đây tôi biết Tỳ-kheo-ni kia phạm tội Ba-la-di." Biết mà không bạch với Tăng, không

---

[106] Bản Tống, Nguyên, Minh, Cung, Thánh: từ mắt.

hướng đến người khác nói, thì chẳng phải là Tỳ-kheo-ni, chẳng phải con gái dòng họ Thích. Đây là điều trọn đời không được phạm. Cô có giữ được không?

Đáp: Giữ được.

Các đức Phật Thế Tôn khéo nói ví dụ để chỉ rõ sự việc: Như lỗ kim bị sứt, không thể dùng để may vá được; giống như người chết, mãi mãi không thể làm sống lại thân ấy; như cây đa-la bị đứt lõi, không thể sống, không thể phát triển được; như đá bị vỡ, không thể dính trở lại được. Nếu Tỳ-kheo-ni phạm bất kỳ một pháp nào trong tám pháp này, mà đắc tánh Tỳ-kheo-ni trở lại là điều không thể có."

b. Nói pháp tám kính:

"Cô... hãy lắng nghe! Đức Như lai, Ứng cúng, Đẳng chánh giác nói tám pháp không thể vượt qua này, suốt đời cô không được vượt qua:

(1). Tỳ-kheo-ni mỗi nửa tháng nên đến chúng Tỳ-kheo cầu người giáo giới.

(2). Tỳ-kheo-ni không được hạ an cư ở chỗ không có Tỳ-kheo.

(3). Tỳ-kheo-ni khi Tự tứ nên đến trong [0220c01] chúng Tỳ-kheo thỉnh ba việc kiến, văn, nghi tội.

(4). Thức-xoa-ma-na hai năm học giới rồi, nên đến trước hai bộ Tăng cầu thọ giới Cụ túc.

(5). Tỳ-kheo-ni không được mắng Tỳ-kheo; không được nói Tỳ-kheo phá giới, phá oai nghi, phá kiến với hàng bạch y.

(6). Tỳ-kheo-ni không nên cử tội Tỳ-kheo, Tỳ-kheo được khiển trách Tỳ-kheo-ni.

(7). Tỳ-kheo-ni phạm tội thô ác nên đối trước hai bộ Tăng hành Ma-na-đỏa nửa tháng; hành Ma-na-đỏa nửa tháng xong, đối trước hai bộ Tăng, mỗi bên hai mươi vị cầu xin xuất tội.

(8). Tỳ-kheo-ni tuy thọ giới trước một trăm năm vẫn lễ bái, đứng dậy đón tiếp Tỳ-kheo mới thọ giới."

<u>c</u>. Kế tiếp nói pháp tứ y:

"Cô... hãy lắng nghe! Đức Như lai, Ứng cúng, Đẳng chánh giác nói pháp tứ y này. Người xuất gia thọ giới Cụ túc, suốt đời phải nương vào đây:

(1). Người xuất gia thọ giới Cụ túc, phải nương vào y phấn tảo. Cô có giữ được không?

Đáp: Giữ được.

Nếu được thêm các loại y: y Kiếp-bối, y Khâm-bà-la, y Câu-xá-da, y Cù-trà-già, vải gai thô thì nên nhận.

(2). Người xuất gia thọ giới Cụ túc, phải nương vào pháp khất thực. Cô có giữ được không?

Đáp: Giữ được.

Nếu được thêm các bữa ăn: bữa ăn của Tăng, bữa ăn trước, bữa ăn sau, người mời ăn thì nên nhận.

(3). Người xuất gia thọ giới Cụ túc, phải nương vào ngọa cụ thô xấu. Cô có giữ được không?

Đáp: Giữ được.

Nếu được thêm chỗ ở: am thất, nhà gác, phòng lớn nhỏ, nhà vuông tròn thì nên nhận.

(4). Người xuất gia thọ giới Cụ túc, phải nương vào thuốc rẻ tiền. Cô có giữ được không?

Đáp: Giữ được.

Nếu được thêm các loại thuốc: tô, dầu, mật và đường thì nên nhận."

Lại dạy thêm:

"Cô... hãy lắng nghe! Cô đã được bạch tứ yết-ma thọ giới Cụ túc rồi; yết-ma như pháp. Chư thiên, long, quỉ thần, Càn-thát-bà thường nguyện như vầy: "Khi nào chúng ta được làm người, sẽ xuất gia thọ giới Cụ túc!" Nay cô đã được. Như người được thọ vương vị, cô thọ được pháp Tỳ-kheo-ni cũng như vậy. Cô nên kham nhẫn, vui vẻ nhận lời chỉ dạy, khuyên răn; siêng học ba giới, diệt ba độc, ra khỏi ba cõi, thành tựu quả vị A-la-hán. Ngoài ra những gì còn chưa biết, Hòa thượng, A-xà-lê sẽ chỉ dạy cho cô."

CHƯƠNG IV:
PHÁP Y, DƯỢC, THỌ TỊNH
VÀ PHÁP THỌ TRÌ Y

Ba y tiêu biểu cho đạo, là đồng phục của Thánh hiền, dứt trừ tham sân, khác với ngoại đạo; là tướng tràng của giải thoát, gia thêm Thánh pháp, ngược tà khác tục, nên chế có ba y. Lại nữa, *Đa luận*[107] nói: *"Chế định ba y vì để ngăn che lạnh nóng, loại trừ không tàm quý, làm cho phát sanh oai nghi chững chạc, thanh tịnh, khi đi vào xóm làng, nên đức Phật chế ba y».* Ni có năm y cũng từ ý này mà chế lập. Công năng y như vậy, thì thể của y phải nương vào pháp, đầy đủ bốn điều: (1). thể[108], (2). sắc, (3). lượng, (4). tác, thì mới có thể thọ trì.

- Thể chính là mười loại y, khác với y bằng cỏ, cây, da, tóc, y xả đọa, y tà mạng; hoặc bằng lông mịn, gấm, lụa đều không thành y.

- Sắc tức là hoại sắc. Không phải năm màu[109] sắc thế tục sử dụng. Hoa văn, gấm thêu rực rỡ cũng không được phép dùng.

- Lượng là y dài bằng ba khuỷu tay và rộng năm khuỷu tay. Trong *Đa luận* nói, y dài bằng hai khuỷu tay và rộng bốn khuỷu tay cũng được phép làm y an-đa-hội.

- Tác là số điều theo mức thước, quy chuẩn, cắt may như pháp. Số điều hai y và y dưới, các bộ luật nói giống như nhau. Riêng một y

---

[107] *Tát-bà-đa tì-ni tì-bà-sa 4*, T23n1440_p0530a02.
[108] Tống Nguyên Hiểu, *Tứ phần hành sự sao tư trì ký 3*, T40n1805_p0374a23: 㲲, âm là 牓 bàng, chỉ *mao bàng* 毛㲲, vải được dệt bằng lông thú. Trong ngữ cảnh này, nó được hiểu là nguyên liệu chính để may y, nên đoạn sau gọi là *thể*.
[109] Ấn độ chỉ có 4 màu chính, không có màu đen.

tăng-già-lê, trong *Đa luận*[110] nói, y được chia làm chín phẩm[111], nếu tăng giảm lộn xộn thì khi may xong, thọ trì sẽ **[0221a01]** mắc lỗi.

Trong luật có nhiều lời dạy, Tỳ-kheo khi thọ dụng y, phải hộ trì cho thanh tịnh, kính phụng như kính phụng đối với tháp Phật, ác tâm hủy hoại y sẽ mắc tội cũng như vậy. Khi đi mang theo bên mình như chim không lìa cánh. Lời dạy thì nhiều và rộng, nói sao cho đủ được!

I. THỌ VÀ XẢ Y

1. Pháp thọ an-đà-hội:

Trong luật chỉ có văn thọ y, nay theo văn đó để tác pháp đối thú thọ y.

"**Đại đức nhất tâm niệm! Tôi Tỳ-kheo…, y an-đà-hội năm điều này, nay xin thọ trì.**" (*Nói ba lần*)

2. Pháp thọ uất-đa-la-tăng:

"**Đại đức nhất tâm niệm! Tôi Tỳ-kheo…, y uất-đa-la-tăng bảy điều này, nay xin thọ trì.**" (*Nói ba lần*)

3. Pháp thọ tăng-già-lê:

"**Đại đức nhất tâm niệm! Tôi Tỳ-kheo…, y tăng-già-lê chín điều này, nay xin thọ trì.**" (*Tùy theo số điều nhiều hay ít mà xưng. Nói ba lần*)

4. Pháp thọ tăng-kỳ-chi:

"**Đại đức nhất tâm niệm! Tôi Tỳ-kheo-ni… cái tăng-kỳ-chi này được may như pháp, nay tôi xin thọ trì.**" (*Nói ba lần*)

5. Pháp thọ phú-kiên y:

"**Đại đức nhất tâm niệm! Tôi Tỳ-kheo-ni… cái phú-kiên y này được may như pháp, nay tôi xin thọ trì.**" (*Nói ba lần*)

---

[110] *Tát-bà-đa tì-bà-sa, No. 1441*, không tìm thấy minh văn.

[111] Đạo Tuyên, *Tứ phần luật san phiền bổ khuyết hành sự sao 3*, T40n1804_ p0106a11: đại y, bậc hạ 2 dài 1 ngắn, bậc trung 3 dài 1 ngắn, bậc thượng 4 dài 1 ngắn, đó là y như pháp. Nếu lẫn lộn mà thọ trì, mắc tội.

6. Pháp xả y:

Người xả y nên bày vai bên phải, cởi bỏ giày dép, quỳ gối, nâng y lên, tâm nghĩ miệng thưa:

"Đại đức nhất tâm niệm! Y tăng-già-lê chín điều này của tôi, nay xin xả." *(Nói ba lần).* Các y khác cũng theo đây mà biết. *Tâm niệm thọ và xả y, cũng giống như đây, nhưng bỏ câu 'Đại đức nhất tâm niệm.' Năm y... của Ni, thọ và xả cũng đồng như vậy.*

7. Pháp thọ ni-sư-đàn:

"Đại đức nhất tâm niệm! Tôi Tỳ-kheo..., cái ni-sư-đàn này được làm đúng lượng, nay tôi xin thọ trì." *(Nói ba lần)*

8. Pháp thọ bát-đa-la:

"Đại đức nhất tâm niệm! Tôi Tỳ-kheo..., cái bát-đa-la đúng lượng này, tôi xin thọ trì mỗi ngày."

II. PHÁP THỌ DƯỢC

Thân thể ốm đau cần được hỗ trợ chăm sóc; lúc không bệnh thì dựa vào thức ăn, có bệnh thì phải cần thuốc. Các luận đều giống nhau, phân thuốc thành bốn loại, nhưng vì không được tích trữ nên Phật khai như sau: (1). Thời dược; (2). Phi thời dược; (3). Thuốc bảy ngày; (4). Thuốc trọn đời. Thời dược nhận bằng tay: ba loại sau có hai cách nhận, bằng tay và lời. *Đa luận* nói, nhận bằng tay có năm nghĩa, do sợ khi thọ bằng tay không được, nên thêm pháp thọ bằng lời. Theo *Thập tụng* và *Đa luận* đều có pháp thọ bằng lời. Các bộ luật khác không có văn này.)

1. Pháp thọ thời dược:

Trong luật này, thể của thời dược phân mười loại. *Tứ phần* có năm loại chánh và năm loại phi chánh đều thuộc thời dược. Biết danh và thể rồi, tâm cảnh tương ưng, oai nghi như pháp, y theo luật mà thọ. Theo luật này, thọ có bốn: (1). Thân trao thân nhận; (2). Vật trao vật nhận; (3). Tay trao tay nhận; (4). Nói lấy mà ăn. Lúc tình hình cấp bách không thể nhận thức ăn, hoặc có giặc ác, thí chủ không thể đích thân trao thức ăn cho Tỳ-kheo, bèn để vật thực chỗ nào đó trên đất, nói Tỳ-kheo nên đến lấy ăn. Phật cũng cho phép nhận vật thực qua lời nói của thí chủ kia.

2. Pháp thọ phi thời dược:

Phi thời dược là tám thứ nước: nước quả am-bà... không dùng xen lẫn khi ăn. Khi có duyên bệnh khát[112]..., phải như pháp tác tịnh, nhiên hậu như pháp sử dụng. Theo nghĩa này thêm văn như sau:

"Đại đức nhất tâm niệm! Tôi Tỳ-kheo... nay do nhân duyên bệnh khát. Đây là nước quả am-bà, vì uống lúc phi thời, nay đến bên Đại đức để thọ." *(Nói ba lần. Các loại nước khác cũng y theo văn này. Nếu không có bệnh khát mà dùng thì phạm tội.)*

3. Pháp thọ thuốc bảy ngày:

Bấy giờ các Tỳ-kheo bị bệnh phong, nhiệt. Phật dạy: "Cho phép dùng bốn thứ: tô, dầu, mật và thạch mật làm thuốc, được uống trong bảy ngày." Theo nghĩa này thêm văn như sau:

"Đại đức nhất tâm niệm! Tôi Tỳ-kheo tên là... nay do nhân duyên bệnh nhiệt. Tô này là [0221b01] **thuốc bảy ngày, vì uống lúc chiều tối, nay đến bên Đại đức để thọ."** *(Nói ba lần)*

4. Pháp thọ thuốc trọn đời:

Có các Tỳ-kheo mắc bệnh của mùa thu.[113] Phật dạy: "Nên dùng các loại thuốc từ rễ, quả, và tất cả những thứ khác không thể dùng làm thức ăn như có vị mặn, đắng, cay, chua;[114] có nhân duyên bệnh được

---

[112] 渴病, Độc Thể, *Tì-ni chỉ trì hội tập 5*, X39n0709_p0378c15: bệnh càn tiêu 乾痟, tức bệnh khát, cũng nói là bệnh càn khô 乾枯, do bởi da thịt khô héo.

[113] Skt *śāradako rogaḥ*. Các chứng bệnh thường bị nhiễm vào mùa thu (mùa mưa hay mùa hè). Một số triệu chứng: thân nhiệt cao, tiêu chảy hay táo bón, viêm khớp, hơi thở hôi, đổ mồ hôi nhiều.

[114] *Tứ phần luật 13*, T22n1428_p0877c03: "Phật nói với Ưu-ba-li, những thứ không dùng làm thức ăn, tỳ-kheo có bệnh có thể dùng suốt đời." *Thiện kiến luật tì-bà-sa 16*, T24n1462_p0784c24: "Các loại cây cỏ không dùng làm thức ăn, rễ, cọng, hoa quả, được dùng suốt đời.» Đạo Tuyên, *Tứ phần luật san phồn bổ khuyết hành sự sao 3*, T40n1804_p0118c18 dẫn *Tứ phần*, tất cả các loại có vị mặn, đắng,

dùng trọn đời." Theo nghĩa này thêm văn như sau:

"Đại đức nhất tâm niệm! Tôi Tỳ-kheo... nay do nhân duyên bệnh khí. Gừng, tiêu này là thuốc trọn đời, vì uống lâu dài lúc chiều tối, nay đến bên Đại đức để thọ." *(Nói ba lần)*

III. PHÁP THUYẾT TỊNH Y DƯ

Thể của y dư, căn cứ theo Luật chỉ có hai: nếu dư một trong ba y (y đã thành) quá mười ngày, phạm xả đọa; nếu chứa vải (chưa thành y) cho đến bằng cái khăn tay, phạm đột-kiết-la. Ba cây kim[115], một sợi chỉ[116], ngoài những thứ này cũng phải thuyết tịnh, nếu không đều phạm đột-kiết-la. Tịnh thí có hai: (1). Chân thật thí, là giao hẳn vật cho người khác; (2). Triển chuyển thí, là chỉ gọi tên của vật để tác pháp. Phạm tội cưỡng đoạt chỉ có chân thật thí.[117] Triển chuyển thí không mang nghĩa cưỡng đoạt này.

1. Pháp thỉnh tịnh thí chủ:

(1) Chủ chân thật tịnh.[118] Luật chế, trong năm chúng, chọn một[119]; trong hai bộ, chọn hai (2)[120].

---

cay, ngọt, mà không được dùng làm thức ăn, được gọi là thuốc trọn đời.»

[115] *Ngũ phần luật 26*, T22n1421_p0174a05: Các tỳ-kheo được người cho kim, không dám nhận. Phật cho phép nhận cất chứa. Các tỳ-kheo cất chứa quá nhiều. Phật dạy, không được cất chứa nhiều. Chỉ cho phép cất chứa ba cái, nếu quá, phải tịnh thí.

[116] *Tứ phần luật 7*, T22n1428_p0611a24: Tỳ-kheo muốn được y tốt, yêu cầu may y dài rộng như vầy, dù chỉ thêm một sợi chỉ, phạm ni-tát-kì ba-dật-đề (thứ 8).

[117] Chân thật thí rồi, lấy dùng mà không hỏi chủ, phạm tội cưỡng đoạt. Trong triển chuyển thí, lấy dùng không cần hỏi chủ.

[118] Đối tượng được chân thật tịnh thí.

[119] Năm chúng xuất gia. *Tát-bà-đa tì-bà-sa 4*, T23n1440_p0527a17: Cầu tịnh chủ. Trừ tiền và bảo vật, tất cả của dư thảy đều tác tịnh với năm chúng.

[120] 兩二, không rõ. *Tứ phần tỳ-kheo giới bổn sớ 2*, T40n1807_p0486a25: Theo trong Luật luận, hai loại tịnh thí thảy đều thực hiện trong

(2) Triển chuyển tịnh, nếu chuẩn theo văn nói thêm, nên cầu vị trì giới đa văn làm chủ.[121] Trong luật không có pháp thỉnh, nay theo nghĩa mà thêm văn như sau:

"Đại đức nhất tâm niệm! Tôi Tỳ-kheo tên... nay thỉnh Đại đức làm chủ triển chuyển tịnh thí của y, thuốc và bát. Cúi xin Đại đức vì tôi làm chủ triển chuyển tịnh thí của y, thuốc và bát. Từ mẫn cố. *(Nói ba lần)*

2. Pháp chính thức thuyết tịnh:

Nếu có nhiều y và vật thì nói riêng từng thứ; hoặc gom lại một chỗ, thuyết chung cũng được.

"Đại đức (trưởng lão) nhất tâm niệm! Y dư này của tôi, nay tôi tịnh thí đến Đại đức (trưởng lão)."

Người thọ thỉnh nên hỏi:

"Trưởng lão! Y này được tịnh thí đến tôi, tôi nên đem cho ai?"

Đáp: **"Trao cho vị tên (như vậy)."**

Người thọ thỉnh nên nói:

"Nay tôi trao cho vị (có tên như vậy). Nếu trưởng lão cần thì có thể dùng từ vị ấy[122], giữ gìn cẩn thận." (Không cần thông báo cho Tỳ-kheo đó biết.)

3. Pháp tác tịnh một mình:

Có Tỳ-kheo ở riêng một mình, không biết tịnh thí thế nào. Phật dạy: "Cho phép tác tịnh thí đến người ở xa." Tâm nghĩ miệng nói:

"Y dư này của tôi, tôi tịnh thí cho vị..., sẽ lấy dùng từ vị ấy."

Pháp tịnh thí một mình, đến ngày thứ mười một lại làm như pháp

---

năm chúng.

[121] *Tứ phần tỳ-kheo giới bổn số 2*, T40n1807_p0486a10: Triển chuyển tịnh thí chủ, như luận *Tát-bà-đa* quyển 4 (dẫn trên, **cht. 119**) nói, "Hết thảy của cải dư đều tịnh thí cho năm chúng. Nên cầu vị có đức, trì giới, đa văn mà tác tịnh..."

[122] Dùng dưới danh nghĩa *mượn* của vị được triển chuyển tịnh thí.

trước. Tâm nghĩ miệng nói:

"Y dư này của tôi, nay lấy lại từ vị ấy."

Sau đó, miệng nói tịnh thí lại y như pháp trước.

4. Pháp tịnh thí vàng, thóc¹²³:

Tát-bà-đa nói: "Tiền bạc, vật báu, ngũ cốc, lúa gạo đều giống như y dư, mười ngày phải thuyết tịnh." *Tứ phần* nói, nên đem tới chỗ ưu-bà-tắc đáng tin cậy, hoặc chỗ người giữ vườn, nói:

"Vật này không đáng là của tôi, ông nên biết cho."

---

123 今粟: nên viết là 金粟. *Tát-bà-đa tì-bà-sa 4*, T23n1440_p0526b26: Hết thảy thóc gạo, hết thảy tiền bảo vật, Tỳ-kheo không được cất chứa. 526c13: Tỳ-kheo được thóc gạo các thứ phải tác tịnh nội trong ngày. Nếu không có bạch y, tác tịnh đến bốn chúng. *Tứ phần san phiền bổ khuyết hành sự sao 3*, T40n1804_p0111a06: "tiền, bảo, thóc, gạo các thứ thảy đều tịnh thí đến tục nhân."

CHƯƠNG V:
PHÁP CHÚNG TĂNG THUYẾT GIỚI

Do bởi nhân bên ngoài, và duyên thưa thỉnh mà Phật chế định[124], biết lẽ phải phụng hành, loại trừ kẻ phạm, thêm người trì giới. Luận *Ma-đắc-lặc-già*[125] nói: "Thế nào gọi là bố-tát? Xả các pháp ác bất thiện, chứng đắc thiện pháp, phạm hạnh rốt ráo.» Mỗi nửa tháng tự xem xét mình phạm hay không phạm, làm thanh tịnh thân, khẩu.

1. Pháp chúng Tăng thuyết giới:

Luật ghi: "Các tỳ-kheo muốn trang nghiêm bố-tát đường, treo lụa rải hoa, cúng dường nước phi thời, dâng cúng y, vật; lại muốn tán thán Phật, Pháp, Tăng bằng kệ tụng." Phật dạy: "Những việc đó đều được phép. Nếu có các việc phước lợi như thế, nên làm hợp thời."[126] Thánh giáo đã rõ cần phải kính trọng đặc biệt, cùng nhau khích lệ tu hành theo pháp.

Đến ngày bố-tát, quét tưới sân, trang trí nhà giảng, trang nghiêm tòa thuyết giới bằng nhiều thứ. Thông báo đến giờ tập Tăng bằng bốn cách[127] cho chúng đều biết rõ để đến tập họp.

---

[124] Nhân bên ngoài, *Ngũ phần luật 18*, T22n1421_p0121b07: Ngoại đạo, sa-môn, bà-la-môn, mỗi nửa tháng, các ngày 8, 14, 15 tập họp bố tát thuyết pháp, Bình-sa vương thưa thỉnh Phật cũng nên cho phép chúng đệ tử làm như vậy ... Thế Tôn nghĩ: "Ta kết giới cho tỳ-kheo, nhưng có các tỳ-kheo không được nghe, không đọc tụng, không ghi nhớ; vậy nay Ta cho phép các tỳ-kheo bố-tát thuyết giới."

[125] *Tát-bà-đa bộ Tì-ni ma-đắc-lặc-già 6*, T23n1441_p0598c01.

[126] *Ngũ phần luật 18*, T22n1421_p0128c26.

[127] Luật dẫn trên, T22n1421_p0122c15: Phật dạy, nên xướng đã đến thời, hoặc đánh kiền chùy (gõ kẻng), hoặc đánh trống, hoặc thổi tù và.

Giới là pháp thanh tịnh, người không phạm mới được nghe. Nếu đã phạm thì phải sám hối khiến cho thanh tịnh. Nếu chưa sám hối trừ tội kịp, Thánh cho phép phát lồ[128]. **[0221c01]** Nay theo thứ tự trình bày đầy đủ pháp tắc.

2. Pháp Tăng sám hối:

Có một trú xứ, đến ngày bố-tát, tất cả Tăng đều phạm tội. Phật dạy: "Nên bạch nhị yết-ma sai một tỳ-kheo đến chúng khác để hối quá. Sau đó vị này trở về, tỳ-kheo khác hướng đến vị này để hối quá trừ tội. Nếu không được vậy thì nhóm hết Tăng lên bố-tát đường, bạch nhị yết-ma gác lại tội kia, văn bạch như sau:

"Đại đức Tăng xin lắng nghe! Nay Tăng đều có tội này *(nên nói rõ tên chủng loại tội)*, **không thể hối quá được, nay cùng nhau gác lại, sau sẽ hối quá. Nếu thời gian thích hợp đối với Tăng, Tăng đồng ý. Đây là lời tác bạch.**

Đại đức Tăng xin lắng nghe! Nay Tăng đều có tội này, không thể hối quá được, nay cùng nhau gác lại, sau sẽ hối quá. Các trưởng lão nào đồng ý thì im lặng, vị nào không đồng ý xin nói.

Tăng đã đồng ý gác lại tội này rồi, Tăng đồng ý vì im lặng. Việc này tôi ghi nhận như vậy." Sau đó bố-tát, không nên không bố-tát.

3. Pháp một người phát lồ khi chuẩn bị bố-tát:

Hướng đến tỳ-kheo ngồi gần bên, tâm nghĩ miệng nói:

"Tôi có tội như vậy *(nên nói rõ tên chủng loại tội, không được nói mãi tội này)* **thuyết giới xong sẽ hối quá."** Nghi có tội cũng làm như vậy.

4. Pháp giáo giới Ni chúng:

Bản chất Ni thường bị trở ngại bởi hình sắc, dễ mắc các chướng lụy nên khó có thể du phương học hỏi lãnh thọ giáo pháp. Bậc đại Thánh từ bi chiếu giám, chế ra nghi quỹ này để cho Ni chúng đến

---

[128] Chỉ phát lồ tội phạm chứ chưa sám hối, vẫn được nghe thuyết giới.

Tăng, thỉnh cầu vị giáo giới. Tăng sai vị có đủ giới đức đến chỉ dạy những điều chưa được nghe. Tuy nhiên, pháp có rộng và lược, lời dạy trong luật tường tận và rõ ràng, cần cùng nhau tuân theo, thừa hành, không nên lười nhác chểnh mảng. Ngày nay, Tăng Ni xem thường sự giáo giới, bậc đủ đầy giới đức lại càng hiếm hoi. Chưa nghe qua nghi thức giáo giới rộng để thi hành, thôi tạm thực thi nghi thức lược gọn để hợp với thời đại.

Sau khi Ni sai người đại diện đến Tăng cầu thỉnh rồi, vị tỳ-kheo nhận lời ủy thác thay vị Ni đại diện kia đến Tăng xin.

Pháp của Ni trong Luật này[129] nói: Vào lúc Tăng xướng hỏi, «Các tỳ-kheo không đến có thuyết dục thanh tịnh không?», tỳ-kheo nhận lời ủy thác của Ni nên khởi thân, đứng trước Tăng bạch:

"Đại đức Tăng xin lắng nghe! Tỳ-kheo-ni Tăng hòa hợp tại chùa... đảnh lễ chân tỳ-kheo Tăng hòa hợp, cầu xin vị giáo giới."

Bạch ba lần xong, vị này nên đến chỗ thượng tọa thỉnh:

"Xin Đại đức thương xót, ngài có thể giáo thọ Ni được không?"

Nếu vị đó trả lời không kham thì lần lượt thỉnh đến vị có hai mươi tuổi hạ, mỗi vị đều thỉnh đủ như thế. Nếu không có vị nào đồng ý giáo giới Ni thì trở lại chỗ thượng tọa bạch:

"Con đã thỉnh hết chúng Tăng nhưng không có vị nào kham năng giáo giới."

Thượng tọa nên làm pháp giáo giới lược như sau:

'Ngày mai tỳ-kheo-ni đến, báo họ rằng: "Tối qua, vì Ni chúng tôi đã cầu thỉnh khắp, nhưng không vị nào kham năng giáo giới" và nói với Ni chúng rằng, "Hãy tinh tấn hành đạo, cẩn thận chớ buông lung."'

Sáng mai, tỳ-kheo nhận lời ủy thác nhắc lại lời của thượng tọa răn bảo cho Ni sứ rồi, Ni sứ trở về trong chùa, nhóm Tăng, thuyết dục,

---

[129] *Ngũ phần luật 29*, T22n1421_p0187a09.

vấn hòa xong, Ni sứ trùng tuyên lời của thượng tọa răn bảo rồi, Ni chúng chấp tay kính cẩn lắng nghe lãnh thọ, mỗi người tự nói **"Kính vâng thọ trì"**, sau đó lễ Phật rồi giải tán.

5. Pháp gởi dục và thanh tịnh[130]:

Vào ngày bố-tát, có tỳ-kheo bệnh không đến được. Phật dạy: Nên làm gậy cho họ, nhờ người dìu đến hoặc lấy y khiêng họ đến. Nếu bệnh nghiêm trọng thì nhận dục và thanh tịnh đến Tăng.[131] Nếu miệng không nói được, thì giơ bàn tay, hoặc đưa ngón tay, hoặc lay động đầu, nháy mắt, tất cả được gọi là gởi dục và thanh tịnh bằng thân. Nếu các động tác đó cũng không được thì chúng Tăng đến chỗ người bệnh, để mặt người bệnh hướng về người thuyết giới. Nếu mặt người bệnh không thể hướng về người thuyết giới, chúng Tăng nên ra ngoài giới bố-tát. Nếu gởi dục cho bốn chúng gồm tỳ-kheo-ni, người cuồng loạn, hoặc ba hạng diệt tẫn[132], những trường hợp này không được gọi là gởi dục và thanh tịnh. Nếu đến trong Tăng rồi, điên loạn phát lên, cũng gọi là mang dục đến Tăng; ngủ hoặc quên, được gọi là mang dục đến Tăng, nhưng người được gởi dục phạm đột-kiết-la.

Lại nữa, khi Tăng đang đoán sự mà đứng dậy bỏ đi, trong giới nói: "Nay cho phép các tỳ-kheo hữu sự gởi dục xong rồi đi. Cần tề chỉnh oai nghi, đến trước tỳ-kheo như pháp, bạch:

"Trưởng lão nhất tâm niệm! Nay Tăng đang đoán sự, tôi tỳ-kheo tên là... trong Tăng sự như pháp[133], xin gởi dục."

---

[130] 與欲, *gởi dục:* Tăng yết-ma mà không thể đến dự, nhờ người đến giữa Tăng trình bạch, bất cứ Tăng yết-ma phán đoán như thế nào, thảy đều nhất nhất tuân hành. 與清淨, *gởi thanh tịnh,* Tăng bố-tát, tỳ-kheo có duyên sự không đến được, nhờ vị khác đến trình Tăng, bản thân thanh tịnh, không vi phạm các học xứ.

[131] *Ngũ phần luật 18*, T22n1421_p0126a11.

[132] *Thiện kiến luật tì-bà-sa 13*, T24n1462_p0766c13, có ba hạng diệt tẫn: (1) diệt thân, trục xuất khỏi Tăng; (2) diệt không cộng trú, không xả tà kiến, không được sống chung với Tăng; (3) diệt phạt, ác tánh, không nghe lời Tăng can gián, Tăng phạt mặc tẫn.

[133] Tăng yết-ma như pháp; nếu không như pháp, gởi dục bất thành.

(Không cần nói ba lần, chỉ một lần là được.)

Tỳ-kheo nhận gởi dục và thanh tịnh của tỳ-kheo có duyên sự:

"Đại đức Tăng xin lắng nghe! Tỳ-kheo tên... trong Tăng sự như pháp, xin gởi dục và thanh tịnh. *(Nói một lần)*

6. Pháp chuyển lời gởi dục:

Luật *Tứ phần* nói: "Tỳ-kheo nhận dục có việc riêng đột xuất không đem dục đến chỗ Tăng, cho phép chuyển dục cho tỳ-kheo khác." Nên nói như vầy:

[0222a01] **"Trưởng lão nhất tâm niệm! Tôi tỳ-kheo tên... nhận gởi dục và thanh tịnh của các tỳ-kheo... Các tỳ-kheo và tôi trong Tăng sự như pháp, gởi dục và thanh tịnh."** *(Vị đó đến trong Tăng nói trực tiếp lời này.)*

7. Pháp nói thanh tịnh:

Phật dạy, nếu thuyết giới xong, tất cả chưa đứng dậy, có các tỳ-kheo đến, số lượng nhiều hơn hoặc bằng số tỳ-kheo đã thuyết giới, nên bố-tát lại. Nếu ít hơn, các tỳ-kheo mới đến nên ở giữa Tăng, quỳ gối chắp tay nói:

"Đại đức Tăng xin lắng nghe! Tôi tỳ-kheo tên... thanh tịnh."

(Trong luật không có lời thưa này, chỉ theo ý mà ghi.)

8. Năm cách thuyết giới:

Các bộ luật khác nói rằng, do tám nạn và các duyên khác mà Phật khai cho thuyết giới tóm lược. Trong bộ này (Ngũ phần luật) tuy không đề cập các duyên nhưng chỗ khai cũng tương tự. Một cách thuyết đầy đủ và bốn cách tóm lược là năm cách thuyết giới.

(1). Thuyết bài tựa giới kinh xong, nên nói: "Ngoài ra như Tăng thường nghe."

(2). Thuyết bài tựa giới kinh, bốn pháp đọa (ba-la-di) xong, nên nói: "Các Đại đức! Mười ba tăng tàn, hai pháp bất định, ba mươi xả đọa, chín mươi mốt đọa, bốn đề-xá-ni và pháp chúng học, mỗi một pháp chỉ nêu tên và nói như Tăng thường nghe."

(3). Thuyết bài tựa giới kinh, bốn pháp đọa, mười ba tăng tàn xong, nên nói: "Ngoài ra như Tăng thường nghe."

(4). Thuyết bài tựa giới kinh, bốn pháp đọa, mười ba tăng tàn, hai bất định xong, nên nói: "Ngoài ra như Tăng thường nghe."

(5). Thuyết đầy đủ.

9. Pháp tam ngữ bố-tát cho ba hay hai tỳ-kheo[134]:

Tề chỉnh oai nghi xong, chắp tay đối mặt nhau thưa:

"Nay là ngày thứ mười lăm, Tăng bố-tát, tôi tỳ-kheo tên... thanh tịnh." *(Nói ba lần)*

10. Pháp một người tâm niệm bố-tát: *(Oai nghi cũng như trước, nói:)*

"Nay là ngày thứ mười lăm, chúng Tăng bố-tát." *(Tâm nghĩ miệng nói như vậy ba lần.)*

---

[134] Đối thủ bố-tát.

CHƯƠNG VI: PHÁP TẮC AN CƯ

Các tỳ-kheo không có lý do mà du hành, lại giẫm đạp làm chết sinh vật, dấy lên sự cơ hiềm và bỏ việc tu tập; không việc nào quan trọng hơn việc này. Trước những việc trong, ngoài như vậy, nên đức Phật chế ra pháp này.

1. Pháp tam ngữ an cư:[135]

Chỉnh trang oai nghi, đến trước tỳ-kheo như pháp bạch:

"Trưởng lão nhất tâm niệm! Tôi tỳ-kheo tên... y nơi Tăng-già-lam... *(tùy theo chỗ mà nêu tên),* **an cư ba tháng đầu mùa hạ ở trú xứ này, nếu phòng xá hư hoại sẽ tu bổ."** *(Nói ba lần)*

Đáp: **"Tôi ghi nhận."**

Luật ghi: An cư, nên y chỉ vị trì luật. Nếu chỗ ở ồn ào chật hẹp, có thể tìm chỗ ở khác, bảy ngày về một lần, nhưng từ xa tâm niệm y chỉ nơi đó. *Tứ phần* nói: Trong mùa hạ an cư, nên y chỉ vị đệ ngũ luật sư[136] tụng thông suốt hai bộ luật, nếu trái, phạm ba-dật-đề.[137]

Theo luật nên hỏi như sau:

"Nương vào vị trì luật nào?"

---

[135] Đối thủ an cư.

[136] *Tứ phần luật 59,* T22n1428_p1004b21: Năm hạng trì luật, 1. Tụng thuộc tựa Giới kinh cho đến 30 ni-tát-kì; 2. Tụng thuộc tựa Giới kinh cho đến 90 ba-dật-đề; 3. Tụng thuộc chi tiết giới tì-ni; 4. Tụng thuộc chi tiết hai bộ giới tì-ni; 5. Tụng thuộc toàn bộ tì-ni tạng.

[137] *Ngũ phần luật 19,* T22n1421_p0129c09: Phật dạy, "Cho phép an cư nơi trú xứ có tỳ-kheo trì luật. Nếu tại trú xứ trì luật mà phòng xá hẹp, cho phép an cư gần trú xứ trì luật đi và về trong khoảng bảy ngày, trong đó tâm niệm từ xa y vị trì luật mà an cư."

Trả lời: "**Nương vào luật sư hiệu...**"

Dạy tiếp: "**Nếu có điều nghi, nên đến đó thưa hỏi.**"

Nếu nơi an cư đó không phải già-lam thì không cần nói câu 'nếu phòng xá hư hoại sẽ tu bổ.' Nếu hậu an cư, chỉ nói 'hậu tam nguyệt' là khác thôi.

2. Pháp tâm niệm an cư: *(Như pháp tam ngữ an cư ở trên, chỉ bỏ câu đầu.)*

3. Pháp nhận phòng xá an cư:

Có trường hợp, phân chia phòng xá, ngọa cụ đã xong, Tỳ-kheo không khởi tâm niệm, cũng không nói (an cư), sanh nghi, bạch Phật, Phật dạy: "Vì an cư nên nhận phòng xá, phu cụ cũng thành an cư." Nói mà không khởi tâm niệm, nên có tâm niệm an cư.

4. Pháp thọ nhật xuất giới:

Trong văn ghi: "Có trưởng giả thỉnh Tăng; Tăng sợ mất hạ không dám nhận, nhân đó bị cơ hiềm chê trách." Phật dạy: "Nếu có thỉnh hay không thỉnh, cần ra ngoài cương giới, tất cả trường hợp đều cho phép đi về trong bảy ngày." Lại có các ngoại đạo muốn thông nước chảy ngang qua Kỳ-hoàn, Tỳ-kheo muốn đến gặp vua để trình bày, nhưng vua đang đi chinh phạt [ở biên cương]. Phật dạy: "Nếu có việc Phật, Pháp, Tăng hay việc cá nhân, muốn ra ngoài giới hơn bảy ngày, cho phép bạch nhị yết-ma thọ pháp mười lăm đêm hoặc ba mươi đêm." Luật này quy ước đêm để tính, không giống với các bộ khác. Duyên như pháp hay phi pháp, trong luật đã trình bày rõ ràng; thọ lại hay không thọ lại vẫn theo lệ thường. Nếu có hai nạn,[138] cho phép phá an cư, không có tội; vì pháp khai, không cần thọ lại, không thành phá hạ. Theo văn, đã hứa với chỗ kia nhận phần y của hạ, thành an cư nơi đó, cũng không mất hạ.

5. Pháp yết-ma thọ nhật:

[0222b01] "**Đại đức Tăng xin lắng nghe! Tỳ-kheo này tên...** **vì công việc... muốn đi ra ngoài giới, ngoài bảy ngày, thọ**

---

[138] Nạn mất mạng và mất phạm hạnh.

(mười lăm đêm hoặc ba mươi đêm) sẽ trở về đây an cư. Nếu thời gian thích hợp đối với Tăng, Tăng đồng ý. Đây là lời tác bạch.

Đại đức Tăng xin lắng nghe! Tỳ-kheo này tên... vì công việc... muốn đi ra ngoài giới, ngoài bảy ngày, thọ *(mười lăm đêm hoặc ba mươi đêm)* sẽ trở về đây an cư. Các trưởng lão nào đồng ý thì im lặng, vị nào không đồng ý xin nói.

Tăng đã đồng ý cho tỳ-kheo... thọ *(mười lăm đêm hoặc ba mươi đêm)* đi ra ngoài giới rồi. Tăng đồng ý vì im lặng. Việc này tôi ghi nhận như vậy."

6. Pháp tam ngữ thọ nhật: *(Trong luật không có văn để thọ, nay nói theo pháp yết-ma.)*

"Trưởng lão nhất tâm niệm! Tôi tỳ-kheo tên... vì công việc... muốn đi ra ngoài giới, thọ pháp bảy ngày, xong sẽ trở về đây an cư." *(Nói ba lần)*

CHƯƠNG VII: PHÁP TĂNG TỰ TỨ

Cùng sống chung tu tập đạo, nếu có lỗi lầm thì đến ngày cuối cùng của ba tháng hạ, quét dọn một nơi cho sạch sẽ, trải cỏ, chúng tỳ-kheo như pháp ngồi trên đó tự tứ, thỉnh vị khác cử tội.

1. Pháp sai người nhận tự tứ:

Chúng Tăng nhóm họp đều theo nghi thức thông thường. Người có đủ năm đức nên sai để nhận tự tứ, vị đó không có thiên vị, nhuế, si, sợ hãi, biết đúng thời hay không đúng thời. Nếu có hai hay nhiều vị hơn, trong văn đều cho phép.

> **"Đại đức Tăng xin lắng nghe! Tỳ-kheo... và tỳ-kheo... này có thể vì Tăng làm người nhận tự tứ. Nay Tăng sai tỳ-kheo..., tỳ-kheo... làm người nhận tự tứ. Nếu thời gian thích hợp đối với Tăng, Tăng đồng ý. Đây là lời tác bạch.**
>
> **Đại đức Tăng xin lắng nghe! Tỳ-kheo... và tỳ-kheo... này có thể vì Tăng làm người nhận tự tứ. Nay Tăng sai tỳ-kheo..., tỳ-kheo... làm người nhận tự tứ. Các trưởng lão nào đồng ý thì im lặng, vị nào không đồng ý xin nói.**
>
> **Tăng đã sai tỳ-kheo... và tỳ-kheo... này làm người nhận tự tứ rồi. Tăng đồng ý vì im lặng. Việc này tôi ghi nhận như vậy."**

2. Tỳ-kheo năm đức được Tăng sai tác đơn bạch để nhiếp chúng:

Vì các tỳ-kheo tạp loạn, không tự tứ theo thứ tự trước sau, nên Phật chế định pháp tác bạch. Tỳ-kheo được Tăng sai chỉnh đốn oai nghi đầy đủ rồi bạch:

> **"Đại đức Tăng xin lắng nghe! Nay đến giờ Tăng tự tứ, Tăng hòa hợp tác pháp tự tứ. Đây là lời tác bạch."** *(Sau đó, tất cả*

đều rời chỗ ngồi, quỳ tự tứ.)

3. Pháp chính thức tự tứ:

"Chư Đại đức! Nếu thấy tôi có tội, hoặc nghe tôi có tội, hoặc nghi tôi có tội, dũ lòng thương tùy ý nói ra, tôi thấy tội sẽ sám hối." *(Nói ba lần)*

4. Pháp tự tứ lược:

Vì các bạch y muốn bố thí và nghe pháp mà các tỳ-kheo tự tứ quá lâu, nên họ cơ hiềm, chê trách. Nhân đó, Phật khai chế, trừ tám vị thượng tọa, mỗi vị được tự tứ riêng, từ hạ tọa trở xuống đồng tuổi hạ với nhau tự tứ đồng loạt. Ngoài ra, nếu có duyên tám nạn, các bộ khác đều có khai. Chọn người có năm đức để sai như ở trước đã đề cập. Người đủ năm đức được sai rồi, nên đứng dậy bạch chúng như sau:

"Trừ tám vị thượng tọa, từ hạ tọa đồng tuổi hạ trở xuống cùng ngồi một chỗ tự tứ."

Nếu xét thấy tự tứ vẫn còn chậm, Tỳ-kheo được Tăng sai bạch chúng như sau:

"Mỗi vị hãy hướng vào nhau tự tứ."

5. Pháp bốn người trở xuống tự tứ:

Trong pháp tự tứ tuy không có văn này, nhưng theo văn bố-tát và **[0222c01]** các bộ khác đều có nói. Tam ngữ tự tứ và tâm niệm tự tứ cũng có.

6. Pháp bốn người đối thú tự tứ:

"Ba vị Đại đức nhất tâm niệm! Nay là ngày chúng Tăng tự tứ, tôi tỳ-kheo... thanh tịnh." *(Nói ba lần)*

Mỗi người trình bày sự thanh tịnh của mình bằng cách tự tứ với người khác. Ba người hay hai người cũng như vậy.

7. Pháp một người tâm niệm tự tứ:

"Nay là ngày chúng Tăng tự tứ, tôi tâm niệm thọ tự tứ." *(Nói ba lần)*

Thuyết dục cũng như bố-tát ở trên, chỉ khác là sửa thành chữ 'tự tứ'. *Tăng-kỳ* nói, tự tứ không cho phép thuyết dục, vì sợ tránh việc cử tội. Không giống với đây.

8. Pháp Ni sai người tự tứ:

Phật dạy: "Tỳ-kheo-ni không được cùng tỳ-kheo tự tứ chung. Trước tiên, Ni nhóm chúng tự tứ, sau đó sai người đến thỉnh tỳ-kheo Tăng cử tội bởi thấy, nghe, nghi."

Tứ phần ghi: "Nếu Ni chúng đủ năm người, lúc chưa tự tứ, nên sai người đến thỉnh tỳ-kheo Tăng cử tội bởi thấy, nghe, nghi." *Tứ phần* cũng nói: "Nếu Ni chúng không đủ năm người, đến ngày tự tứ, tỳ-kheo-ni đến chỗ tỳ-kheo, lễ bái, hỏi han."

Theo nghĩa này, nếu đủ năm người, nên nhóm Tăng sách dục, vấn duyên, trả lời rằng: "Yết-ma sai tự tứ." Nên bạch:

"A-di Tăng xin lắng nghe! Nay sai tỳ-kheo-ni... vì tỳ-kheo-ni Tăng đến trong đại Tăng thỉnh tội thấy, nghe, nghi. Nếu thời gian thích hợp đối với Tăng, Tăng đồng ý. Đây là lời tác bạch.

A-di Tăng xin lắng nghe! Nay sai tỳ-kheo-ni... vì tỳ-kheo-ni Tăng đến trong đại Tăng thỉnh tội thấy, nghe, nghi. Các trưởng lão nào đồng ý thì im lặng, vị nào không đồng ý xin nói.

Tăng đã sai tỳ-kheo-ni... vì tỳ-kheo-ni Tăng đến trong đại Tăng thỉnh tội thấy, nghe, nghi rồi. Tăng đồng ý vì im lặng. Việc này tôi ghi nhận như vậy."

Tứ phần nói: "Vị kia đi một mình không có bảo hộ, nên sai hai, ba vị Ni đi theo làm bạn." Trong luật này nói: Vị Ni kia đến chỗ tỳ-kheo Tăng xong, trống vai bên phải, cởi giày dép, lễ Tăng từ xa, sau đó mới vào trong Tăng, chắp tay tác bạch:

"Tại tinh xá... tỳ-kheo-ni Tăng hòa hợp, đảnh lễ sát chân tỳ-kheo Tăng hòa hợp. Tỳ-kheo-ni Tăng chúng con hòa hợp, cung thỉnh đại đức Tăng tự tứ nói tội thấy, nghe, nghi."

Thỉnh như vậy ba lần xong, đợi một chút. Nếu Tăng không có người cử tội, thượng tọa trong chúng nên nói với người sứ rằng:

"Chúng tỳ-kheo-ni đã ba lần thỉnh tội thấy, nghe, nghi, tuy nhiên trong chúng từ trên xuống dưới các vị đều im lặng, do vậy Ni chúng như pháp hành đạo, cẩn thận chớ buông lung."

Sứ Ni đảnh lễ rồi lui ra. Về đến chùa rồi, nhóm chúng Ni để truyền lời Tăng răn dạy, như trong phần giáo giới đã nói.

CHƯƠNG VIII: PHÁP THỌ THÍ Y, CHIA Y

I. THỌ THÍ Y

Khoác y phấn tảo, luôn được bậc Thánh khen ngợi. Nhân Kỳ-vực thỉnh cúng y, mà có nhận y gia thí[139]. Nhưng y phấn tảo là y không có thí chủ, theo duyên có mười loại; y gia thí thì theo sự sai biệt của tâm, văn chia làm chín loại[140]:

1. Được thí trong cương giới: Tâm thí chủ thí theo cương giới, theo ý thí chủ cúng cho Tăng trong nội giới.[141]

2. Được thí do yêu cầu: Tăng an cư khác trú xứ nhưng cùng yêu cầu được thí chung một chỗ. [*Tăng trong*] hai cương giới [*khác nhau*] cùng phân chia. Về sau được thí vật, theo yêu cầu mà nhận.[142]

3. Thí theo hạn định: **[0223a01]** Tâm thí chủ ấn định số lượng người để thí. Văn trong luật nói: "Thí cho người như vậy."

4. Tăng được thí: Thí cùng khắp mười phương phàm Thánh. Tâm đã rộng lớn như vậy thì phước cũng nhiều khôn kể. Còn dựa theo bổn tâm, thì Tăng bốn phương được nhận.[143]

5. Hiện tiền Tăng được thí: Thí chủ trực tiếp thí cho Tăng hiện tiền.

---

[139] 家施衣, y do các gia chủ cúng thí.

[140] *Ngũ phần luật 20*, T22n1421_p0138c21: 9 trường hợp được thí.

[141] *Ngũ phần* dẫn trên: Thí chủ nói: Y này thí cho Tăng trong cương giới.»

[142] *Ngũ phần* dẫn trên, 要得施者：安居時，異界住僧共要，若一處得施 盡共分, "Được thí theo yêu cầu: Trong khi an cư, Tăng trong trú xứ khác nhau cùng yêu cầu, nếu một trú xứ nào được thí, cũng chia đều cho nhau.»

[143] *Ngũ phần* dẫn trên, "thí chủ thí Tăng; Tăng cần phải biết vật bố thí tùy nghi mà phân chia.

6. An cư Tăng được thí: Không có tâm ý nào khác, chỉ nghĩ thí Tăng an cư nơi đây.

7. Hai bộ Tăng được thí: Bổn ý của thí chủ cúng cho hai bộ Tăng. Dù cho số lượng (tỳ-kheo hay tỳ-kheo-ni trong) mỗi bộ bao nhiêu, cũng phải chia đều. Nếu chỉ có một bộ thì một bộ được nhận hết. Trong văn của *Tứ phần* nói: "Cho đến không có một sa-di, nên chia hết cho tỳ-kheo ni[144]." Nên theo nghĩa đó. Tức y vật của người qua đời, Phật nói thuộc hai bộ Tăng, không thuộc riêng bộ nào. Tuy không có thí chủ cũng thuộc vào loại này. Phân chia đúng cách, đầy đủ như liệt kê bên dưới.

8. Được thí do chỉ dẫn: Thí chủ ba lần chỉ dẫn Tăng sử dụng như vậy.[145]

9. Cá nhân được thí: Thí chủ tự nói cúng cho vị ấy.

Chín trường hợp trên đây thí chỉ thuộc Tăng trong giới[146]. Tăng trong giới, bao gồm Tăng biệt[147], thời và phi thời. Tăng được thí chỉ

---

[144] 比丘分, các khắc bản Tống-Nguyên-Minh đều khắc 比丘應分; nên đọc là 比丘尼應分 nên chia hết cho tỳ-kheo-ni. *Ngũ phần* dẫn trên: 若有比丘、無比丘尼，比丘應盡分；若有比丘尼、無比丘，比丘尼應盡分, "(Nếu trú xứ này) có tỳ-kheo, (trú xứ kia) không có tỳ-kheo-ni (cho đến không có một sa-di-ni), chia hết cho tỳ-kheo (trú-xứ này). (Nếu trú xứ kia) có tỳ-kheo-ni, (trú xứ này) không có tỳ-kheo (cho đến không có một sa-di), chia hết cho tỳ-kheo-ni (trú xứ kia). *Tứ phần luật 41*, T22n1428_p0859c05: Bấy giờ hai bộ Tăng trong hai trú xứ khác nhau được nhiều y có thể chia … Phật dạy: Nên chia làm hai phần. Bấy giờ, trú xứ kia không có tỳ-kheo-ni, không có thức-xoa-ma-na, chỉ thuần sa-di-ni, Phật dạy: Chia hết cho tỳ-kheo Tăng.

[145] 非如是因, nên đọc là 作是用. *Ngũ phần luật 20*, T22, tr.139a: Thí chủ chỉ dẫn Tăng nên sử dụng như vậy như vậy. Nếu Tăng cùng chia, đây gọi là "được thí do chỉ dẫn".

[146] 內眾, Tăng đồng nhất trú xứ, sống chung trong một trú xứ.

[147] 僧別, phân biệt Tăng thường trụ và Tăng chiêu-đề (*caturdeśasaṅgha*, Tăng tứ phương)

một trường hợp.[148] Nếu là Tăng vật thường trụ[149] thì đem nhập vào phi thường trụ[150]; nếu chẳng phải vật Tăng thường trụ, theo tông này, phải phân chia ngay, không cần yết-ma. Do vậy, trong văn nói: có một trú xứ, vào lúc không an cư được thí Tăng y, liền nghĩ: "Phật dạy bốn người trở lên mới gọi là Tăng, ta nay chỉ có một mình không biết thế nào?" Phật dạy: "Nên thọ trì hoặc tịnh thí cho người khác, nếu không như vậy thì khi có tỳ-kheo khác đến nên chia." Điểm này chỉ nói một người 'thọ trì', không nhắc đến 'tâm niệm' đủ rõ là có Tăng cũng không cần yết-ma.

Lại ghi, có một trú xứ, Tăng được phần y nên chia, một tỳ-kheo lấy thọ trì riêng trên giới đàn. Phật dạy: "Không nên như vậy, phạm đột-kiết-la, Tăng hiện tiền nên chia."

Nếu dựa vào các bộ khác thì Tăng-già phải yết-ma, đem vật thí cho Tăng phân chia theo Tăng pháp. Ba người trở xuống thì đối thú chia đồng đều nhau. Gậy[151] bằng sắt, được phép dùng, không có gì sai. Tám

---

[148] Trường hợp 4.

[149] 常住 và 非常住, được hiểu là Tăng vật thường trụ và Tăng vật phi thường trụ. Tăng vật thường trụ, là những vật thuộc Tăng tại trú xứ này không thể di chuyển đến nơi khác như vườn rừng, dùng chung cho Tăng thường trụ và bốn phương, không thể phân chia cho cá nhân tỳ-kheo. *Ngũ phần luật 25*, T22n1421_p0168c18: Phật nói với các tỳ-kheo, Có năm hạng vật thuộc tứ phương Tăng, 1. đất trú xứ; 2. phòng xá; 3. vật cần dùng; 4. cây trái; 5. hoa quả. *Tứ phần luật 50*, T22n1428_p0943c18: Phật quy định có bốn hạng vật thuộc Tăng bốn phương, 1. Tăng-già-lam và vật thuộc Tăng-già-lam; 2. hũ, ghè, nồi, vạc, búa, đục, chân đèn, các vật nặng linh tinh; 3. giường dây, giường cây, nệm lớn, nệm nhỏ, ngọa cụ tạp vật; 4. cây, gỗ, tre, cỏ, bông trái. Trong đây, vườn, rừng, cây trái các thứ là vật thường trú không thể di chuyển, thuộc Tăng, không phân chia riêng cho các tỳ-kheo. Các thứ còn lại, là vật phi thường trú, có thể di chuyển, được phân chia cho các tỳ-kheo thường trú và Tăng bốn phương trong thời gian trú tại trú xứ này không thể tự ý mang đi nơi khác.

[150] 四方, đây hiểu là tứ phương Tăng vật. **Xem cht. trên.**

[151] 杖, gậy, đây hiểu là *tích trượng* (khakkhara), cũng gọi là *kim tích*. *Thiện kiến luật 18*, T24n1462_p0797a04: tích trượng và các khí cụ được

loại thí còn lại đều chia trực tiếp. Sự tuy khác nhau nhưng đều không có yết-ma.

II. PHÁP CHIA VẬT TÌ-KHEO QUA ĐỜI

Thoát lồng thế tục, vào đạo thanh tịnh bao la, trong tích tập Thánh giới, ngoài hiển bày Thánh nghi, làm ruộng phước cho đời, mới có khả năng tiêu hóa vật hiến cúng. Lợi dưỡng đã nương vào Tăng mà được, khi thân tan rã thì trả lại cho Tăng. Việc này đồng với nghĩa Tăng được vật thí phi thời. Song, giáo có khai chế tách bạch, vật có khinh trọng khác nhau. Hai bộ Tăng phân chia đều có pháp tắc rõ ràng. Để hiển bày tướng đó, cần chia thành mười trường hợp:

1. Sống chung và tài vật chung:

Cùng kết ước[152], đều là chủ nhân của tài vật chung, ngoài các vật tùy thân, các vật khác đều phải hòa hợp chia đều. Nếu không có gì sợ[153] thì chuẩn theo số mà định liệu. Cùng sống chung với nhau nhưng vẫn có cái chung và riêng khác nhau. Theo người chịu trách nhiệm[154] mà trù lượng phân chia, cần phải xem xét, y theo luật và thuận theo tình, nếu thiên vị riêng tư thì nhận lấy hai sự tổn hại.[155]

2. Mắc nợ phải trả:

Nếu [tỳ-kheo bệnh qua đời] mắc nợ vật người khác, theo lý thì

---

làm bằng sắt có thể phân chia.

[152] Đạo Tuyên, *Tì-ni tác trì tục thích 10*, X41n0730_p0459c13: Hai tỳ-kheo cùng giao ước, sống chung tài vật chung. Tất cả đều thuộc sở hữu chung của hai người. Khi một người chết, phân nửa sở hữu thuộc người sống; phân nửa kia, trừ vật tùy thân, thảy đều thuộc Tăng. Nhưng Tăng không biết số lượng nhiều ít, vậy tùy theo người chịu trách nhiệm mà trù lượng phân chia.

[153] 不怕, không sợ; bản Tống-Nguyên-Minh: 不怕罪福, không sợ tội phước.

[154] Để bản: 住在者 trụ tại giả, *Tứ phần luật san bổ tùy cơ yết-ma 2*, T40n1808_p0505c08: 任在者, nhậm tại giả: người có trách nhiệm giữ tài vật chung theo giao ước trước đây giữa hai tỳ-kheo.

[155] *Tỳ-ni tác trì tục thích 10*, dẫn trên: Lỗi với người mất và phạm tội trộm vật của Tăng.

phải trả nợ trước.[156] Nếu người khác nợ thì lấy lại, thuộc về phần của Tăng. Nếu nợ nặng nhẹ bằng nhau, tùy theo mà nhập vào hai Tăng.[157] Nặng nhẹ tương đối, cũng phải theo gốc[158].

3. Đã hứa cho thì Tăng nên trao:

Người mất, lúc hấp hối muốn đem vật cho người, dặn dò trao tận tay cho họ, vậy việc này có thành không? Các bộ đều có nêu rõ trường hợp này nên có thể biết. Luật này nêu rõ chỉ có hai trường hợp: đã cho và cho mà chưa đưa. Nếu người kia là người ở tại trú xứ đó thì Tăng phải tác pháp. Do vậy, luật nói, nếu khi còn sanh tiền không hứa cho ai thì hiện tiền Tăng nên chia, nếu lúc sanh tiền đã hứa cho mà chưa đưa, Tăng nên bạch nhị yết-ma trao cho họ. Tác pháp như sau:

> **"Đại đức Tăng xin lắng nghe! Tỳ-kheo tên... qua đời ở nơi đây, lúc sanh tiền có sở hữu y, hoặc phi y, hiện tiền Tăng nên chia, nay trao cho tỳ-kheo... Nếu thời gian thích hợp đối với Tăng, Tăng đồng ý. Đây là lời tác bạch.**
>
> **Đại đức Tăng xin lắng nghe! [0223b01] Tỳ-kheo tên... qua đời ở nơi đây, lúc sanh tiền có sở hữu y, hoặc phi y, hiện tiền Tăng nên chia, nay trao cho tỳ-kheo... Các trưởng lão nào đồng ý thì im lặng, vị nào không đồng ý xin nói.**
>
> **Tăng đã đồng ý trao cho tỳ-kheo... y. Tăng đồng ý vì im lặng. Việc này tôi ghi nhận như vậy."** *(Tác pháp này xong, lấy vật trao cho vị kia.)*

4. Thời gian và địa điểm chia vật:

Thời tức là thời gian an táng đã xong; xứ tức là ở trong đại giới.

Tục thích 10, dẫn trên: mang y dư mà trả nợ. Nếu không có y dư, mang ba y đi bán mà trả nợ. Còn lại, cho người nuôi bệnh.

Tứ phần luật khai tông ký 8, X42n0735_p0533a01: Nếu người khác nợ vật người chết, thì đòi lại và giao cho Tăng, Nếu nợ nặng nhẹ tương đương, mỗi thứ đều theo gốc của nó mà nhập. Nếu nặng nhẹ tương đối; tùy theo gốc; nếu Tăng thường trú nợ nặng thì nhập vào thường trú, nếu nhẹ thì nhập hiện tiền Tăng.

本, gốc nợ.

Tăng-kỳ ghi: "Nếu tỳ-kheo qua đời, đệ tử là người không đáng tin cậy, nên đem chìa khóa phòng giao cho tri sự của Tăng, sau đó cúng dường xá lợi." *Mẫu luận*[159] ghi: "Trước hết tẩn liệm người chết theo luật. Sau khi tống táng xong, Tăng nhóm họp và đem vật của người mất đặt trước Tăng cùng phân chia." Luật này ghi: Một tỳ-kheo mang vật vào trong giới đàn giữ dùng riêng cho mình. Phật dạy: "Phạm đột-kiết-la. Hiện tiền Tăng nên chia."

5. Định vật khinh trọng:

Muốn định vật khinh hay trọng, trước phải xả vật cho Tăng. Do vậy, *Tứ phần* ghi: "Vị kia đem vật của người qua đời đến trong chúng, sửa chỉnh đầy đủ oai nghi theo quy chuẩn rồi, quỳ xuống chắp tay, bạch như sau:

"Đại đức Tăng xin lắng nghe! Tỳ-kheo... qua đời *(ở nơi đây hoặc nơi kia)*, **lúc sanh tiền có sở hữu y, hoặc phi y, hiện tiền Tăng nên chia.** *(Nói ba lần)*

"Tôi tỳ-kheo... nay xả cho Tăng."

Xả như vậy xong, mới chính thức chia. Luật ghi: "Có Tỳ-kheo qua đời, thân thiết với một hoặc nhiều người; tài sản của tỳ-kheo ấy rất nhiều. Phật dạy: "Lúc sanh tiền đã hứa cho ai rồi thì bạch nhị yết-ma để cho, nếu không hứa cho ai thì có thứ nên chia, có thứ không nên chia."

Thứ nên chia là y bà-na, y tô-ma, y kiếp-bối, lông câu-chấp dài năm ngón tay, ba y, hoặc hạ y, xá-lặc[160], đơn phu[161], hoặc y lót thân, mền, tọa cụ, túi đựng kim chỉ, túi lọc nước, bát lớn nhỏ, móc khóa, những vật như vậy hiện tiền Tăng nên chia.

Nếu là gấm, lụa là, lông bàng[162], giạ, lông câu-chấp quá năm ngón tay, áo tắm mưa, mùng màn, đồ trải kinh hành để ngăn côn trùng,

---

[159] 母論, *Tì-ni mẫu kinh No. 1463.*

[160] 舍勒, nội y hay quần cụt.

[161] 單敷, chăn trải giường phủ xuống 4 góc.

[162] 㲮㲪, bàng chiên: giạ, một loại giạ bện bằng lông thú? Ngoài đây không thấy nơi khác.

ghế, giường nằm, giường chõng [thì không nên chia]. Trừ loại bát bằng sành lớn hay nhỏ, đồ tưới nước, ngoài ra tất cả đồ bằng sành [thì không nên chia]; trừ bát bằng sắt lớn hay nhỏ, móc khóa, vật cắt móng tay, dao, kim, ngoài ra tất cả đồ bằng sắt [thì không nên chia]; trừ ổ khóa bằng đồng, thau đồng, vật đựng thuốc mắt, ngoài ra tất cả loại làm bằng đồng như tán cái, tích trượng, tất cả những vật như vậy đều không nên chia, mà thuộc về đồ dùng của Tăng.

Cái thân này dựa vào tư cụ quá nhiều, lúc nào cũng mang theo các vật lỉnh kỉnh bên thân để dùng. Văn chỉ nêu đại khái, đâu thể nói hết các duyên tư cụ! Theo văn có thể biết các vật vừa nêu là khinh hay trọng. Các bộ đoán định việc này trái ngược nhau rất nhiều, ở đây chỉ y cứ theo văn của tông này để làm chuẩn. Nếu nói rộng cho hết nghĩa thì không thể cùng tận.

6. Xét đức thưởng vật:

Luật ghi: "Có một tỳ-kheo biếng nhác không phụ giúp việc chúng, không hầu hạ sư trưởng. Khi bệnh, không có ai chăm sóc, nằm đại tiểu tiện dính khắp người. Thế Tôn tự tay đỡ dậy, tắm rửa, giặt giũ, trừ khử dơ bẩn, an ủi, thuyết pháp, khích lệ, khiến cho vị ấy viễn ly trần cấu, chứng đắc đạo quả." Nhân việc này, Phật bảo các tỳ-kheo: "Các ông không có cha mẹ, tự mình không chăm sóc cho nhau thì ai chăm sóc các ông?" Vì thế, Ngài chế định pháp thầy và đệ tử cùng chăm sóc cho nhau; nếu không có thầy hay đệ tử thì Tăng nên khuyến khích, sau đó sai người chăm sóc.

Tuy nhiên, người bệnh có người khó chăm sóc [người dễ chăm sóc]; người nuôi bệnh, có người đủ đức, người không đủ đức. Người bệnh có năm việc khó chăm sóc: (1). Không khéo tiết lượng ăn uống; (2). Không chịu uống đúng thuốc; (3). Không nói tình trạng bệnh; (4). Không nghe theo lời khuyên người nuôi; (5). Không quán vô thường. Người dễ chăm sóc thì ngược lại với năm điều trên.

Có năm việc người nuôi bệnh không thể chăm sóc người bệnh: (1). Không biết thuốc nào uống cho đúng; (2). Không biết thức ăn phù hợp với người bệnh; (3). Không thể nói pháp cho người bệnh nghe; (4). Nhờm gớm phân tiểu, đàm dãi của người bệnh; (5). Chăm sóc vì lợi chứ không vì tâm từ. Người có khả năng thì ngược lại năm điều trên. Các bộ khác cũng nói đại khái như vậy. Trong chúng kiểm tra xét hỏi vị nào có đủ các đức tánh trên rồi, sau đó thưởng cho họ. Nếu có người đi lấy thuốc nơi xa cho người bệnh, bản thân họ tuy ở ngoài nhưng cũng nên theo công mà thưởng.

7. Nói rõ pháp thưởng:

Theo các bộ luật khác, vật thưởng gồm: ba y, sáu vật hoặc thuốc dư. Luật này chỉ đem y và bát để thưởng.

"Đại đức Tăng xin lắng nghe! Tỳ-kheo... qua đời, ba y và bát hiện tiền Tăng nên chia, nay đem cho người nuôi bệnh tên... Nếu thời gian thích hợp đối với Tăng, Tăng đồng ý. [0223c01] Đây là lời tác bạch.

Đại đức Tăng xin lắng nghe! Tỳ-kheo... qua đời, ba y và bát hiện tiền Tăng nên chia, nay đem cho người nuôi bệnh tên... Các trưởng lão nào đồng ý thì im lặng, vị nào không đồng ý xin nói.

Tăng đã cho tỳ-kheo... y và bát rồi. Tăng đã đồng ý vì im lặng. Việc này tôi ghi nhận như vậy."

Ba y, bát hoặc các vật dụng, có cái gì thì thưởng cái đó. Tỳ-kheo-ni qua đời, y vật nên cho hai hạng người. Nếu có người trông nom Ni qua đời, nên cho ba người; tất cả đều là người thích đáng. Nếu có những người khác chăm sóc, mà công lao ít thì không được thưởng bằng. Luật dạy rõ như vậy. Nếu thưởng cho chúng bên dưới, nên chia đều cho mọi người.

8. Chính thức chia khinh vật:

Luật ghi: không có pháp yết-ma chia vật. Chuẩn theo trên đây, Tăng được thí, tợ như trực tiếp phân chia.[163] Vì vật này đã thuộc về Tăng, đã là vật của Tăng thì không thuộc về cá nhân nào. Bằng cách nào để biết? - Đáp: Lấy vật này trao cho cá nhân, văn có thêm pháp bạch nhị, vì vật này của Tăng không thuộc về cá nhân. Nếu không dùng pháp

---

[163] *Thập tụng luật 28*, T23n1435_p0202b09: Tỳ-kheo qua đời, các vật nhu yếu ít giá trị, y hoặc không phải y nên phân chia hiện tiền Tăng.

bạch nhị, sao có thể thuộc về người kia? Do vậy, thưởng cho người nuôi bệnh và người được hứa cho, nếu vật ít quá không thể chia thì gom lại trao cho một người, phải có yết-ma. Theo các bộ luật khác thì đều bạch nhị. Vì Tăng vật này thuộc bốn phương Tăng, nếu không đoán định theo pháp thì hiện tiền Tăng giữ được sao? Nhưng theo văn, hành sự của các bộ có thêm bớt không giống nhau, thêm một, hai hay ba phần cho đầy đủ ngữ nghĩa. Có hai pháp đứng đầu, văn rõ ràng, lý nhất định, đó là sai người và phân chia. Tuy chẳng phải là bộ của mình, nhưng dựa vào đây để áp dụng thì không mắc lỗi, cho nên trình bày đầy đủ. Khi thực hiện, nếu có năm người, nên tác pháp bạch nhị hai lần, một lần để sai người và một lần để phân chia. Nếu chỉ có bốn người, không cần phải sai người, theo luận *Tỳ-ni mẫu* chỉ tác một pháp phân chia trực tiếp.

8.1. Pháp sai người chia y:

Vật thuộc về Tăng thì Tăng sai người phân chia. Nếu yết-ma mà phi thì không thể thành tựu. Do vậy, trong văn luật, người phân chia ngọa cụ, người sai nhận thỉnh, người giữ vật... đều có pháp sai. Pháp sai người trong *Tứ phần* luật cũng thế. Dựa theo nghĩa này, văn như sau:

"**Đại đức Tăng xin lắng nghe! Tỳ-kheo... này có thể vì Tăng làm người chia y. Nay Tăng sai tỳ-kheo... làm người chia y. Nếu thời gian thích hợp đối với Tăng, Tăng đồng ý. Đây là lời tác bạch.**

Đại đức Tăng xin lắng nghe! Tỳ-kheo... này có thể vì Tăng làm người chia y. Nay Tăng sai tỳ-kheo... làm người chia y. Các trưởng lão nào đồng ý thì im lặng, vị nào không đồng ý xin nói.

Tăng đã sai tỳ-kheo... làm người chia y rồi. Tăng đồng ý vì im lặng. Việc này tôi ghi nhận như vậy."

8.2. Pháp lấy vật đưa người phân chia:

"**Đại đức Tăng xin lắng nghe! Tỳ-kheo... qua đời ở nơi đây** *(nơi kia)*, **lúc sanh tiền có y, hoặc phi y, hiện tiền Tăng nên chia. Nay Tăng trao cho tỳ-kheo... Tỳ-kheo... nên trả lại cho Tăng. Nếu thời gian thích hợp đối với Tăng, Tăng đồng ý.**

Đây là lời tác bạch.

Đại đức Tăng xin lắng nghe! Tỳ-kheo... qua đời ở nơi đây *(nơi kia)*, lúc sanh tiền có y, hoặc phi y, hiện tiền Tăng nên chia. Nay Tăng trao cho tỳ-kheo... Tỳ-kheo... nên trả lại cho Tăng. Các trưởng lão nào đồng ý thì im lặng, vị nào không đồng ý xin nói.

Tăng đã đồng ý trao cho tỳ-kheo... Tỳ-kheo... nên trả lại cho Tăng rồi. Tăng đồng ý vì im lặng. Việc này tôi ghi nhận như vậy."

8.3. Pháp bốn người chia trực tiếp:

"Đại đức Tăng xin lắng nghe! Tỳ-kheo... qua đời ở nơi đây *(nơi kia)*, lúc sanh tiền có y, hoặc phi y, hiện tiền Tăng nên chia. Nếu thời gian thích hợp đối với Tăng, Tăng đồng ý. Đây là lời tác bạch.

Đại đức Tăng xin lắng nghe! Tỳ-kheo... qua đời ở [0224a01] nơi đây *(nơi kia)*, lúc sanh tiền có y, hoặc phi y, hiện tiền Tăng nên chia. Các trưởng lão nào đồng ý thì im lặng, vị nào không đồng ý xin nói.

Tăng đã chia y và vật này rồi. Tăng đồng ý vì im lặng. Việc này tôi ghi nhận như vậy."

Nếu muốn thưởng người nuôi bệnh, nên dùng pháp ba người hòa hợp miệng nói, lấy y, bát và vật dụng trao cho:

"Các Đại đức! Tỳ-kheo... qua đời, nay đem y, bát và vật dụng cho người nuôi bệnh tên..." *(Nói ba lần. Thưởng cho hai người, hai vị kia hòa hợp cũng bạch như vậy.)*

8.4. Pháp chia y cho ba người:

"Hai vị Đại đức! Tỳ-kheo... qua đời, hoặc y hoặc phi y nên thuộc về chúng ta." *(Nói ba lần. Hai vị còn lại cũng thưa như vậy. Nếu chỉ có hai vị chia y, cũng nói như thế.)*

8.5. Pháp một người tâm niệm chia y:

"Tỳ-kheo... qua đời, hoặc y hoặc phi y đều thuộc về tôi." *(Nói ba lần)*

8.6. Pháp gom cho một người:

Luật ghi, nếu y bị thiếu không chia được, nên bạch nhị trao một tỳ-kheo không có y.

> "Đại đức Tăng xin lắng nghe! Tăng nơi đây được y hoặc phi y, nay gom cho tỳ-kheo tên... Nếu thời gian thích hợp đối với Tăng, Tăng đồng ý. Đây là lời tác bạch.
>
> Đại đức Tăng xin lắng nghe! Tăng nơi đây được y hoặc phi y, nay gom cho tỳ-kheo tên... Các trưởng lão nào đồng ý thì im lặng, vị nào không đồng ý xin nói.
>
> Tăng đã đồng ý cho tỳ-kheo... y rồi. Tăng đồng ý vì im lặng. Việc này tôi ghi nhận như vậy." *(Y và vật của người mất cũng đều như vậy.)*

9. Hai chúng phụ thuộc nhau:

Văn ghi: nếu trú xứ tỳ-kheo, chẳng phải thời gian an cư, tỳ-kheo qua đời, không có tỳ-kheo, tỳ-kheo-ni nên chia. Nếu trú xứ tỳ-kheo-ni, chẳng phải thời gian an cư, tỳ-kheo-ni qua đời, không có tỳ-kheo-ni, tỳ-kheo nên chia. Thời gian an cư cũng như vậy. Vật Tăng được thí cũng thế. Trong luật *Tứ phần* nói: cho đến không có một sa-di, tỳ-kheo-ni nên chia... như trước đã đề cập. Luật kia cũng ghi, nếu Tăng hoặc Ni qua đời, trú xứ không có ai thì năm chúng xuất gia, ai đến trước thì được lấy. Nếu không ai đến, đem cho già-lam ở gần nhất.

10. Các bộ thuyết minh khác nhau:

Nhận và chia y vật trong các bộ, đại khái nói có mười thứ: (1). Lấy như y phấn tảo. Như trong luật này nói: Tỳ-kheo chết do nước cuốn trôi.[164] (2). Người hiện diện được lấy. Như trong *Thập tụng* nói: người học hối và người giữ giới cùng ở chung, [người này chết thì y thuộc về người kia và ngược lại]. (3). Đồng quan điểm lấy. Như trong luật *Tứ*

---

[164] Theo *Tỳ-ni tác trì tục thích 10*, X 41, Tr. 458c 24, giải thích: y và bát của một tỳ-kheo bị chết do nước cuốn trôi, dính vào gốc cây trong cương giới của Tăng. Mọi người nói nó thuộc về Tăng, không dám lấy. Phật cho phép lấy như lấy y phấn tảo.

phần nói: Người chết của hai bộ.[165] (4). Công năng lấy. Như trong luật *Tứ phần* nói: người đang bị tạm cử qua đời, y vật thuộc Tăng yết-ma cử. (5). Hai bộ lấy. Như trong luật *Tứ phần* nói: tỳ-kheo qua đời nơi trú xứ không có tỳ-kheo. (6). Chỗ mặt hướng về lấy. Như trong Luận nói: tỳ-kheo qua đời giữa hai cương giới [mặt hướng về trú xứ nào thì y thuộc về bên đó]. (7). Thuộc về Hòa thượng. Như trong *Tăng-kỳ* nói: sa-di qua đời. (8). Giao cho bạch y thân quyến. Như *Đa luận* nói: tỳ-kheo diệt tẫn qua đời. (9). Thuộc nơi ký gửi. Như *Thập tụng* nói: Gửi cho trú xứ [không giống như gửi cho người][166]. (10). Yết-ma lấy. Như luật khác nói: tỳ-kheo qua đời trong chúng. Luật này cũng đồng.

---

[165] Theo sđd giải thích: Hai bộ đang tranh chấp đúng sai. Người bộ này đi đến bộ kia, giữa đường bị chết, thì y vật của vị này thuộc về bộ kia, vì cùng quan điểm. Ngược lại cũng vậy.

[166] Tỳ-kheo qua đời, gửi vật cho trú xứ nào thì thuộc về chúng của trú xứ đó; khác với gửi cho cá nhân. Ở đó tự có phần của Tăng, không ai được đòi dẫn đến đấu tranh. *Luật nhiếp* cũng đồng nghĩa như vậy. (Tỳ-ni tác trì tục thích 10, X 41, Tr. 459b 21).

CHƯƠNG IX: PHÁP SÁM HỐI CÁC TỘI

Nghiệp như huyễn hóa, tánh tướng không định, gặp duyên thì sanh, không bỗng nhiên mà có; gặp duyên mà diệt, có rồi hoàn không. Nếu không sanh tâm hổ thẹn sâu sắc, sám hối tự trách tội lỗi trước đây thì trải qua trăm ngàn ức kiếp cũng không tiêu mất. Một khi nhân duyên chín mùi tất sẽ lãnh thọ quả báo. Nếu ăn năn sám hối, hết lòng tu sửa thì chỉ trong khoảnh khắc một niệm tội sẽ tiêu tan không còn dư sót. Vì thế, kinh *Vị tằng hữu* ghi rằng: "Tâm trước tạo ác như mây che vầng nhật, tâm sau hướng thiện như đuốc xua đêm đen." Lại nữa, kinh *Nghiệp báo sai biệt* ghi: "Nếu có người tạo tội rất nặng, sau hết sức hối hận tự trách, hối lỗi không làm nữa thì có thể tiêu trừ được nghiệp căn bản." Kinh *Niết-bàn* cũng ghi: "Nếu có người tu tập thân, giới, tâm và tuệ có thể khiến cho những thống khổ nặng nề trong địa ngục thành thọ báo nhẹ nhàng ở hiện đời."

Thánh giáo dạy nhiều làm sao nói cho hết! Tuy nhiên, việc phạm giới có tánh tội, giá tội. Sám hối cũng chia hai phần là lý và sự. **[0224b01]** Trong hai cách sám hối, lại phân ra đại, tiểu. Nếu tu tập minh tuệ, quán ngã và pháp đều không, thể của phước còn không có thì tội do đâu mà có! Cái lý này, tự nó bao hàm cả căn cơ đại và tiểu. Sự sám của đại thừa có nhiều cách không giống nhau. Quán tưởng, đảnh lễ tượng Phật, tụng trì thần chú, tất cả tội không phân biệt nặng nhẹ thảy đều diệt tận. Sự sám trong luật, nếu thanh tịnh suông thì trái với giáo. Quy tắc trình bày trên thật đặc biệt, đã làm tiêu tan sự ưa thích tùy tiện của các căn cơ. Pháp sự trong Luật tông, chủ yếu dựa vào sự thấy và nghe, đã phá luật nghi thì quyết phải dùng đến pháp tắc để chế định; đã phạm giới thì phải dựa vào pháp để sám hối. Nhưng giáo pháp bao la không giành cho phàm hay Thánh, nay dựa vào tội khinh hay trọng mà nêu chi tiết từng phần các pháp sám.

I. PHÁP SÁM HỐI TỘI BA-LA-DI

Phạm ba-la-di gọi là gốc rễ hư hoại, như đá vỡ đôi, như người đứt đầu thì sao có thể sống lại như trước! Trong sám hối của Đại thừa, tuy nói trừ được tội, nhưng với Luật tông, vĩnh viễn không dùng được trong Tăng nữa. Đây là điều cấm của tội căn bản, không giống với các tội khác nên đặc biệt cẩn trọng giữ gìn cho kiên định dù thịt nát xương tan. Nhưng tánh tình của phàm phu dễ buông lung, thất bại trước ngoại cảnh. Một khi đã phạm, nếu không có niệm che giấu thì trong luật cho phép sám hối sửa đổi. Đây chỉ là làm thanh tịnh cái nghiệp đã phạm kia, nhưng Tăng pháp đâu thể được dự vào! Thời nay, người phạm chịu sám hối rất là hiếm hoi, điều này có nói rõ trong *Hành sự sao*.[167]

II. PHÁP SÁM HỐI TĂNG-GIÀ-BÀ-THI-SA

Tội này được gọi là tàn phế, gần như là mất mạng, cần phải dựa vào chúng thanh tịnh mới trừ được mối họa của cái nghiệp này. Trong văn trình bày đầy đủ bốn pháp gồm phú tàng, v.v... Bộ này hay bộ khác đều có nghi quỹ sám hối. Pháp này rất nhiều, ở đây không thể nói hết được! Trong văn *Hành sự sao* có nêu rõ cách làm khi gặp việc.

III. PHÁP SÁM HỐI THÂU-LAN-GIÁ

Tội này dựa vào duyên mà định, thông từ nhân đến quả. Tùy theo sự khinh trọng của nhân quả, chia làm ba phẩm. Như phá Pháp luân Tăng, trộm thực phẩm, trộm bốn tiền[168], v.v... và các nhân trọng của thiên thứ nhất thuộc thượng phẩm, nên sám hối giữa Tăng. Nếu phá yết-ma, trộm ba tiền trở xuống, nam nữ có y phục xúc chạm nhau và các nhân khinh của thiên thứ nhất, nhân trọng của thiên thứ hai thì thuộc trung phẩm, nên sám hối trước hai hay ba tỳ-kheo. Nếu ăn thịt người, sử dụng tóc người... khoác y của ngoại đạo và các nhân khinh của thiên thứ hai thì thuộc hạ phẩm, nên sám hối trước một tỳ-kheo.

---

[167] Đạo Tuyên, *Tứ phần luật san phiền bổ khuyết hành sự sao*, T40n1804.

[168] Theo cách hiểu phổ thông trong giới học Luật Trung hoa, trộm 5 tiền (tiền vàng Ấn-độ cổ), phạm căn bản ba-la-di.

Sám hối trước giữa Tăng, trước nên ba lần thỉnh riêng vị sám chủ, sám chủ đơn bạch, Tăng hòa hợp yết-ma ba lần mà sám hối. Nếu trú xứ có hai hay ba tỳ-kheo, trừ phần khẩn cầu, thỉnh sám chủ và sám chủ đơn bạch[169], thêm phần hỏi một người ngồi bên cạnh.[170] Nếu chỉ có một tỳ-kheo thì trừ phần hỏi người bên cạnh, chỉ tự bạch sám hối. Còn lại từ và cú giống như trong cách sám hối ba-dật-đề, chỉ khác là tên tội. Sự đã giản lược cho gọn, chỉ nói tóm tắt đại cương, trong *Hành sự sao* có nêu rõ cách làm khi gặp việc.

IV. PHÁP SÁM HỐI BA-DẬT-ĐỀ

Phạm xả đọa do tài vật mà tạo thành, đơn-đề không phạm bởi y, vật. Các bộ khác lý giải xả, tuy dựa trên các nguyên nhân sai khác, còn đọa thì ba mươi pháp đồng nhau. Sám xả đọa chung cả Tăng và một người, sám đơn đề chỉ trước một người. Do vậy có chia ra trước sau. Ý nghĩa ở chỗ này vậy.

V. TÁC PHÁP SÁM HỐI XẢ ĐỌA TRƯỚC TĂNG

Văn ghi, nên xả cho Tăng. Không được xả cho hoặc một, hai, ba người[171], không được xả cho người khác và phi nhân. Xả xong cần sám hối. Nếu không xả mà sám hối, tội ấy càng thêm nặng. Luật *Tứ phần* ghi: Xả đọa có bốn pháp: 1. Xả tài vật, 2. Xả tội, 3. Trả lại tài vật, 4. Không trả lại tài vật và kết tội. Xả tiền[172], và vải vóc[173] đều y theo đây thực hiện, không lỗi. Nay bàn về nghi giới ba pháp trước.

---

[169] *Hành sự sao* dẫn trên, quyển 2, T40n1804_p0100c04.

[170] *Tứ phần luật Yết-ma*, T22n1433_p1055c26: Trong trường hợp chỉ hiện diện 2 hay 3 người, vị nhận sám hối nói với vị ngồi bên cạnh: "Trưởng lão cho phép tôi nhận sự sám hối của tỳ-kheo ..." *Hành sự sao* dẫn trên, T40n1804_p0012b10: sám 30 xả đọa, cần hỏi người bên cạnh. Sám 90 đơn đọa, chỉ cần đối thủ. ... Nếu chỉ một người, tâm niệm sám.

[171] *Ngũ phần luật 12*, T22n1421_p0084c26: không được xả cho một, hai, ba tỳ-kheo-ni.

[172] 罽, tức 罽利沙槃, *kế-lị-sa-bàn*, 巴 *kahāpaṇa*, 梵 *kārṣāpana*, tiền tệ cổ Ấn-độ.

[173] 氎, *điệp*, chỉ chung các loại vải.

1. Xả tài vật:

Trong việc xả tài vật này cần biết năm pháp:

(1). Xả tâm tham tài: Vì giữ vật này bằng tâm tham, trái với Thánh giáo tạo thành nghiệp, sẽ bị quả báo đau khổ. Những gì bậc Thánh đã chế định, luôn chân thật không hư dối, nếu không sám hối để diệt trừ, tương lai chắc chắn phải chịu khổ báo. Tư duy như vậy rồi, sanh tâm hết sức nhàm chán đối với tài vật này, xả bỏ tất cả không chút hối tiếc.

(2). Tài vật được xả: Y, bát, thuốc, vật báu... là những vật được quy định phải xả, gom lại tất cả rồi xả hết những vật đó.

(3). Đối tượng xả tài vật: đó là Tăng, hoặc ba tỳ-kheo. Trong *Tứ phần* nói: "Không được xả cho biệt chúng[174], xả vậy sẽ không thành, phạm đột-kiết-la."

(4). Oai nghi xả tài vật: Trải ni-sư-đàn, cởi bỏ giày dép, đảnh lễ, quỳ hai gối chấm đất, chắp tay. Đối với người nhỏ hơn thì không cần lễ lạy. (5). Pháp xả tài vật: Đối diện trước Tăng, bạch:

"Đại đức Tăng xin lắng nghe! Tôi tỳ-kheo... cố ý chứa *(chừng ấy)* **y dư, phạm xả đọa** *(hoặc lìa y, v.v... Tùy vào sự việc mà nêu ra)*. **Y này nay xả cho Tăng."** Nói một lần. Xả như vậy xong, liền trao cho Tăng. Đối trước chúng ít hơn, từ cú cũng vậy, chỉ khác ở chỗ đổi hai chữ 'Tăng' ở đầu và cuối.

2. Xả tội:

[0224c01] Sám hối tội trước Tăng cần phải đủ sáu pháp: (1). Xin, (2). Thỉnh, (3). Bạch, (4). Hối, (5). Giới, (6). Thọ. Sáu pháp này các luật đều nói rõ, bắt buộc phải đầy đủ thì mới thành sám hối lỗi.

(1). Xin trình bày trước chúng: Đầy đủ oai nghi, quỳ xuống, chắp tay thưa:

---

[174] 別眾, chúng 4 tỳ-kheo trở lên được gọi là *Tăng (saṅgha)*. Chúng 3 tỳ-kheo, dưới 4 vị, gọi là *biệt chúng (gaṇa)*. *Tứ phần luật 6*, T22n1428_p0602c11: "Y xả đọa phải xả cho Tăng hoặc chúng nhiều người, hoặc một người; không được xả cho biệt chúng. Nếu xả không thành, đột-kiết-la."

"Đại đức Tăng xin lắng nghe! Tôi tỳ-kheo... cố ý chứa y dư như vậy, phạm xả đọa. Y này đã xả cho Tăng. Nay có *(chừng ấy)* tội ba-dật-đề, theo Tăng xin sám hối. Cúi xin Tăng cho phép tôi tỳ-kheo... sám hối, xin từ bi thương xót cho." *(Nói ba lần)*

(2). Thỉnh vị chủ sám hối: Vị chủ sám hối cần phải thanh tịnh. Người đó tự mình bị trói buộc thì làm sao cởi trói cho người khác. Khi ấy, tỳ-kheo thanh tịnh bệnh nặng, không có người thanh tịnh nào, do vậy, trước là khai cho người phạm không cùng tội nhận sám, sau thì khai cho người phạm cùng tội nhận sám.

"Đại đức nhất tâm niệm! Tôi tỳ-kheo... nay thỉnh đại đức làm vị chủ sám hối tội ba-dật-đề. Cúi mong đại đức vì tôi làm vị chủ sám hối tội ba-dật-đề, xin từ bi thương xót cho." *(Nói ba lần)*

(3). Đơn bạch vấn hòa Tăng: Đã đối trước chúng thanh tịnh, theo nghĩa không tự nhận chủ sám hối ngay, do vậy cần phải hỏi bạch để giữ sự hòa hợp trong chúng. Tiền phương tiện như thường lệ, đáp: "Yết-ma nhận sám hối ba-dật-đề."

"Đại đức Tăng xin lắng nghe! Tỳ-kheo... cố ý chứa y dư, phạm xả đọa. Y này đã xả cho Tăng, trong đây có tội ba-dật-đề, nay khất cầu Tăng cho sám hối. Tôi tỳ-kheo... nhận sự sám hối của tỳ-kheo... Nếu thời gian thích hợp đối với Tăng, Tăng đồng ý. Đây là lời tác bạch."

Chúng cùng nói: **Nên nhận.**

(4). Chính thức sám hối trừ tội: Số loại của tội chứa y thì hơi nhiều, từ một, hai hay ba cho đến chín; phạm về danh và chủng chỉ có đột-kiết-la và ba-dật-đề. Trong đó, sáu loại là tùng sanh, ba loại là căn bản. Nay dựa theo thứ tự tổng lược về tướng các loại đó.

Thứ nhất: Như chứa một y dư phạm ba-dật-đề, biết rõ đây là tội, lại có tâm che giấu, ngủ qua đêm với tỳ-kheo thanh tịnh trong cùng một giới thì phạm thêm tội đột-kiết-la phú tàng. Một phẩm tội này từ y dư phát sanh, dựa trên vị thứ mà định tên chung là tội phú tàng. Chỉ đột-kiết-la phú tàng cũng phải phát lộ. Nếu che dấu, không phát lộ thì sanh thêm một lớp phú tàng. Do phú tàng này mà sanh nên tội này gọi là tùy phú tàng đột-kiết-la. Một phẩm tội này cũng theo mỗi đêm sanh thêm. Số lượng tội nêu ra tuy nhiều nhưng gọi chung là tùy phú tàng. Ba phẩm tội ở trên, một ba-dật-đề, hai đột-kiết-la; ba-dật-đề là tội căn bản, đột-kiết-la là tội tùng sanh. Do đó, che giấu sẽ phạm hai đến ba tội, không che giấu, chỉ phạm một.

Thứ hai: Phạm chứa y dư nói lên bản chất đã là tội. Nếu sử dụng tức phạm tội đột-kiết-la. Căn cứ vào tâm phát lộ thì không có tội ; che giấu, không phát lộ có thêm tội phú tàng, giống như ba phẩm trên, khinh trọng có khác.

Thứ ba: Phạm các tội đã nói ở trước, lúc Tăng thuyết giới, sau khi qua ba lần hỏi mà không phát lộ, phạm thêm tội đột-kiết-la. Hai tội phú tàng tùng sanh cũng đồng như trên. Hai loại này với ba trường hợp trên cộng lại thành chín phẩm, có người phạm đủ hay có người phạm không đủ, cứ dựa trên sự việc mà suy ra.

Người hành sám hối phải đặc biệt nhận thức cho rõ, nêu cụ thể từng tên tội, trải qua [bao nhiêu ngày], sanh tâm nhàm chán, hổ thẹn, lập đối trị đạo[175], tinh cần khắc chế thân tâm, từ cú không lộn xộn mới thành sám hối. Trước sám tội nhẹ sau sám tội nặng thứ tự mà trừ. Nói hết các loại tội này phải đến hai trang giấy. Thứ nhất, trước sám hối ba loại, phú tàng và tùy phú tàng là sáu tội, vì lấy chủng loại khinh trọng đồng nhau. Thứ hai, sám hối do khoác y dư và dối trá im lặng lúc thuyết giới, phạm hai đột-kiết-la căn bản. Thứ ba, sám hối ba-dật-đề do chứa y dư. Căn cứ trên sự là vậy, theo pháp tắc mà nói thì trước sám tội ba-dật-đề, các trường hợp tội khinh khác chuẩn theo đây mà thực hiện. Văn nói: tỳ-kheo phạm tội nên bày vai phải,

---

[175] Đối trị đạo (⬛ *pratipakṣa-mārga*), các công đức pháp sinh trong giai đoạn ly nhiễm như là đối trị phần của phiền não. *Tứ phần sức tông nghĩa ký 2*, dẫn *Luật nhị thập nhị minh liễu luận* (T24n1461_ p0665b19) của Chánh lượng bộ (Sammitīya), "Do đối trị tam giới thượng tâm hoặc (Skyt. *paryavasthāna/ triền*), cần nói rõ số lượng của các hộ (⬛ *saṃvara*: luật nghi). Tam giới thượng tâm hoặc có 294. Trong tam giới đó cũng có 294 phi hộ (bất luật nghi) phát sinh. Để đối trị các hộ này cũng có các hộ của thiện và vô ký. Tổng hợp có 588." Đây là giải thích nghĩa rộng của đối trị đạo. *Sức tông nghĩa ký 8*, «Lập đối trị đạo, tức lấy sám pháp làm năng trị đạo.»

quỳ xuống, chắp tay. Văn còn lại, đối trước đại tỳ-kheo[176], cần đủ năm pháp[177], lại thêm bày vai phải, tổng cộng thành sáu pháp.

"Bạch đại đức! Tôi tỳ-kheo... cố ý chứa *(chừng ấy)* y dư, phạm tội ba-dật-đề, xin đối trước đại đức sám hối tội." *(Nói ba lần)*. Các bộ luật có từ cú khác nữa, tông này chỉ tổng hợp như vậy.

(5). Giáo giới khiến trừ tội: **[0225a01]** Thượng tọa nên hỏi: **"Ông có tự thấy tội không?"**

Đáp: **"Tôi đã tự thấy tội."**

Thượng tọa lại hỏi: **"Ông muốn sám hối tội chứ?"**

Đáp: **"Tôi muốn sám hối tội."**

Thượng tọa lại nói: **"Từ nay về sau ông chớ tái phạm."**

(6). Nhận lời giáo giới: Nên đáp: **"Thưa vâng"** *(Hoặc nói: "Đảnh đới thọ trì")*

Từ đầu đến chỗ này được gọi là đã sám hối xong.

3. Trả lại y:

Nếu xả trước Tăng thì Tăng nên trả y lại. Nếu xả cho người khác thì người đó cũng trả y lại. Tội thật sự đã trừ, thân tâm thanh tịnh, có thể tiêu hóa vật dưỡng làm duyên tư trợ cho đạo.

Tứ phần ghi: "Tăng nên trả lại y cho tỳ-kheo này bằng pháp bạch nhị yết-ma. Nếu Tăng không trả lại hoặc cố tình làm hư, đều phạm đột-kiết-la. Chỉ trừ năm loại phu cụ[178], hai loại bảo vật[179] và thuốc bảy

---

[176] *Tứ phần luật số 7*, X41n0731_p0730b07: đối trước đại tỳ-kheo phải đủ năm pháp, trước tiểu tỳ-kheo không phải lễ dưới chân.

[177] *Tì-ni mẫu kinh 3*, T24n1463_p0813c03: Muốn phát lồ, cần đủ năm pháp: 1, chỉnh y phục; 2. cởi giày dép; 3. hồ quỳ; 4. chắp tay; 5. nói rõ tội đã phạm. *Thập tụng luật 50*, T23n1435_p0366c08: sám hối trước Thượng tọa: rời chỗ ngồi, trịch y vai phải, cởi giày dép, quỳ gối phải xuống đất, hai tay nắm chân Thượng tọa.

[178] Năm loại phu cụ: 1. tơ tằm; 2. lông đen; 3. lông trắng; 4. dưới 6 năm; 5. tọa cụ không đắp miếng cũ.

[179] Hai loại bảo vật: vàng và bạc.

ngày, tám loại này không phải trả lại."

Trong luật *Tứ phần* nói, gấm lụa rách nát cũng nằm trong pháp không trả lại. Tuy nhiên, Tăng muốn trả lại thì có hai cách: (1). Chuyển trao tại chỗ: tức là ngại chúng Tăng nhóm họp đông, hoặc tỳ-kheo này có nhân duyên muốn đi xa, Tăng nên hỏi: "Y này thầy muốn cho ai?" Tùy theo ý của tỳ-kheo mà Tăng trao cho người đó. Nếu không có hai duyên này thì sáng mai Tăng phải trả liền cho tỳ-kheo kia. (2). Trao trực tiếp tại chỗ: tức là không cần phải qua đêm mới trao. Tuy nhiên, có đủ năm tỳ-kheo thì được phép hoàn chuyển. Nếu chỉ có bốn tỳ-kheo, chỉ được phép trực tiếp trao. Ba người trở xuống chỉ tác pháp bằng lời rồi trả lại.

3.1. Pháp chuyển trao tại chỗ:

"Đại đức Tăng xin lắng nghe! Tỳ-kheo... này cố ý chứa *(chừng ấy)* y dư phạm xả đọa. Y này đã xả cho Tăng, nay Tăng đem y này trao cho tỳ-kheo..., tỳ-kheo... sẽ trả lại cho tỳ-kheo này. Nếu thời gian thích hợp đối với Tăng, Tăng đồng ý. Đây là lời tác bạch.

Đại đức Tăng xin lắng nghe! Tỳ-kheo... này cố ý chứa *(chừng ấy)* y dư phạm xả đọa. Y này đã xả cho Tăng, nay Tăng đem y này trao cho tỳ-kheo..., tỳ-kheo... sẽ trả lại cho tỳ-kheo này. Các trưởng lão nào đồng ý thì im lặng, vị nào không đồng ý xin nói.

Tăng đã đem y này trao cho tỳ-kheo..., tỳ-kheo... sẽ trả lại cho tỳ-kheo này rồi. Tăng đồng ý vì im lặng. Việc này tôi ghi nhận như vậy."

3.2. Pháp trực tiếp trao trả:

"Đại đức Tăng xin lắng nghe! Tỳ-kheo... cố ý lìa Tăng-già-lê *(các y khác theo đó mà gọi)* ngủ cách đêm, phạm xả đọa. Y này đã xả cho Tăng, Tăng nay đem y này trả lại cho tỳ-kheo... Nếu thời gian thích hợp đối với Tăng, Tăng đồng ý. Đây là lời tác bạch.

Đại đức Tăng xin lắng nghe! Tỳ-kheo... cố ý lìa Tăng-già-lê ngủ cách đêm, phạm xả đọa. Y này đã xả cho Tăng, Tăng nay đem y này trả lại cho tỳ-kheo... Các trưởng lão nào đồng ý thì im lặng, vị nào không đồng ý xin nói.

Tăng đã đem y này trả lại cho tỳ-kheo... rồi. Tăng đồng ý vì im lặng. Việc này tôi ghi nhận như vậy."

Tác yết-ma xong, lấy y trao lại cho tỳ-kheo đó.

4. Pháp sám hối xả trước chúng nhiều người:

Xả tài vật giống như trên, chỉ cần khẩu hòa với tỳ-kheo khác, không cần dùng pháp đơn bạch, còn lại theo đây mà biết.

5. Pháp khẩu hòa thọ sám:

"Hai trưởng lão cho phép tôi nhận sám hối của tỳ-kheo... thì tôi sẽ nhận."

Nhận sám hối, trả lại y, có thể chuẩn theo văn trên mà làm.

6. Pháp sám hối xả trước một tỳ-kheo:

Nên dẫn tỳ-kheo sám hối đến chỗ giới tự nhiên hoặc vào giới trường, gom hết tài vật đã phạm lại một chỗ không để thất lạc, tỳ-kheo cần sám đầy đủ oai nghi như đối với Tăng ở trên, **[0225b01]** chỉ đối tượng xưng là khác. Vì chỉ có một người nên không cần khẩu hòa. Chính thức sám hối, trả lại y cũng theo đây mà thực hiện.

7. Sám hối hai đột-kiết-la căn bản:

Nên thỉnh vị chủ sám hối, tỳ-kheo cần sám oai nghi như trước đã nói.

"Bạch Đại đức! Tôi tên... phạm tội vì khoác y chưa tác tịnh[180] và im lặng vọng ngữ khi Tăng thuyết giới, đều phạm tội đột-kiết-la, không nhớ số lần phạm các tội đó, nay đối trước Đại đức sám hối tội."

(Ngoài ra, giáo giới và tiếp nhận... theo như trước để biết.)

8. Pháp sám hối đột-kiết-la phú tàng và tùy phú tàng:

"Bạch Đại đức! Tôi tên... phạm tội ba-dật-đề vì cố ý chứa y dư, phạm tội đột-kiết-la vì đắp khoác y bất tịnh và im lặng vọng ngữ khi Tăng thuyết giới, đều lần lượt có tội đột-kiết-la phú tàng và

---

[180] 不淨衣: Y không tác tịnh, chưa hợp thức hóa để dùng.

tùy phú tàng, nhưng không nhớ số lần phạm, nay đối trước đại đức sám hối.”

(Còn lại, ba lần hỏi đáp đều nói theo trên.)

9. Pháp sám hối đơn ba-dật-đề:

Chỉ khác chỗ nêu tên tội, pháp sám như trên.

VI. PHÁP SÁM HỐI BA-LA-ĐỀ-XÁ-NI

Thỉnh vị chủ sám hối, tỳ-kheo cần sám đầy đủ oai nghi giống như trước, chỉ khác ở chỗ là nêu tên các tội đã phạm.

“Bạch Đại đức! Tôi tên… phạm *(chừng ấy)* **tội ba-la-đề đề-xá-ni, tự tay nhận thức ăn từ tỳ-kheo-ni không phải bà con. Nay đối trước đại đức sám hối.”**

(Còn lại, ba lần hỏi đáp giống như trước.)

VII. PHÁP SÁM HỐI ĐỘT-KIẾT-LA

Luật ghi: khoác y trên, dưới, v.v… nếu không biết lại không hỏi mà làm, phạm đột-kiết-la. Nếu biết mà khoác không cẩn thận cũng phạm đột-kiết-la. Hai loại đột-kiết-la này không có khinh hay trọng, đều sám hối bằng cách tự trách tâm. Nếu biết mà khinh thường giới, khinh thường người đều phạm tội ba-dật-đề. Sám hối tội ba-dật-đề này giống như ở trước. Trách tâm sám hối đột-kiết-la không cần phải trước chúng, chỉ cần tự thân đủ oai nghi rồi nói:

“Tôi tên… phạm *(chừng ấy)* **tội đột-kiết-la vì khoác y trên, dưới không đều. Nay tự trách tâm sám hối tội.** *(Nói một lần)*

CHƯƠNG X: TRỤ TRÌ TẠP PHÁP

Chỉ trì hay tác trì, hành đầy đủ thì tự và tha đều lợi lạc. Giáo và hành, nhân và quả, đều dựa vào chỗ tinh yếu mà trình bày. Trước nói rõ về tông này, sau nói về các bộ khác.

1. Pháp tác sáu niệm:

Luật ghi: "Tỳ-kheo nên biết số ngày trong một tháng, nửa tháng, biết ngày bố-tát, sám hối thanh tịnh." Lại nói: "Trước nên khởi tâm thí thức ăn, nếu không nhớ nghĩ việc thí thức ăn cho người mà ăn phạm đột-kiết-la." Nhưng văn tản mác, thất lạc nên không có thứ tự. Nghi quỹ lục niệm rút ra từ Tăng-kỳ, nay nương theo văn và nghĩa của luật đó để trình bày. Vì thường thực hiện hằng ngày nên ghi [việc nhớ biết số ngày tháng] ở vị trí đầu tiên.

Thứ nhất, nhớ biết số ngày tháng, nên nói: "**Hôm nay là mùng một, tháng thiếu không trăng.**" Như thế cho đến ngày mười bốn. Nếu tháng đủ thì nói đủ. Có trăng thì luôn đủ, không thiếu; nên tùy theo đó mà nói.

Thứ hai, nhớ biết chỗ nhận thức ăn, nên nói: Nếu thường khất thực, tỳ-kheo nên nói: "**Tôi thường khất thực.**" Nếu ăn thức ăn của Tăng, nên nói: "**Tôi ăn thức ăn của Tăng.**" Nếu ăn thức ăn của mình, nên nói: "**Tôi ăn thức ăn của tôi.**" Nếu nhận lời người thỉnh một lần, muốn tự mình đến dự, nên nói: "**Tôi ăn tại nhà (tên họ)**" Nếu nhận lời thỉnh nhiều người, không thể dự tất cả, chỉ nên tự mình đến dự chỗ thỉnh một nhà, ngoài ra nên thí cho người khác. Người được thí là tỳ-kheo, sa-di. Nên đến chỗ người được thí tác pháp trao như sau:

"**Trưởng lão! Đàn việt tên...thí cho tôi năm thức ăn chính, tôi có nhân duyên không đến được, nay đem thí lại cho trưởng lão.**"

Nếu thời gian quá gấp gáp không có người nào để thí, luật khai cho tâm niệm thí người khác, nên tâm niệm như sau:

[0225c01] "Phần được thỉnh của tôi sẽ chuyển cho tỳ-kheo tên..."

Nếu có nhân duyên từ chối lời thỉnh cũng tùy theo việc mà nói. Nếu không có chỗ nhận thức ăn nhất định, nên nói: **"Tôi không từ chối lời thỉnh thọ thực."**

Thứ ba, nhớ biết số hạ lạp, thời gian thọ giới, nên nói:

"Tôi thọ giới Cụ túc vào lúc cây một thước ngã (*chừng ấy*) bóng, [lúc... giờ], ngày... tháng... năm..., không có hạ."

Một hạ hay nhiều hạ thì theo con số mà gọi.

Thứ tư, nhớ biết y bát thọ tịnh, nên nói: **"Ta đã có đủ ba y và bát, nếu thọ trì y dư thì phải thuyết tịnh."**

Nếu thiếu y bát, hoặc chưa thọ trì, chưa thuyết tịnh... thì nên nghĩ đến việc thọ trì và thuyết tịnh, tùy theo việc mà nêu.

Thứ năm, nhớ biết thân thể mạnh khỏe hay ốm đau, nên nói: **"Hôm nay tôi không bệnh tật, có thể hành đạo."** Nếu có bệnh nên nói: **"Tôi có bệnh cần phải điều trị."**[181]

2. Pháp tác tàn thực:

Phật dạy: "Lấy thức ăn cho vào trong bát, tay nâng lên trước tỳ-kheo ăn chưa xong, bày vai phải, quỳ gối phải chấm đất, thưa:"

"Trưởng lão nhất tâm niệm! Tôi tỳ-kheo... ăn đã đủ, xin vì tôi tác pháp tàn thực."

Tỳ-kheo kia lấy chút đồ ăn rồi hỏi: **"Thức ăn này cho tôi phải không?"** Đáp: **"Vâng."** Sau đó vị trưởng lão lấy một chút thức ăn trong bát, thức ăn còn lại hoàn trả cho tỳ-kheo kia. Nếu không ăn, cũng lấy rồi hoàn trả lại, nói: **"Đây là tàn thực của tôi, cho thầy."** Cũng gọi là thức ăn dư.

---

[181] Đây thuộc phần thứ sáu. Để bản khuyết phần thứ năm. 五者，當念不別眾食: năm là nhớ không ăn biệt chúng. (*Ma-ha-tăng-kì* T 22, *No. 1426*, Tr. 549a 17.)

3. Pháp bạch đồng lợi thực trước sau vào tụ lạc:

"Đại đức nhất tâm niệm! Tôi tỳ-kheo... trước đây nhận lời thỉnh tại..., nay có duyên sự... muốn đến nhà... chỗ tụ lạc... Xin đại đức biết cho."

4. Pháp bạch vào tụ lạc phi thời:

"Bạch trưởng lão! Tôi vào tụ lạc phi thời *(luật Thập tụng ghi)* đến nhà... trong thành ấp, tụ lạc..."

Trưởng lão đáp: "Được. Hãy khéo phòng hộ."

5. Pháp mua bán cầu lợi:

Luật ghi: nếu tỳ-kheo muốn mua bán, nên sai tịnh nhân như sau: "**Hãy mua bán vật này cho tôi.**" Lại nên tâm niệm, "**Thà để người kia được lợi của mình, chứ mình không nên được lợi cho mình.**"

Nếu tự mua bán, nên trao đổi ở trong năm chúng. Nếu cùng bạch y mua bán, phạm đột-kiết-la.

6. Pháp đệ tử muốn từ giã đi, Hòa thượng lượng xét:

Nếu nghi ngờ trên đường có khủng bố, hoặc bạn đi chung không hiểu biết, không biết tụng giới, bố-tát, yết-ma; hoặc nơi đó khất thực khó gặp được, không có vị trì pháp luật, hiểu luật nghi, thích tranh đấu, kiện tụng, muốn phá Tăng sự; hoặc nơi đó khi bị bệnh thì không có thuốc và thức ăn phù hợp cho người bệnh, không có người nuôi bệnh. Nếu có việc nào trong các việc đó thì chớ cho đi. Đệ tử vẫn cố đi, phạm ba-dật-đề vì khinh thầy. Nếu Hòa thượng không trù lượng mà cho phép đi thì phạm tội đột-kiết-la.

7. Pháp nghinh đón cúng dường tỳ-kheo trì luật đến:

Phật dạy: "Nay vì các tỳ-kheo kết pháp nên học đầu tiên. Nếu nghe Tỳ-kheo trì luật đến, không nên tránh đi, nên quét tưới, sửa soạn phòng ốc và ngọa cụ, ra nửa do tuần đón tiếp. Nếu [trụ trì] có việc gấp cần phải đi thì vị nhận trách nhiệm thay thế mang y vật, đồ đựng nước, mời nước uống sau ngọ và thỉnh vị ấy thuyết pháp. Nếu thật sự cầu hiểu biết thì nên như pháp thuyết giảng cho họ. Nếu người hỏi cố ý gây phiền thì không nên trả lời. Mỗi ngày, sửa soạn bữa ăn trước bữa ăn sau cho vị trì luật, xin vị ấy ở lại an cư; kêu gọi đàn việt thí y cho vị ấy. Nên cúng dường như vậy. Nếu không như vậy, phạm tội đột-kiết-la."

Tỳ-kheo trì luật có bảy hạng: (1). Đa văn các pháp, (2). Có khả năng suy xét là pháp hay phi pháp, (3). Biết [luật] tỳ-kheo-ni, (4). Nắm vững pháp luật của Phật, (5). Đến thuyết pháp nơi nào cũng không sợ sệt, (6). Tự thân trì tỳ-ni, (7). Biết cộng giới hay bất cộng giới.

8. Pháp người nên thuyết giới:

[0226a01] Có một trú xứ, Bạt-nan-đà là thượng tọa, chúng Tăng thỉnh thuyết giới, Bạt-nan-đà trả lời: "Tụng bị quên." Các tỳ-kheo nói: "Nếu quên, sao lại ngồi trên chỗ thượng tọa?" Các tỳ-kheo bạch Phật, Phật dạy: "Thượng tọa nên thuyết giới, nếu không thuyết, phạm đột-kiết-la." Các tỳ-kheo không biết ngang mức nào là thượng tọa, Phật dạy: "Trên mình không có người nào lớn, gọi là thượng tọa."

9. Pháp tôn ti lễ kính của hai chúng Tăng Ni:

Phật dạy: "Từ nay cho phép các tỳ-kheo tùy theo thứ bậc lễ thượng tọa. Các tỳ-kheo-ni lễ tất cả tỳ-kheo, cũng tùy theo thứ bậc lễ nhau. Thức-xoa-ma-na lễ tất cả tỳ-kheo, tỳ-kheo-ni, cũng tùy theo thứ bậc lễ nhau. Sa-di cũng như vậy. Sa-di-ni lễ tất cả tỳ-kheo, tỳ-kheo-ni, Thức-xoa-ma-na, sa-di, cũng tùy theo thứ bậc lễ nhau.

Pháp lễ kính, cho phép tỳ-kheo-ni cách tỳ-kheo không gần không xa, chắp tay, cúi đầu thưa, "Hòa nam." *Tứ phần* luật ghi: "Cũng phải lễ kính tháp". Phật dạy: "Khi Tăng ngọ thực, khi ăn cháo, khi ăn trái cây, khi kinh hành, khi không mặc ba y, khi trời tối, khi không thể nói chuyện với nhau, giận nhau, nơi chỗ vắng, những lúc ấy đều không nên lễ kính, ai vi phạm, đột-kiết-la. Năm hạng người bị yết-ma, bị cử, bất cộng ngữ, bổn ngôn trị, tâm cuồng, tâm tán loạn, bệnh hoại tâm, biệt trú, hành ma-na-đỏa, bổn nhật trị, a-phù-ha-na, những hạng này không nên kính lễ."

10. Tịnh năm loại giống:

Củ rễ, cành, nhánh, quả và hạt. Nếu ăn trái cây, nên tác tịnh bằng năm cách: tịnh bằng lửa, tịnh bằng dao, tịnh do chim, tịnh bởi rạn nứt, tịnh chưa thành hạt giống. Nếu ăn củ rễ, nên tác tịnh bằng năm cách: tịnh bằng lột, tịnh bằng cắt, tịnh bằng đập, tịnh bằng rửa, tịnh bằng lửa. Nếu ăn cành, nhánh, nên tác tịnh bằng ba cách: tịnh bằng dao, tịnh bằng lửa, tịnh bằng rửa. Nếu gom hết trong một đồ đựng, tác tịnh một lần gọi là tịnh hết.

11. Pháp khoác y cao thấp:

Phật dạy: "Khoác hạ y, từ gót chân trở lên cách một gang tay, phía trên ép về bên trái, giữ đều trước sau, hai bên."

12. Pháp thọ thỉnh ứng cúng:

Khi ấy có trưởng giả thỉnh Phật và Tăng. Các tỳ-kheo hỏi đức Phật: "Nếu có người thỉnh Tăng thì nên thỉnh ai?" Đức Phật dạy: "Nếu người nào chánh thú, chánh hướng đều được lễ thỉnh. Mặc dù chưa phải chánh thú, chánh hướng, nếu xuất gia vì giải thoát, hoặc người tọa thiền, hoặc người đọc tụng kinh, người giúp việc cho chúng Tăng, trừ người ác giới, ngoài ra tất cả Tăng đều được thỉnh thọ trai. Nếu thỉnh Tăng, nên thỉnh hai chúng thọ trai: tỳ-kheo và sa-di. Nếu thỉnh hai bộ, nên thỉnh năm chúng thọ trai.

Có năm loại vật thuộc tứ phương Tăng, không được chiếm đoạt, không được bán và không được phân chia: 1. Đất của trú xứ, 2. Phòng xá, 3. Vật cần dùng, 4. Cây ăn trái, 5. Hoa quả. Tất cả tỳ-kheo sa-môn Thích tử đều có phần trong đó. Nếu ai chiếm đoạt, bán hay phân chia đều phạm tội thâu-lan-giá.

Đức Phật bảo các tỳ-kheo: "Các ông đều nên buộc niệm trước mặt, tự phòng hộ tâm mình." Thế nào gọi là buộc niệm? Nghĩa là thực hành bốn niệm xứ, quán nội thân để dứt trừ vô minh thế gian, hoặc quán ngoại thân và quán thọ[182], tâm, pháp cũng vậy. Thế nào gọi là trước mặt? Nghĩa là đi, đứng, nằm ngồi, ngủ, thức, đi tới, đi lui, nhìn trước ngó sau, co duỗi, cúi ngước, đắp y, ôm bát, ăn uống, vệ sinh, nói năng, im lặng..., thường luôn nhận biết các hành vi đó. Đây là lời dạy của Ta."

Đức Phật bảo các Ly-xa: "Ở đời có năm điều quý báu rất khó được

---

[182] Để bản: 痛, thống.

gặp: (1). Tất cả chư Phật, Thế tôn [xuất thế], (2). Người khéo nói giáo pháp do đức Phật tuyên thuyết, (3). Người hiểu biết đúng pháp được nghe, (4). Người hành theo pháp đã được nghe, (5). Người không quên ân nhỏ.[183]"

13. Pháp cung dưỡng cha mẹ:

Đức Phật bảo các tỳ-kheo: "Nếu có người trong một trăm năm, vai trái cõng cha, vai phải cõng mẹ, đại tiểu tiện luôn trên lưng, đem y phục quý báu, thức ăn mỹ vị nhất trên đời phụng dưỡng, cũng chưa thể đền đáp được ân đức sanh thành trong muôn một. Từ nay, cho phép các tỳ-kheo suốt đời dốc lòng phụng dưỡng cha mẹ, nếu không cung dưỡng mắc tội rất nặng."

---

[183] *Kinh Du hành*, T 1. Tr. 14a 26: 世尊告毘舍離諸隸車曰：「世有五寶甚為難得。何等為五？一者如來、至真出現於世，甚為難得。二者如來正法能演說者，此人難得。三者如來演法能信解者，此人難得。四者如來演法能成就者，此人難得。五者嶮危救厄知反復者，此人難得。是謂五寶為難得也。」Thế Tôn bảo các Lệ-xa thành Tỳ-xá-ly: "Ở đời có năm hạng người quí báu, rất khó được. Những gì là năm? Một là Như Lai, Chí Chân xuất hiện ở đời, rất là khó được. Hai là người diễn thuyết chánh pháp của Như Lai; người này khó được. Ba là người tin hiểu pháp mà Như Lai diễn thuyết; người này khó được. Bốn là người thành tựu pháp mà Như Lai diễn thuyết; người này khó được. Năm là người biết báo ân, khi bị nguy hiểm được cứu giúp; người này khó được. Đó là năm hạng người quí báu, rất khó được."

GIỚI THIỆU LUẬT NGŨ PHẦN
LỊCH SỬ HÓA ĐỊA BỘ

I. LỊCH SỬ BỘ PHÁI

1. Lịch sử thành lập:

Bộ luật *Ngũ phần* được truyền thừa cho đến nay là văn hiến của bộ phái Hóa địa. Về lịch sử hình thành của bộ phái này, một số nguồn Hán tạng ghi chép, nhất là tác phẩm *Dị bộ tông luân luận* của Thế Hữu (*Vasumitra*) biên soạn: Khoảng 300 năm sau (đức Phật nhập diệt), Hóa địa bộ (*Mahīśāsaka*) phân nhánh từ Thuyết nhất thiết hữu bộ (*Sarvāstivādin*). Bộ này xuất phát từ Thượng tọa bộ (*Sthaviru*).[1]

Theo đồ biểu mà André Bareau từ *Nam truyền Đảo sử* (*Dīpavaṃsa*), khoảng 200 năm sau Phật Niết-bàn, giáo đoàn bắt đầu phân liệt thành hai phái lớn: *Mahāsaṅghika* (Đại chúng bộ) và *Theravāda* (Nam phương Thượng tọa bộ). Từ *Theravāda* lại phân thành hai bộ: *Vajjiputtaka* (Bạt-kì tử) và *Mahiṃsāsaka* (Hóa địa bộ).[2] Mặt khác, theo truyền thống Chánh lượng bộ (*Sammatīya*) mà dữ liệu cung

---

[1] 異部宗輪論 (*Samayabhedoparacanacakra*) 1, T49n2031_p0015b15. André Bareau, *Les Sectes Bouddhiques du Petit Véhicule*. École Francaise d'Extreme-Orient Saïgon. Chpt.I tr. 18.

[2] *Dīpavaṃsa* v, phần đầu; *Mahāvaṃsa* v, phần đầu, dẫn bởi André Bareau, *Les Sectes Bouddhiques du Petit Véhicule*. École Francaise d'Extreme-Orient, Saïgon. Chp I. p. 16. A. Baraeau cũng nêu ý kiến, cho rằng hai phái *Mahīśāsaka* và *Theravāda* khởi thủy chỉ là một *Vibhajyavāda* chỉ khác nhau về mặt địa lý, lục địa và đảo quốc; về sau, theo thời phân biệt thành hai bộ khác nhau; cũng có thể do những biến cố chính trị, sự đấu tranh của đảo quốc chống lại các cuộc xâm lược của người Tamil từ thế kỷ II đến đầu kỷ nguyên Tây lịch.

cấp bởi Bavya, theo đây, Hóa địa bộ phân xuất từ Phân biệt thuyết (*Vibhjyavādin*); phái này lại phân xuất từ Hữu bộ (*Sarvāstivāda*). Hữu bộ phân xuất từ Căn bản Thượng tọa bộ (*Mūlasthavira*).[3]

Theo truyền thuyết, vị giáo chủ của bộ phái là một vị vua cai trị, chỉnh hóa lãnh thổ có khuôn phép, nên được danh xưng "Hóa địa 化地".[4] Sau này bỏ vương vị xuất gia, hoằng dương Phật pháp, lấy danh xưng cũ đặt tên cho bộ phái là Hóa địa bộ (化地部),[5] hoặc gọi là Chánh địa bộ (正地部)[6]. *Paramārtha* (Chân Đế) dẫn giải rộng hơn: "Có vị bà-la-môn tên Chánh địa (cách dịch khác "Hóa địa") là quốc sư, hiểu rõ ý nghĩa 4 bộ luận Vi-đà[7] và giáo lý các ngoại đạo, làm thầy của đất nước. Về sau lánh đời xuất gia, đắc quả A-la-hán; khi đọc kinh Phật thấy những chỗ thiếu sót, bèn đem luận Vi-đà và luận Tỳ-già-la[8]

---

[3] Sách dẫn trên, tr. 17.

[4] Ngữ nguyên: *Mahīśāsaka*: *mahī*: đại địa, lục địa, mặt đất + *śāsaka*: (người) trách phạt, giáo huấn, giáo giới, giáo hóa. André Breau (dẫn trên, chi nhiều nghĩa khác nhau: người cai trị, giáo huấn, chỉnh đốn đại địa (*Mahīśāsaka*); người giáo huấn nhiều (*mahāśāsaka*); người thích ăn thịt trâu (㸔 *mahisāsaka*?); người vĩ đại không thể bị bỏ quên (*mahāśeṣya*).

[5] 異部宗輪論述記 翻經沙門基 記 X53n0844_p0577a13. Căn cứ cụm từ Hán: 王所統攝國界地也, và 化地上之人庶故言化地, A. Bareau truy nguyên Sanskrit, theo đó, «Ông cai trị (*āśat*) đại địa (*mahī*) của vương quốc» và «vì Ông cai trị nhân dân của đất nước này nên Ông được gọi là người thống trị đất nước (*Mahīśāsaka*). Khuy Cơ cũng dẫn thêm truyền thuyết của Chân Đế, «Vị Vương sư khuông chánh quốc thổ, sau đó xả bỏ mà hoằng truyền Chánh pháp, nên cũng gần với nghĩa Chánh địa.»

[6] ⓢ *Mahīśasaka*, phiên âm Hán: 彌沙塞部, 彌沙部 (十八部論 陳真諦譯 T49n2032_p0019b12). Dịch nghĩa: 化地部 (大唐西域記卷第三 玄奘 T51n2087_p0882b21 - 異部宗輪論 玄奘譯 T49n2031_p0015b15); 正地部 (部執異論真諦譯 T49n2033_p0020b15).

[7] Luận Vi-đà 韋陀論: bốn bộ Veda (Vệ-đà), Thánh điển tối cổ của Ấn độ giáo.

[8] Luận Tỳ-già-la 毘伽羅論: ⓢ *Vyākaraṇa*, Hán dịch phân biệt, phân giải; một trong 6 chi phần phụ thuộc Vệ-đà (*Vedaṅga*), nguyên ủy giải

bổ sung vào, giống như lời Phật dạy, nghĩa lý đều đầy đủ."[9]

Một huyền thoại khác được kể trong *Văn-thù-sư-lợi vấn kinh* và *Thập bát bộ luận*: "Trong vòng một trăm năm sau, Từ bộ Nhất thiết sở quý 一切所貴 (tên khác của Chánh lượng bộ, *Sammatīya*) xuất hiện bộ Nhúng sơn 苏山 (tên khác, Mật lâm sơn, *Saṇṇagarikāḥ*). Lại trong vòng một trăm năm sau từ bộ Nhúng sơn phát xuất bộ Đại bất khả khí 大不可棄 (*Mahāśeṣya*)." Phụ chú của đoạn văn này ghi thêm: *Vị Luật chủ lúc sơ sinh bị mẹ bỏ rơi (śeṣya) ở giếng nước, cha đi tìm được, tuy bị bỏ rơi vậy mà không chết nên gọi "bất khả khí (ā-śeṣya: không bị bỏ rơi hay bỏ quên); bộ này lại cũng được gọi là "Năng xạ 能射" (iṣvāsaka: xạ thủ, cung thủ).*"[10] Do đó mà vị sáng lập tông phái này có tên "Đại nhân không thể bị bỏ rơi hay bỏ quên" (mahāśeṣya), hoặc "Cung thủ giỏi" (năng xạ, maheṣvāsaka).

Ngoài ra, Przyluski còn dựa vào ngữ vựng tên bộ phái "Mahīśāsaka", đưa nó gần với từ Mahiṣamaṇḍala, nghĩa là "vùng đất (maṇḍala) của con trâu (mahiṣa)", tức vùng Mahiṣmatī, nay là Maheshwar[11], trên sông Narbadā (Narmada).[12]

Khu vực hoằng pháp sinh hoạt của bộ phái này, thời cổ đại, tức sau Đại hội kết tập *Vaiśālī* (khoảng năm 300 trước Tl.) và trước cuộc bành trướng truyền giáo của vua A-dục, Hóa địa bộ đã đi qua ngã

---

thích ngữ pháp và phân tích ngữ học áp dụng cho các nghi thức xướng tụng Vệ-đà.

[9] Truyền thuyết của Chân Đế này không thấy chép trong *Bộ chấp dị luận*, chỉ được biết qua đoạn dẫn bởi Cát Tạng Trong 三論玄義檢幽集 (quyển 6, T70n464a), được dẫn lại bởi 印順 - 原始佛教聖典之集成, (1988), Y35n0033, tr. 0036a08.

[10] 文殊師利問經 2, T14n 468, p. 501b21; 十八部論, T49n2032, p. 17c18.

[11] Maheshwar, tức Maheshwarpura mà Huyền Trang phiên âm Ma-hê-thấp-phạt-la-bổ-la 摩醯濕伐羅補羅, xem *Đại Đường Tây vực ký 11*, T51n2087_p0937a16. xem thêm, *Cunningham's Ancient Geography of India*, 1924, tr. 560. S.K. *Dikshit, Māhishmati, Mahesvara, sand Jvāleśvara*, Proceedings of the Indian History Congress Vol. 3 (1939), pp. 137-146 (https://www.jstor.org/stable/44252363).

[12] André Bareau, ibid., p. 184.

Avanti, hướng về hải cảng vùng *Surāṣṭra*. Hoặc họ cư trú trong đồng bằng sông *Narbadā*, cạnh người Thượng tọa bộ, và phát triển mạnh ở *Gandhara*, *Nāgārjunikoṇḍa* Nam Ấn-độ vào thế kỷ thứ 3 Tây lịch. Đến năm 412, Pháp Hiển tìm thấy tạng Luật Di-sa-tắc bộ (*Mahāśāsaka-vanaya*) ở Sư tử quốc (Sri Lanka ngày nay).[13]

Một bia ký về vua *Toramana* Shaha được tìm thấy trong rặng núi Muối (Salt Range) ở Kura, được lập khoảng 495-500, dưới triều vua *Toramāṇa Shāha*, hiện được bảo tồn tại Viện bảo tàng Lahore, ghi chép sự kiện *Rotta Siddhavṛddhi* một thần dân của vua *Toramāṇa Shāha Jauvla* cúng dường Tăng mười phương trong một tinh xá thuộc Hóa địa bộ và hồi hướng phước báu này đến các vương phi, hoàng tử, công chúa.[14]

Năm 630, Huyền Trang đến nước Ô-trượng-na 烏仗那國 (*Udyāna*). Tăng đồ ở đây thảy đều theo Đại thừa; nhưng Luật nghi truyền dạy có năm bộ: Pháp mật bộ (*Dharmaguptaka*), Hoá địa bộ (*Mahīśāsaka*), Ẩm quang bộ (*Kāśyapīya*), Thuyết nhất thiết hữu bộ (*Sarvāstivāda*), và Đại chúng bộ (*Mahāsaṅghika*).[15]

Takakusu, trong phần giới thiệu cho bản dịch Anh của ông về *Nam hải ký quy nội pháp truyền*, trong đó, Nghĩa Tịnh tường thuật các bộ phái phát triển tại Ấn độ, theo đó hệ truyền thừa của các bộ phái đại cương phát xuất từ bốn bộ chính. Tuy Nghĩa Tịnh không liệt kê danh hiệu chi mạt của bốn bộ chính này, nhưng căn cứ các nguồn sử liệu khác của Tây tạng, trong bốn bộ chính, Thánh Thuyết nhất hữu bao gồm bốn bộ chi mạt: Ẩm quang bộ (*Kāśyapīya*), Hóa địa bộ

---

[13] 高僧法顯傳 T51n2085_p0865c24.

[14] "But this benefaction by a *Vihāra* (*is*) for congregation of the monks four quarters, for the acceptance of the teachers, the *Mahāśāsakas*. By the son of *Sāddhaka*." Anh dịch bởi G. Büler.- Epigraphia Indica Vol. I. Archaeological Survey of India 1983, tr. 238. *Toramāṇa*, vua của các bộ tộc Hung, thống trị Bắc Ấn trong khoảng cuối thế kỷ 5 đầu thế kỷ 6 Tây lịch, được bia mô tả là *rājamahārāja*: vua trên các vua, tước vị đại hoàng đế.

[15] 大唐西域記 3 T51n2087_p0882b20. 大唐大慈恩寺三藏法師傳 2 T50n2053_p0230b16.

(*Mahīśāsaka*), Pháp tạng bộ (*Dharmaguptaka*), và Căn bản thuyết nhất thiết hữu bộ.[16] Nghĩa Tịnh cho biết, đương thời các bộ này hầu không tìm thấy tồn tại trong toàn Ấn, tuy vậy một số tín đồ của ba bộ chi mạt của Hữu bộ cũng còn tìm thấy La-trà (*Laṭa*) và Tín-độ (*Shintu*), các nước thuộc Tây Ấn.[17]

Một số nguồn Hán dịch hiện còn như *Đại tỳ-kheo tam thiên oai nghi, Xá-lợi-phất vấn kinh, Đại tập kinh*... đều nói, người của Hóa địa bộ (*Mahīśāsaka*) khoác ca-sa màu xanh và nổi danh với khả năng thâm nhập vào chỗ vi diệu, bí ẩn của thiền định; đồng thời người Hóa địa bộ không thừa nhận khái niệm (*saṃjñā*) đất, nước, lửa, gió, hư không và thức;[18] vân vân.

Về ngôn ngữ của bộ phái này sử dụng, các nhà khảo cổ khai quật được hai tấm đá văn khắc liên quan Hóa địa bộ, tại *Nāgārjunikoṇḍa* vào cuối thế kỷ thứ 3, tại Punjab cuối thế kỷ thứ 5, và thêm một hộp đựng xá-lợi mô tả ghi chép tên bộ phái này, được tìm thấy tại *Gandhāra* (hoặc *Swat*). Ngôn ngữ khắc trên hộp là ngôn ngữ *Gāndhārī*. Niên đại của chiếc hộp được cho là cổ hơn, khoảng năm ba mươi trước Tl. đến sau năm ba mươi triều đại *Azes*.[19] Các học giả Phật học đoán định, bộ phái này trước sau Tây lịch sử dụng ngôn ngữ *Gāndhārī* ở vùng *Gandhāra*. Sau thế kỷ thứ 3 bắt đầu sử dụng ngôn ngữ *Prākrit*, với sự biến mất đồng ngôn ngữ *Gāndhārī*. Đến cuối thế kỷ thứ 5, có những từ ngữ tương tự như tiếng Phạn đã được sử dụng. Nhưng ngôn ngữ gốc trong bản luật *Ngũ phần* có các yếu tố dường

[16] 南海寄歸內法傳卷第一，翻經三藏沙門義淨撰; T54n2125, tr. 205a25.
  Căn bản Thuyết nhất thiết hữu bộ tì-nại-da sự, Việt dịch, Tập I, phần tiểu dẫn. *A Record of the Buddhist Religion*, by I-tsing, translated by J. Takakusu, Oxford 1896, tr. xxiv. 7-14. A. Bareau, đã dẫn, tr. 26.

[17] Nghĩa Tịnh, dẫn trên, T54n2125_p0205b05.

[18] 大比丘三千威儀 2, T24, no. 1470, p. 926a3; 舍利弗問經, T24, no. 1465, p. 900c16; 大集經 22, T13, no. 397, p. 159a24;

[19] Azes I (Azēs) là một vị vua người Ấn-Scythia cai trị vào khoảng c. 48/47 TCN – 25 TCN, với một đế chế triều đại đóng tại Punjab và Thung lũng Indus, đã hoàn thành sự thống trị của người Scythia ở phía Tây bắc tiểu lục địa Ấn-độ. (cf. en.wikipedia.org).

như không phải tiếng Phạn nên người ta cho rằng đó là ngôn ngữ *Prākrit* khác với *Gāndhārī*. K. R. Norman suy đoán thêm, nếu những người kế thừa Hóa địa bộ sinh hoạt tại Ceylon (Tích-lan) khả năng họ cũng có sử dụng tiếng Pāli.[20] Cách suy đoán này giống Ấn Thuận, đại sư cũng lý luận: Phân biệt thuyết bộ (*Vibhajyavādin*) phát triển ở vùng *Avanti*, sử dụng ngôn ngữ Pāli, lấy ngôn ngữ *Paiśāci*[21] làm cơ sở.[22] Hóa địa bộ cũng xuất phát từ đây, nghi vấn Hóa địa bộ cũng ảnh hưởng ngôn ngữ Pāli?

2. Tam tạng thánh giáo:

a. Luật tạng

Lịch sử phát triển của mỗi bộ phái, khi phân chia thành lập đều kết tập Tam tạng thánh giáo riêng và trên nguyên tắc cơ bản dù cư trú nơi đâu họ vẫn vận dụng thực thi giới luật của Tăng đoàn, do vậy mà Luật tạng của Hóa địa bộ có nhiều điểm tương đồng với các bộ phái khác nhưng học thuyết triết học có khuynh hướng thay đổi theo cuộc sống đặc thù mạnh mẽ riêng. Hiện nay phần Luật tạng Hán dịch và được biên soạn thuộc Hóa địa bộ còn lưu trong tạng Đại chánh (大正) gồm, Quảng luật: *Di-sa-tắc bộ hòa-hê ngũ phần luật* (彌沙塞部和醯五分律) 30 quyển. Giới bản: *Di-sa-tắc ngũ phần giới bản* (彌沙塞五分戒本) 1 quyển, *Ngũ phần giới bản* (五分戒本) 1 quyển; *Ngũ phần tỳ-kheo-ni giới bản* (五分比丘尼戒本) 1 quyển. Yết-ma: *Di-sa-tắc yết-ma bản* (彌沙塞羯磨本) 1 quyển. Theo E. Frauwallner, ông cho rằng Luật tạng (*Di-sa-tắc bộ hòa-hê ngũ phần luật*) của Hóa đị bộ và một số bộ phái khác có liên hệ bắt nguồn từ một bộ luật gốc, bộ luật cổ xưa này lưu hành tại vùng *Vidiśā*, khoảng năm 250 trước Tây lịch.[23]

b. Kinh tạng

Về phần Kinh tạng của Hóa địa bộ, trong luật *Ngũ phần* tường

---

[20] 西村実則, ibid., p. 122, 123.

[21] Ngôn ngữ *Paiśāci*: loại ngôn ngữ hỗn hợp giữa ngôn ngữ Iran và ngôn ngữ *Aryan*.

[22] Cf. 印順 – ibid, p.47.

[23] E. Frauwallner, *The Earliest Vinaya and the Beginnings of Buddhist Literature*, Roma Is. M. E. O. 1956, p. 23.

thuật họ kết tập gồm 4 bộ A-hàm (*Āgamas*): Trường (*Dirgha*), Trung (*Madhyama*), Tạp (*Saṃyukta*), Tăng nhất (*Ekottara*) và Tạp tạng (*Kṣudraka*). Trong đó nêu thêm một số kinh như *Tăng nhất*, *Tăng thập*, *Đại nhân duyên*... đều thuộc *Trường A-hàm*.[24] Pháp Hiển ghi chép, lúc ở Tích-lan 2 năm, ngài tìm được bộ luật *Ngũ phần* của Hóa địa bộ và *Trường A-hàm*, *Tạp A-hàm*, *Tạp tạng*, lúc này đất Hán chưa có.[25] Năm thứ 8 niên hiệu Nghĩa hy (413), ngài mang nhiều bộ kinh nguyên bản trở về nước, ở tại chùa Đạo Trường, tỉnh Kiến Khang (nay là Nam Kinh) cùng Phật-đà-bạt-đà (*Buddhabhadra*, 佛馱跋陀) dịch luật *Tăng-kỳ*, kinh *Đại bát-nê-hoàn*, kinh *Tạp tạng*, *Tạp A-tỳ-đàm tâm*, v.v... Còn *Trường*, *Tạp A-hàm*... chưa kịp dịch thì ngài Pháp Hiển viên tịch.[26] Bốn bộ *A-hàm* Hán dịch hiện nay không phải của Hóa địa bộ, duy nhất *Tạp A-hàm* (雜阿含經), người ta nghi ngờ của Hóa địa bộ, bởi vì trong *Lịch đại tam bảo ký* chép: "*Kinh Tạp A-hàm 50 quyển, được dịch tại chùa Ngõa Quan, bản kinh do Pháp Hiển mang về.*"[27]

Riêng Tạp tạng (*Kṣudraka-piṭaka*) tương đương với Tiểu bộ (*Khuddaka-nikāya*) của Pāli Nam truyền, gồm nhiều kinh như *Pháp cú* (*Dharmapada*), *Tự thuyết* (Xuất diệu, *Udāna*), *Bổn sự* (*Ityuktaka*), *Ngạ quỷ sự* (*Petavatthu*), v.v... Hóa địa bộ hiện còn lưu bản kinh *Phật thuyết tạp tạng* 佛說雜藏經 (T.17, No. 745) tương đương Ngạ quỷ sự (餓鬼事) của Pāli, Pháp Hiển dịch thời Tấn (khoảng năm 416) 1 quyển.[28] Ngoài ra, chúng ta còn được biết năm Trinh quán thứ 19 (645), Huyền Trang mang tam tạng của một số bộ phái về Trung Hoa, trong đó Kinh, Luật, Luận của Hóa địa bộ là 22 bộ.[29] Số kinh này là những kinh nào và có dịch ra Hán văn hay không chưa rõ được? Có thể suy đoán, trong luật *Ngũ phần* quyển 15 dẫn: "...*Do tịnh tâm này mà tam minh rỗng chiếu, tức là Túc mạng minh, Tha tâm minh và Lậu*

---

[24] 五分律 30, T22, no. 1421, p. 191a19.

[25] 高僧法顯傳, T51, no. 2085, p. 865c24.

[26] 出三藏記集 2, T55, no. 2145, p. 12a4 & cf. wikipedia.org/wiki/法显.

[27] 歷代三寶紀 10, T49, no. 2034, p. 91a24; cf. 印順, 原始佛教聖典之集成, Y35, no. 33, p. 97a1-4.

[28] 印順, ibid., p. 851a2.

[29] 大唐大慈恩寺三藏法師傳 6, T50, no. 2053, p. 252b14.

tận minh, như trong Thụy ứng bổn khởi đã nói."[30] Vậy *Thụy ứng bổn khởi*, còn gọi kinh *Thái tử thụy ứng bổn khởi* (佛說太子瑞應本起經) v.v..., 2 quyển, Chi Khiêm dịch thời Ngô (Tam Quốc), thu vào tạng Đại chánh quyển 3, số 185, nội dung kinh ghi chép về cuộc đời đức Phật, tức Phật truyện của Hóa địa bộ.

Đặc biệt bản kinh *Phật thuyết Vô lượng thọ* (*Sukhāvatī-vyūhaḥ-sūtra*, 佛說無量壽經) tư tưởng Đại thừa, một số học giả tin rằng chính do nhóm tu sĩ Hóa địa bộ (*Mahīśāsaka*) biên soạn vào thế kỷ thứ 1 và thứ 2 thuộc đế chế *Kushan*, thời kỳ bộ phái phát triển mạnh tại *Gandhāra*. Bản dịch sớm nhất trong số này cho thấy dấu vết được dịch từ ngôn ngữ *Gāndhārī*, *Prākrit* sử dụng ở vùng Tây bắc. Người ta cũng biết rằng các bản viết tay bằng chữ *Kharoṣṭhī* đã tồn tại ở Trung Quốc trong thời kỳ này.[31] Bản kinh hiện còn theo truyền thống được biết do Khương Tăng-khải (康僧鎧, *Saṃghavarman*) người Thiên Trúc dịch tại chùa Bạch Mã ở Lạc Dương, đời Tào ngụy Tam quốc năm 252. Tuy nhiên, ý kiến phổ biến hiện nay cho rằng, nhiều khả năng đây là tác phẩm của nhà sư cũng là dịch giả người Ấn-độ sau này là *Buddhabhadra* (Phật-đà-bạt-đà, 359-429 Tl.).[32] Hoặc tác phẩm *Jātakatthavaṇṇanā* (*Bản sanh luận thích* 本生論釋) chính do một tu sĩ Hóa địa bộ (*Mahiṃsāsaka*) biên soạn.[33]

c. Luận tạng

Phần Luận tạng của Hóa địa bộ hiện nay không thấy lưu truyền nhưng trong luật *Ngũ phần* có nhắc đến hai lần. Thứ nhất, trong chương *Bố-tát* (布薩法, *Uposathakkhandhaka*) ghi: Phật dạy muốn thỉnh tỳ-kheo thuyết pháp nên thỉnh vị thành tựu Ký luận và thọ trì *A-hàm*. Thứ hai, chương *Tự tứ* (自恣法, *Pavāraṇakkhandhaka*): Phật

---

[30] 五分律 15, p. 102c19.

[31] Nakamura, Hajime. *Indian Buddhism: A Survey with Biographical Notes.* 1999. p. 205; Williams, Paul. *Mahāyāna Buddhism: The Doctrinal Foundations.* 2008. p. 239; Mukherjee, Bratindra Nath. *India in Early Central Asia.* 1996. p. 15.

[32] Cf. en.wikipedia.org/wiki/Longer_Sukhāvatīvyūha_Sūtra.

[33] *The Jātaka, ed.* by Fausbøll, I, p. 1, v. 9.

dạy, tỳ-kheo thành tựu năm pháp: thân, khẩu, ý thanh tịnh, tụng nhiều Tu-đa-la (*Sutta*, kinh), khéo giải A-tỳ-đàm mới được ngăn tự tứ.[34]

Ký luận (記論) và A-tỳ-đàm (阿毘曇) là chỉ cho Luận tạng (*Abhidharmapiṭaka*) của bộ phái này. A. Bareau nhận định, tạng Luật của Hóa địa bộ được hoàn chỉnh trước khi tạng Luận của họ được biên tập và đưa vào giáo điển. Và họ sở hữu Luận tạng là một hệ quả gần như cần thiết của sự nhiệt tình của họ đối với việc thảo luận triết học. Ông nói nếu chúng ta xem xét một số sự kiện, chúng ta sẽ bị cám dỗ nghĩ rằng Luận tạng của phái này rất gần gũi và thậm chí có thể giống hệt với luận thư của Thượng tọa bộ (*Theravādin*), tuy nhiên dù Luận tạng của hai bộ phái có mối quan hệ họ hàng cũng không giống nhau cả về cấu trúc lẫn chi tiết.[35]

Hiện giờ chúng ta chỉ thấy được một số luận điểm hiếm hoi có lẽ là thuộc tư tưởng luận thư của họ, do Thế Hữu dẫn trong *Dị bộ tông luân luận*: Quá khứ vị lai không hiện hữu. Hiện tại và các pháp vô vi hiện hữu. Sự hiện quán thể chứng bốn Thánh đế xảy ra cùng lúc. Khi thấy rõ khổ đế ta có thể thấy rõ các chân lý khác (tập, diệt, đạo đế), v.v...[36]

II. LỊCH SỬ TRUYỀN DỊCH LUẬT TẠNG

Luật *Ngũ phần* của Hóa địa bộ (*Mahīśāsaka*) truyền trì là bộ *Quảng luật*, gọi đủ *Di-sa-tắc bộ hòa-hê ngũ phần luật* (彌沙塞部和醯五分律, *Mahīśāsaka Vinaya*), Hán dịch gồm 30 quyển (T. 22, No. 1421). Nguyên bản Phạn được Pháp Hiển tìm thấy tại nước Sư Tử (*Siṁhala*), nay là Tích-lan (Sri Lanka), sao chép mang về Trung Quốc vào năm thứ 9, niên hiệu Nghĩa hy, thời Đông Tấn (năm 413), nhưng chưa kịp phiên dịch thì ngài viên tịch. Đến tháng 12 năm thứ 2, niên hiệu Cảnh bình, thời Lưu Tống (năm 423), Phật-đà-thập (*Buddhajīva*) người nước *Kaśmīra*, thuộc phái Hóa địa bộ đến Trung Quốc. Ông

[34] 五分律 18, p. 121b29; 19, p. 132b10.

[35] André Bareau, ibid., p. 186, & *Les sectes Bouddhiques du petit véhicule et leurs Abhidharmapiṭaka*, p. 5-6.

[36] 異部宗輪論, T49, no. 2031, p. 16c26.

được Thích Huệ Nghiêm, Trúc Đạo Sinh ở chùa Long Quang, tại Kiến nghiệp, Nam kinh, thỉnh mời phiên dịch. Phật-đà-thập đọc bản Phạn, sa-môn Trí Thắng người Vu-điền (Ku-stana, nay là Khotan) làm thông dịch; đến tháng 12 năm sau hoàn tất.[37]

Ấn Thuận cho rằng, ý nghĩa hai chữ 'hòa-hê 和醯' trong *Di-sa-tắc bộ hòa-hê ngũ phần luật* (*Mahīśāsaka Vinaya*) không rõ ràng; trong phần mục lục kinh xưa không có hai chữ này. Di-sa-tắc bộ (*Mahīśāsaka*), Hán dịch Di-hỉ-xả-sa-kha (彌嬉捨娑柯), hoặc Di-hỉ-xả-bà-đà (彌嬉捨婆拖). Có thể âm 'sa-kha 娑柯' (*sakāḥ*) đọc nhầm 'bà-đà 婆拖' (*vādāḥ*), và âm 'hòa-hê 和醯' đọc giống, cho nên cứ như thế mà gọi Phạn âm Hóa địa bộ (*Mahīśāsaka*) là 'Di-sa-tắc-hòa-hê', người xưa hiểu như vậy. Đúng ra phải nên gọi *Di-sa-tắc hòa-hê bộ ngũ phần luật*, lại gọi nhầm *Di-sa-tắc bộ hòa-hê ngũ phần luật*, thành ra hai chữ 'hòa-hê' không thể giải thích được."[38]

Trong Luật tạng chia làm ba loại, Quảng luật, Giới kinh và Luận của luật.

1. Quảng luật:

Quảng luật của Di-sa-tắc bộ là *Ngũ phần luật*. Bộ phái này chia luật thành 5 phần, nên gọi là *Ngũ phần luật*.

Phần I, *Tỳ-kheo phân biệt* (*Bhikṣuvibhaṅga*), theo bản Hán: từ quyển 1 đến quyển 10, 251 giới tỳ-kheo: 4 pháp ba-la-di, 13 pháp Tăng tàn, 2 pháp bất định, 30 pháp xả đọa, 91 pháp đọa, 4 pháp hối quá, 100 pháp chúng học, 7 pháp diệt tránh.

Phần II, *Tỳ-kheo-ni phân biệt* (*Bhikṣunīvibhaṅga*): từ quyển 11 đến quyển 14, 370 giới tỳ-kheo-ni: 8 pháp ba-la-di, 17 pháp Tăng tàn, 30 pháp xả đọa, 207 pháp đọa, 8 pháp hối quá và 100 pháp chúng học.

Phần III, gọi là *Skandhaka*, *Ngũ phần* gọi là Pháp 法, luật *Tứ phần* dịch âm Kiền-độ 捷度, v. v···; nghĩa là chương: từ quyển 15 đến 22: Pháp Thọ giới, Bố-tát, An cư, Tự tứ, Y, Da thuộc (giày dép), Thuốc, Ăn

---

[37] Cf. 印順, 原始佛教聖典之集成, 中華民國 91, p. 71 & Tuệ Sỹ, *Luật Tứ phần - Tổng mục lục*, 2010, p. 59.

[38] 印順 – ibid, p. 71 -72.

uống, y Ca-thi-na.

Phần IV, từ quyển 23 đến quyển 24: Pháp Diệt tránh, pháp Yết-ma.

Phần V, từ quyển 25 đến quyển 30: Pháp Phá tăng, Ngọa cụ, pháp Tạp, Oai nghi, Ngăn bố-tát, Biệt trụ, Điều phục, Tỳ-kheo-ni, Ngũ bách kết tập, Thất bách kết tập.

Ấn Thuận giải thích, phần phân biệt tướng phạm là bộ phận khác nhau giữa các bộ Quảng luật, mỗi học xứ chia làm 3 bộ phận: nhân duyên chế giới, phân biệt về câu văn, và phân tích về hình thức vi phạm. *Ngũ phần luật* thuộc hệ Phân biệt thuyết bộ, phần phân biệt tướng phạm không có phán quyết cụ thể về phân biệt sự việc. Không phải không có mà họ tách thành một bộ phận độc lập, đưa vào "Điều phục pháp" (quyển 28).[39]

Phần *Skandhaka* của luật *Ngũ phần*, hình thức văn phong trình bày ưa chuộng giản lược, thường ghi "Như đã nói ở trước 皆如上說..." Không biết là nguyên bản Phạn vốn như vậy, hay người dịch giản lược (vì vùng Giang Đông rất chuộng hình thức giản lược), nhưng cũng là điểm đặc sắc của luật *Ngũ phần*. Và điều đặc biệt nữa là luật *Ngũ phần* không gọi là Kiền-độ mà gọi Pháp (Dharma). "Pháp" ở đây tức qui chế, phép tắc có liên hệ đến cá nhân và Tăng đoàn như bố-tát, an cư, v.v... Khác với cách gọi của các bộ phái khác, luật *Thập tụng* gọi Sự (Vastu), luật *Tứ phần* gọi Kiền-độ... Các nhà nghiên cứu Phật học đều nhận định đây là sự kiện thuộc thời kỳ tổ chức lại của bộ phái, cách gọi ban đầu như thế, chưa đi đến chỗ nhất trí.[40]

Ngoài ra, cách tổ chức Luật tạng của mỗi bộ phái sau Tỳ-ni của tỳ-kheo-ni có thêm phần "Phụ tùy" (Parivāra), tức phần phụ liên quan đến Luật tạng. *Ngũ phần luật* của Hóa địa bộ không có phần này nhưng phần "Điều phục pháp" của *Ngũ phần luật* gần như là phần "Phụ tùy". Phần này tuy trong Luật tạng Hán dịch không có tên nhưng ngoài Ba-la-đề-mộc-xoa phân biệt và Kiền-độ, vẫn có bộ phận này; như luật *Tứ phần* có Điều-độ (quyển 55-57), Tỳ-ni tăng nhất (quyển

---

[39] Cf. 印順 – ibid, p. 232.

[40] 平川彰 (Akira Hirakawa), 律藏之研究 – p. 642; Cf. 印順 – ibid, p. 310a2, p. 347.

57-60); *Thập tụng* có Tăng nhất pháp, Ưu-ba-li vấn, Tỳ-ni...

Frauwallner thì nhận xét, trong các tác phẩm Luật tạng mà ông nghiên cứu, luật *Ngũ phần* có truyền thống sai khác nhất. Một số chương còn bảo lưu trong luật *Ngũ phần* rõ ràng là thiếu sót. Ví dụ như chương *Pāṇḍulohitakavastu* (Bàn-na và Lô-hê),[41] chỉ có quy định hai loại yết-ma: xử lý khiển trách (*tarjanīya*)[42] và xin lỗi cư sĩ (yết-ma hòa giải [*pratisaṃharaṇīya*], hạ ý yết-ma 下意羯磨).[43] Còn ba hình thức yết-ma: Chỉ dạy (*nigarhaṇīya* [*nigarhanīyaṃ*]),[44] tẩn xuất (*pravāsaṇīya*),[45] xả trí (*utkṣepaṇīya*)[46] không thấy. Hoàn toàn khó tin

---

[41] 11. Pháp Yết-ma, Ngũ phần 24, tr.163a02, *Paṇḍuka*/盤那; 盧醯/ *Lohitaka*. *Tứ phần* 44, tr. 889a14: Trí Tuệ 智慧 và Lô-hê-na 盧醯 那. *Thập tụng 31*: Bàn-trà 般茶 và Lô-già 盧伽. Vin. ii. 1: *Paṇḍuka- lohitaka*, một nhóm các tỳ-kheo dẫn đầu bởi *Paṇḍuka* (Hán đọc là *Paṇḍita*) và *Lohitaka*.

[42] 呵責羯磨. *Tứ phần* 44, tr. 889a13*:* "Ha trách kiền độ 呵責揵度, Ch. xi: khiển trách". *Thập tụng 31*, Ch. iv: "Ban-trà Lô-già pháp", tụng thứ 5, về khổ thiết yết-ma 苦切羯磨. 〔Pāli〕 *tajjanīyakamma*. Cf. *Cūḷavagga* 1 *Kammakkhandhakaṃ* (Chương Yết-ma), Vin. ii. 1.

[43] *Tứ phần:* "Cho phép các tỳ-kheo vì tỳ-kheo Thiện Pháp tác pháp bạch tứ yết-ma ngăn không cho đến nhà bạch y." *Thập tụng:* Hạ ý yết-ma 下 意羯磨: khiển phải xin lỗi cư sĩ. Vin. ii. 18: *paṭisāraṇīyakammaṃ - gahapati khamāpetabbo*, như *Thập tụng*.

[44] Pāli, Cf. *Cūḷavagga* 1 *Kammakkhandhakaṃ*, Vin. ii. 2. [43] Đại đức *Seyyasaka* ngu si... phạm nhiều tội... bị yết-ma chỉ dạy (*Niyassakammaṃ*).

[45] Pāli, Cf. *Cūḷavagga* 1 *Kammakkhandhakaṃ*, Vin. ii. 3. [84], yết-ma tẩn xuất [*pabbājanīyakammaṃ*] nhóm tỳ-kheo *Assaji* và *Punabbasuka* trú tại núi *Kiṭāgiri* có hành vi xấu. *Tứ phần*: Tẩn yết-ma 擯羯磨. *Thập tụng*: khu xuất yết-ma 驅出羯磨. *Cūḷavagga*. i (Vin. 11. 10): *pabbājanīyakammaṃ*, yết-ma đuổi đi.

[46] Yết-ma án treo trong việc Channa (Xiển-đà) không nhìn nhận tội. *Tứ phần*: Bất kiến tội cử 不見罪舉; cử ở đây được hiểu là xả trí (〔Pāli〕 *ukkhepanīya*). *Thập tụng*: bất kiến tẩn 不見擯. Pāli (Vin. ii. 20): *āpattiyā adassane ukkhepanīya*, bị xả trí (bỏ mặc) vì không chịu nhận tội.

được chỉ vì cải biên theo truyền thống thông thường lại là nguyên nhân dẫn đến bỏ sót ba thủ tục trị phạt quan trọng này, mà phần trình bày rõ ràng trong chương là ba hình thức yết-ma đó. Vả lại xem văn nghĩa trong văn bản trước sau ta vẫn thấy rõ ngụ ý có đề cập đến ba loại yết-ma bị mất. Ở đây rõ ràng, chúng ta đang đối mặt với một lỗ hổng trong bản dịch luật *Ngũ phần* hiện còn là nguyên bản mà chúng tôi y cứ.[47] Ngay cả dù không so sánh ở điểm này thì hình thức truyền tụng của luật *Ngũ phần* cũng không tốt, lôi thôi. Tuy nhiên, các chương phụ vẫn được giữ nguyên trong văn bản, nhưng từ ngữ ngắn, văn nghĩa không thuận, các đoạn đơn lẻ được ghép lại với nhau lỏng lẻo và không có trật tự, và nội dung quá thường xuyên bị biến dạng. Bất quá, luật *Ngũ phần* đã bảo tồn được nhiều tư liệu quý trong thời kỳ đầu, xem như đó là chứng cứ có giá trị cho cơ bản tác phẩm. Và luật *Ngũ phần* có mối quan hệ chặt chẽ với luật *Tứ phần*.[48]

Tóm lại, cách tổ chức luật *Ngũ phần* của Hóa địa bộ tuy biểu thị hình thức ở thời kỳ đầu của hệ Phân biệt thuyết bộ nhưng qua sự chỉnh sửa và thêm giới bổ sung như thêm giới 190 (phần Pháp đọa của tỳ-kheo-ni) "Trong một chúng thọ cụ túc", hoặc giới 131 "Đến nhà bạch y nói lỗi tỳ-kheo", đây chứng minh từ 8 kính pháp chuyển thành học xứ…, như vậy cho chúng ta thấy *Ngũ phần luật* hoàn thành hơi muộn hơn luật Pāli, luật *Tứ phần*.

2. Giới bản:

Giới kinh, là Ba-la-đề-mộc-xoa kinh (*Prātimokṣa-sūtra*), trong Tăng thường dùng để tụng đọc mỗi nửa tháng. Hán dịch là Giới bổn hay Giới tâm. Giới kinh có loại được dịch trực tiếp từ bản Phạn, có loại được chép từ Quảng luật. Giới kinh dành cho hai bộ Tăng, có *Tỳ-*

---

[47] E. Frauwallner nhận xét, những tương đồng trong kinh *Phân biệt* (*Vibhaṅga*) vẫn còn tồn tại, cả câu chuyện về các nhà sư Mã Túc (*Aśvaka*) và Mãn Túc (*Punarvasuka*), bị xử trị yết-ma tẫn xuất (*pravāsaṇīya karma*) (*Ngũ phần* p. 21c11 - 22c2), và câu chuyện Tỳ-kheo A-lê-tra 阿梨吒 (Ⓟ *Ariṭṭha*, Ⓢ *Ariṣṭa*), xử trị yết-ma xả trí (*utkṣepaṇīya karma*) (*Ngũ phần* p. 56c12 - 57b1).

[48] E. Frauwallner, *The Earliest Vinaya and the Beginnings of Buddhist Literature*, p. 183.

kheo giới bổn và *Tỳ-kheo-ni giới bổn*. Giới kinh thuộc tỳ-kheo và tỳ-kheo-ni của Hóa địa bộ hiện vẫn còn là *Di-sa-tắc ngũ phần giới bổn*, 1 quyển, Phật-đà-thập (佛陀什, *Buddhajīva*)... dịch, gồm 251 giới (xếp trong tạng Đại chánh tập 22, số 1422); *Ngũ phần tỳ-kheo-ni giới bổn*, 1 quyển, thời Lương - Sa-môn Minh Huy ở chùa Kiến Sơ dựa vào *Ngũ phần luật* biên tập (Đại chánh tập 22, số 1423).

Trong tạng Đại chánh có đến hai tập Giới bản của tỳ-kheo là *Di-sa-tắc ngũ phần giới bản* và *Ngũ phần giới bản*, đều ghi Phật-đà-thập dịch. Theo Hirakawa Akira giải thích, *Ngũ phần giới bản* (五分戒本, T22n1422b) hỗn hợp với luật *Thập tụng* (*Thập tụng tỳ-kheo ba-la-đề-mộc-xoa giới bản* [十誦比丘波羅提木叉戒本]) mà sản sinh ra *Giới bản* này, còn *Di-sa-tắc ngũ phần giới bản* Phật-đà-thập sao chép giới văn từ Quảng luật.⁴⁹ Trong cuối bản Hán *Di-sa-tắc ngũ phần giới bản* cũng nói như vậy⁵⁰. Ví dụ giới văn ba-dật-đề (波逸提, *pātayantika*) 77 trong *Ngũ phần giới bản* không giống *Di-sa-tắc ngũ phần giới bản* và Quảng luật. *Ngũ phần giới bản* ghi: *Tỳ-kheo nào, mặc y mới không làm hoại sắc, phạm ba-dật-đề.*⁵¹ Quảng luật và *Di-sa-tắc ngũ phần giới bản*: *Tỳ-kheo nào được y mới phải dùng một trong ba màu, xanh, đen, mộc lan làm dấu, không dùng ba màu đó làm dấu, phạm ba-dật-đề.*⁵²

Và vì sao nói *Ngũ phần giới bản* hỗn hợp với *Giới bản Thập tụng*, bởi vì ý nghĩa văn giới giống nhau. Như trên đã nói, trong *Ngũ phần giới bản* quy định dùng màu nhuộm cho hoại sắc y mới, giống *Giới bản* của *Thập tụng*. Như vậy trái ngược với văn giới trong *Quảng luật* và *Di-sa-tắc ngũ phần giới bản*: *"Tỳ-kheo nào được y mới, nên dùng ba loại màu để làm dấu...".*

3. Luận của luật:

Mỗi bộ phái sau khi biên soạn Quảng luật xong thì sẽ có luận giải

---

⁴⁹ Cf. 平川彰, ibid., 山喜房佛书林刊.

⁵⁰ 彌沙塞五分戒本, p. 200b7.

⁵¹ 五分戒本 1, T22n1422b, p. 203c21: 若比丘，著不壞色新衣者，波夜提.

⁵² 彌沙塞部和醯五分律9, T22n1421, p. 68a25; 彌沙塞五分戒本1, T22n1422a, p. 198b6: 若比丘，新得衣應三種色作幟，若青、若黑、若木蘭．若不以三色作幟，波逸提.

thích luật, như luận *Samantapāsādikā* (*Nhất thiết thiện kiến luật tỳ-bà-sa* 一切善見律毘婆沙), giải thích luật tạng Pāli của Thượng tọa bộ. Luận của luật Hóa địa bộ không thấy lưu truyền.

III. LỊCH SỬ BẢN VIỆT DỊCH VÀ TRUYỀN THỪA

1. Lịch sử bản Việt dịch:

Hòa thượng ân sư của chúng tôi Thích Đỗng Minh, chấp bút dịch bộ luật *Ngũ phần* vào ngày 8 tháng 03 năm Nhâm Thân (1992), đến ngày 12 tháng Giêng năm Giáp Tuất (21-02-1994) hoàn tất. Sau khi dịch xong, Hòa thượng đọc lại bản dịch, sửa chữa lại chỗ thiếu, không ổn..., bên cạnh nguyên bản, Hòa thượng tự dò lại bản dịch từng câu và tra nhiều bộ Từ điển để bổ sung làm rõ nghĩa trong bản dịch. Chưa an tâm, Hòa thượng tiếp tục giao bản dịch đã sửa chữa xong với nguyên bản Hán văn cho sư cô Tâm Thường, cựu ni sinh Ni viện Diệu Quang Nha Trang, rà soát lại bằng cách đọc từng câu bên bản dịch với từng câu bên nguyên bản. Xong công đoạn này, Hòa thượng cho đánh máy. Các Phật tử Nguyên Tịnh và Thọ Huệ đánh máy bản dịch thành 6 tập. Để rà soát giữa Cảo bản và bản đánh máy, Hòa thượng nhờ sư cô Diệu Vân và Minh Hiền cũng là cựu ni sinh Phật học Ni viện Diệu Quang, bên đọc, bên dò. Và trước khi in, Hòa thượng lại giao toàn bộ Cảo bản, bản đánh máy và nguyên bản chữ Hán cho đạo hữu Phước Thắng kiểm tra lại một lần cuối cùng. Bản Việt dịch luật *Ngũ phần* được ấn hành lần thứ nhất vào năm 1997 (Phật lịch 2540).

Sau khi Hòa thượng viên tịch, Ban phiên dịch Pháp tạng Phật giáo Việt Nam (do Hòa thượng thành lập năm 2002, tại Nha Trang, Khánh Hòa, Việt Nam) gồm những học trò Thích Đức Thắng, Nguyên An, Tâm Nhãn hiệu đính lại, ấn hành lần hai vào ngày 10 tháng 05, năm Nhâm thìn (Pl. 2556, năm 2012), mục đích ấn hành lần này để ấn tống cúng dường húy nhật của Hòa thượng (Luật sư Thích Đỗng Minh). Năm 2016 (Pl. 2560), chúng tôi có chỉnh sửa tái bản lần thứ ba.

Năm nay (2023), dưới sự cố vấn chỉ đạo của Hòa thượng Thích Tuệ Sỹ, thầy Nguyên An trách nhiệm đối chiếu bản Việt với nguyên tác Hán văn, hiệu chính rà soát..., Tâm Nhãn soạn bổ khuyết thêm mục "Phàm lệ" và viết lịch sử thành lập bộ phái và lịch sử truyền dịch, truyền thừa luật *Ngũ phần*... Hòa Thượng Tuệ Sỹ sẽ duyệt lần cuối. Hy vọng ấn bản lần thứ tư này, bộ luật *Ngũ phần* hoàn chỉnh hơn, xứng tầm trong công trình hình thành Đại tạng kinh Việt Nam.

2. Dấu vết truyền thừa tại Việt Nam:

Tuệ Kiểu (497-554) nhận định trong *Cao tăng truyện*: Từ khi Phật giáo truyền về Đông (Trung Quốc) đầy đủ năm bộ luật, là *Thập tụng*, *Tứ phần*, *Ma-ha-tăng-kỳ*, *Ngũ phần*, và luật bản Phạn của Ca-diếp bộ (chưa được dịch)... tuy các bộ đều được truyền dịch nhưng chỉ có luật *Thập tụng* là thịnh nhất ở Đông quốc. [53]

Luật Thập tụng được La-thập (*Kumārajīva*) cùng Phất-nhã-đa-la (*Puṇyatāra*) dịch lần thứ nhất vào năm Hoằng thủy (404), đời Đông Tấn. Năm Hoằng thủy thứ 8 (406), La-thập cùng Ti-ma-la-xoa (*Vimalākṣa*) dịch tiếp, hoàn thiện thành 61 quyển.[54]Luật *Thập tụng* của Hữu bộ hoằng dương tại Trung Quốc trước luật *Ngũ phần* 17 năm. Luật *Ngũ phần* có mặt từ năm 423. Đến triều Lương năm 552, sa-môn Thích Minh Huy (釋明徽) biên tập *Ngũ phần tỳ-kheo-ni giới bản* (五分比丘尼戒本) tại chùa Kiến Sơ; rồi đến năm 700 thời Đường, Thích Ái Đồng (釋愛同) biên soạn *Di-sa-tắc yết-ma bản* (彌沙塞羯磨本) ở chùa Khai Nghiệp.[55] Chúng ta thấy, mặc dầu luật *Thập tụng* của Hữu bộ thời ấy phát triển như lời Tuệ Kiểu nói nhưng bên cạnh vẫn có "hậu duệ" của Hóa địa bộ kế thừa hoằng truyền luật *Ngũ phần* với thời gian khá dài.

Lý do vì sao dòng truyền thừa luật Tạng của Hữu bộ cũng như Hóa địa bộ về sau bị tiêu trầm? Bởi khi luật *Tứ phần* của Pháp tạng bộ được Phật-đà-da-xá (*Buddhayaśas*) và Trúc Phật Niệm dịch vào năm Hoằng thủy thứ 12 (410), đến thời Nguyên ngụy Hiếu văn đế (471-499), đại sư Pháp Thông xiển dương luật *Tứ phần*, từ đây tông luật *Tứ phần* của Pháp tạng bộ (*Dharmaguptaka*) khuếch trương mạnh dần, đến đầu đời Đường, khi Đạo Tuyên (596-667) xiển dương luật *Tứ phần*, biên soạn *Tứ phần luật tỳ-kheo hàm chú giới bản* (四分律比

---

[53] 高僧傳　11, T50n2059, p. 403b12.

[54] 高僧傳, p333a20, p333b26.

[55] 二十二种大藏经通检, 中华书局 1982, p. 417, 611.

丘含注戒本), *Tứ phần luật san phồn bổ khuyết hành sự sao* (四分律刪 繁補闕行事鈔), v.v... bắt đầu áp đảo các bộ luật khác, luật *Thập tụng* không được nhiều người trọng thị nữa, dần dà tuyệt tích. Có lẽ luật *Ngũ phần* cũng chung số phận.[56]

Không biết thời kỳ bộ phái Hóa địa hưng phát tại đất Trung Hoa có truyền đến Việt Nam hay không, hoặc họ có đến Việt Nam bằng con đường nào khác, hiện tại chưa tìm thấy tài liệu nào nói đến? Nhưng thời kỳ luật *Thập tụng* hưng thịnh thì thấy có ảnh hưởng tại Việt Nam qua lịch sử cao tăng Đạo Thiền, ông là người Giao Chỉ, sống ở chùa núi Tiên Châu. Năm Vĩnh minh thứ nhất (483), đến Trung Quốc, ở chùa Vân Cư Hạ tại Chung Sơn, dùng luật *Thập tụng* dạy Tăng ni.[57] Do đó chúng ta suy đoán trước đó và đến thời Đạo Thiền, luật của Hữu bộ đã được truyền trì tại Việt Nam. Còn sử liệu về tông luật Hóa địa bộ hoằng hóa tại Việt Nam thì trắng hoàn toàn.

Chúng tôi tóm tắt một lần nữa, dấu chân hoằng hóa của bộ phái này được tìm thấy ở phía Nam và Bắc Ấn-độ. Huyền Trang[58] và Nghĩa Tịnh[59] đều gặp họ ở *Uḍḍiyāna* và Đông Turkestan. Dựa vào tiểu sử dịch giả *Buddhajīva* (Phật-đà-thập) dịch, có thể biết Luật tạng (luật *Ngũ phần*) của họ thường lưu hành ở *Kaśmīra*.[60] Đại sư nổi tiếng học phái Du-già hành (*Yogācāra*) là *Asaṅga* (Vô Trước), quê quán ở *Puruṣapura*, ban đầu ngài là người của Hóa địa bộ.[61] Một tu viện của Hóa địa bộ (*Mahīśāsaka*) ở phía nam *Takṣaśilā* được nhắc đến trong bia ký.[62] Mặt khác, họ cũng được chứng thực sống ở Tích-lan (Ceylon).[63] Họ có một tu viện tại *Nāgārjunikoṇḍa* (Long thọ sơn [

---

[56] Cf. zh.wikipedia.org/zh-hans/律宗.

[57] 續高僧傳, T50n2060, p.607b0130. Lê Mạnh Thát, *Lịch sử Phật giáo Việt Nam* I, p. 783.

[58] *Tây Vực ký* 3, T 2087, p. 882b18.

[59] *Nam hải ký quy nội pháp truyện* 1, T 2125, p. 206c1.

[60] *Cao tăng truyện* 3, T. 2059, p. 339a3; cf. P. Demiéville, *A propos du concile de Vaiśālī*, in T'oung Pao, XL, 1951, p. 293.

[61] *Tây Vực ký* 5, T51, *No. 2087*, p. 896b28.

[62] *Epigraphia Indica*, I, 1892, *No. 29*, pp. 238.

[63] Pháp Hiển ở Tích-lan tìm được bản luật của bộ phái này (*Cao tăng Pháp*

龍樹山]) bên bờ sông *Kṛṣṇā*.[64] Sử liệu không nói họ đi xa hơn như vùng Giao Chỉ (Việt Nam) và nếu Hóa địa bộ có truyền thừa tại Việt Nam hay không phải kể đến giới đàn. Có thể giới đàn đầu tiên là thời Khương Tăng Hội (sinh năm 200), sư thọ giới khoảng năm 220, trong lời tựa kinh *An-ban thủ ý*, Khương Tăng Hội có nhắc đến từ 'ba Thầy' (tam sư) là một bộ phận của thành ngữ giới đàn Phật giáo 'tam sư thất chứng', có nghĩa trong nghi thức truyền giới tỳ-kheo hay tỳ-kheo-ni tiêu chuẩn đòi hỏi phải có sự hiện diện của ba thầy: Hòa thượng, yết-ma và a-xà-lê, và bảy thầy làm chứng (hay gọi là thất chứng). Việc nhắc đến 'ba thầy' này, phải chăng ám chỉ đến việc thọ đại giới.[65] Mà từ thời Hội đến Đạo Thiền khả nghi là dòng truyền thừa của Hữu bộ.

Trong *Đại Việt sử ký toàn thư* ghi rằng, Thời nhà Lý (Lý Công Uẩn, 974-1028), Canh tuất, niên hiệu Thuận thiên thứ 1 (1010), cấp độ điệp cho nhân dân làm sãi. Giáp dần, năm thứ 5 (1014), tháng 5, Hữu Nhai tăng thống là Thẩm Văn Uyển tâu xin lập giới trường ở chùa Vạn Tuế, cho tăng đồ thọ giới. Vua chuẩn y. Bính thìn, năm thứ 7 (1016), cấp độ điệp cho hơn một ngàn người ở Kinh sư làm tăng đạo. Kỷ mùi, năm thứ 10 (1019), xuống chiếu cấp độ điệp cho nhân dân trong nước làm tăng. Canh thân, năm thứ 11 (1020, nhằm đời Tống, Thiên hy năm thứ 4), mùa thu tháng 9, Nguyễn Đạo Thanh đi sứ xin được Tam tạng kinh, vua xuống chiếu cho Tăng thống là Phí Trí sang Quảng Châu để đón.[66] Chúng ta có thể suy đoán trong giai đoạn này, vấn đề cấp độ điệp (度牒, cấp chứng minh thư cho Tăng lữ xuất gia) là ảnh hưởng từ Trung Quốc. Tại Trung Quốc cấp độ điệp có từ thời Bắc ngụy. Đến đời Đường, năm Khai nguyên 17 (729), nhà vua hạ chiếu bắt Tăng ni xuất gia phải có Tăng tịch. Và kể từ năm thứ 6 niên hiệu Thiên bảo (747), Tăng ni xuất gia sẽ do triều đình cấp độ điệp để làm bằng chứng miễn lao dịch,[67] mà từ thời Đường, tông luật *Tứ phần* đã

Hiển truyện, T 51, *No.* 2085, p. 865c24).

[64] Cf. E. Frauwallner, ibid., p. 20-21.

[65] Lê Mạnh Thát, *Tổng tập văn học Phật giáo Việt Nam* I, p. 276; *Lịch sử Phật giáo Việt Nam* I, p. 310.

[66] *Đại Việt sử ký toàn thư* II, 2004, p. 257-269.

[67] 佛光大辭典, 慈怡法師主編, p. 3779.

phát triển mạnh kéo dài đến đời Tống, đời Tống có hai vị luật sư nổi tiếng kế thừa tông luật *Tứ phần* là Doãn Kham (?-1061) và Nguyên Chiếu (1048-1116). Do đó, thời Lý tại Việt Nam mô phỏng "độ điệp" cấp cho Tăng ni và tổ chức giới đàn có khả năng là truyền giới theo hệ luật *Tứ phần* của Pháp tạng bộ.

Sau đó một giai đoạn dài 600 năm, có lẽ giới đàn không được tổ chức ở Đàng Ngoài, các vị thiền sư chỉ phát nguyện thọ giới Bồ-tát như Chân Nguyên Tuệ Đăng (1647-1726), 19 tuổi xuất gia với Thiền sư Chân Trụ Tuệ Nguyệt được đặt pháp danh Tuệ Đăng. Sau đến núi Côn Cương làng Phù Lãng, tham học với Thiền sư Minh Lương ở chùa Vĩnh Phúc, khi đắc pháp được đổi tên là Chân Nguyên. Năm tiếp theo, Chân Nguyên lập đàn Diệu pháp liên hoa, thỉnh Phật Thích-ca, Di-đà và Di-lặc chứng đàn, thiền sư đã đốt hai ngón tay để thọ giới Bồ-tát. Chính thiền sư Chân Nguyên khi soạn tác phẩm *Tôn sư phát sách đăng đàn thọ giới* bằng Hán văn, ông hoàn toàn im lặng không trình bày nghi thức thọ giới của tỳ-kheo (250 giới), chỉ kể tới giới đàn cho người tại gia thọ năm giới, giới đàn thọ 8 giới, 10 giới của sa-di và giới đàn thọ 58 giới của Bồ-tát. Thời kỳ này theo giáo sư Lê Mạnh Thát cho rằng, Phật giáo mang sắc thái dân tộc, không phải đời sống kỷ luật như tổ chức Phật giáo Ấn-độ.[68] Song trong giai đoạn Phật giáo thế kỷ XVII này, ở Đàng Trong, thời Nguyễn Phúc Thái (1649-1691), Chúa Nguyễn thứ 5, có sư Thạch Liêm (1633-1704) người Trung Quốc, qua Việt Nam tổ chức giới đàn ở chùa Thiền Lâm và chùa Di-đà ở Hội An, cùng năm Ất Hợi, 1695.[69] Cả hai giới đàn này đều thỉnh Tăng Trung Quốc qua truyền, đây chắc chắn cũng là giới đàn theo hệ luật *Tứ phần* Pháp tạng bộ.

Từ đó cho đến sau này, tại Việt Nam các giới đàn cũng như những vị tông sư truyền thừa đều thuộc tông Pháp tạng bộ. Thời cận đại, nếu kể đến thế hệ thứ nhất truyền thừa luật *Tứ phần* có Hòa thượng Đôn Hậu (1905-1922), Hòa thượng có biên soạn *Cách thức sám hối các tội, luật Tứ phần tỳ-kheo-ni*... Thế hệ thứ hai là Hòa thượng Thích

---

[68] Cf. Lê Mạnh Thát, *Toàn tập Chân Nguyên Tuệ Đăng I*, 2018, p. 14-55, & vi.wikipedia.org/wiki/Chân_Nguyên.

[69] vi.wikipedia.org/wiki/Thạch_Liêm.

Trí Thủ (1909-1984), những tác phẩm Hòa thượng trước tác và chủ biên: Luật tỳ-kheo – *Tứ phần hiệp chú* (1991) 2 tập, *Yết-ma yếu chỉ*, *Nghi thức quy giới*, *Nghi thức truyền giới và bố-tát*... Thế hệ thứ ba là Hòa thượng Thích Đỗng Minh (1927-2005), do công trạng của Hòa thượng hoằng truyền và biên dịch luật học nhiều nhất nên mọi người xưng tụng là Tuyên luật sư. Hòa thượng dịch luật *Tứ phần*, *Ngũ phần*, *Căn bản thuyết nhất thiết hữu bộ tỳ-nại-da*...; trước tác *Nghi thức truyền giới*, "*Tỳ-ni, sa-si, oai nghi cảnh sách văn vần*"... Thế hệ thứ tư là Hòa thượng Thích Tuệ Sỹ (1943-), ngài là người có công chấn hưng, truyền dạy luật học trước tình hình giềng mối Tăng-già rạn nứt trong xã hội đương thời. Ngài đã trùng biên, hiệu đính lại những bộ luật mà quý Hòa thượng dịch thuật trước đó như *Tứ phần*, *Ngũ phần*, *Tứ phần hiệp chú*, *Yết-ma yếu chỉ*... Và dịch thêm những phần *Skandhaka* (Kiền-độ) của Căn bản thuyết nhất thiết hữu bộ, như *An cư sự*, *Xuất gia sự*... Trước tác *Du-già bồ-tát giới*...

Đến đây chúng ta có thể kết luận, Hòa thượng Đỗng Minh là người đầu tiên truyền dịch luật *Ngũ phần* của Hóa địa bộ, xem như dấu chân truyền giáo của bộ phái này có mặt tại Việt Nam. Những người đệ tử cũng như học trò của Hòa thượng tiếp nối biên tập truyền dạy thì sự kế thừa đó sẽ tiếp diễn đến mai sau. Ví như sự tiếp nối của Hòa thượng Tuệ Sỹ, rồi hậu bối sẽ có người tiếp theo.

Phật lịch 2566 - mùng 6 tháng Giêng, năm Quý mão.

Thích Tâm Nhãn *cẩn chí.*

SÁCH DẪN

Nhiếp Tăng giới 193
Nhiếp thực giới 193
Nhiếp y giới 193
Niết-bàn
    Pl. *nibbāna* . . . . xi, xxxiii

O
oai nghi thành tựu 210

P
pháp đồng sa-di. 211
pháp tàn thực. 74, 116
pháp tử y 236
phu cụ. 69, 108, 109, 120, 254, 279

T
tác tiền phương tiện 190
tác tịnh . . 181, 242, 243, 244, 245, 281,
        286, 287
tâm biến. 57
tam ngữ an cư 253, 254
tam ngữ thọ nhật 255
Tam ngữ tự tứ 258
tâm niệm tự tứ 258
tâm thuần tịnh. 204
Tăng biệt 262
tánh tội. 273
Tẫn yết-ma .300
Thân khí thanh tịnh. 212
Tha xử tịnh .199
thệ thọ 207
Thiện Pháp .300
thuốc hàm tiêu. 67, 111, 147
thuyết tịnh. 243, 245, 284
Thụy ứng bổn khởi 296
tiêu tướng 185, 194, 195, 196, 197
tịnh địa 200, 201, 202
tịnh thí 243, 244, 245, 263
tịnh xứ 200, 201
triển chuyển thí. 243

Trí Tuệ
    (tỳ-kheo) 300
túc số. 187, 188, 189, 190, 226
Tu-đa-la 修多羅
    Sutta 297
Tu-già-đà
    Sugata 79
tứ phương Tăng 263, 287
tùy thuận hành 225

X
Xá-lợi-phất
    Pl. *Sāriputta* xxxiii
Xá-vệ (nước)
    Pl. *Sāvatthi* xxxiii
xướng tướng . . 194, 195, 196, 197, 200
Xử phân tịnh. 199, 200

Y
y chưa tác tịnh. 281
Yết-ma tịnh. 199, 200
y gia thí. 261
y hợp thức. 66, 146

GIÁO HỘI PHẬT GIÁO VIỆT NAM THỐNG NHẤT
HỘI ĐỒNG HOẰNG PHÁP*

CHỨNG MINH:
Trưởng lão HT Thích Huyền Tôn   (Úc châu),
HT Thích Bảo Lạc   (Úc châu)

CỐ VẤN:
HT Thích Minh Đạt   (Hoa Kỳ)

CHÁNH THƯ KÝ:
HT Thích Như Điển   (Đức)

PHÓ THƯ KÝ:
HT Thích Nguyên Siêu   (Hoa Kỳ),
HT Thích Bổn Đạt   (Canada)

THÀNH VIÊN:
Âu châu: HT Thích Quảng Hiền (Thụy Sĩ), HT Thích Minh Giác (Hòa Lan), HT Thích Thông Trí (Pháp), TT Thích Nguyên Lộc (Pháp).
Úc châu: HT Thích Minh Hiếu, HT Thích Tâm Minh
Hoa Kỳ: HT Thích Nhật Huệ, HT Thích Từ Lực

---

* Cập nhật ngày 15/09/2024.

Liên lạc HỘI ĐỒNG HOẰNG PHÁP

Hòa thượng Thích Như Điển, Chánh Thư Ký, HĐHP
Chùa Viên Giác, Karlsruher Str. 6, 30519 Hannover, Germany
Website: www.hoangphap.org; Email: hdhp.ctk@gmail.com;
Tel: + 49 511 879 630

Thượng tọa Thích Nguyên Tạng, Trưởng ban Báo Chí & Xuất Bản, HĐHP
Tu Viện Quảng Đức, 105 Lynch Road, Fawkner, Vic.3060 Australia
Website: www.hoangphap.org; Email: hdhp.bbc@gmail.com;
Tel: +61 481 169 631

Hòa thượng Thích Tâm Hòa, Trưởng ban Bảo Trợ, HĐHP
Trung Tâm Văn Hóa Phật Giáo Pháp Vân, Ontario, Canada
420 Traders Blvd E, Mississauga, ON L4Z 1W7, Canada
Website: www.phapvan.ca; Email: thichtamhoa@gmail.com
Tel: +1 905-712-8809

www.ingramcontent.com/pod-product-compliance
Lightning Source LLC
Chambersburg PA
CBHW081653120626
46550CB00010B/2886